D1772485

காந்தியைத் தவிர காந்தியை

வேறு யாரால்

கொல்ல முடியும்?

காந்தியைத் தவிர காந்தியை வேறு யாரால் கொல்ல முடியும்?

கலைச்செல்வி

எதிர் வெளியீடு

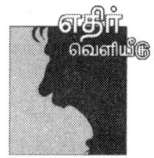

காந்தியைத் தவிர காந்தியை வேறு யாரால் கொல்ல முடியும்?
கலைச்செல்வி

முதல் பதிப்பு: ஜூலை 2024
எதிர் வெளியீடு,
96, நியூ ஸ்கீம் ரோடு, பொள்ளாச்சி – 642 002
தொலைபேசி: 04259 226012, 99425 11302

விலை: ரூ. 320

Gandhiyai Thavira Gandhiyai Veru Yaraal Kolla Mudiyum?
Kalaiselvi

Copyright © Kalaiselvi
First Edition: July 2024

Published by
Ethir Veliyeedu, 96, New Scheme Road, Pollachi – 2
email: ethirveliyedu@gmail.com
www.ethirveliyeedu.com

ISBN: 978-81-19576-61-6
Cover Design: Lark Bhaskaran
Printed at Jothy Enterprises, Chennai.

All rights reserved. No part of this book may be reprinted or reproduced or utilised in any form or by any electronic, mechanical or other means, now known or hereafter invented, including photocopying and recording, or in any information storage or retrieval system, without permission in writing from the Publisher.

கலைச்செல்வி

நெய்வேலியில் பிறந்து திருச்சியில் வசிக்கும் பொதுப்பணித்துறை ஊழியரான இவர் இதுவரை 'வலி', 'இரவு', 'சித்ராவுக்கு ஆங்கிலம் தெரியாது', 'மாயநதி', 'கூடு' ஆகிய ஐந்து சிறுகதைத் தொகுப்புகளையும் 'சக்கை', 'புனிதம்', 'அற்றைத்திங்கள்', 'ஆலகாலம்', 'ஹரிலால் த/பெ மோகன்தாஸ் கரம்சந்த் காந்தி', 'தேய்புரி பழங்கயிறு' ஆகிய ஆறு நாவல்களையும் எழுதியுள்ளார். 'சமர்க்களம்' (2024) இவரது ஆறாவது சிறுகதைத் தொகுப்பு. 'காந்தியைத் தவிர காந்தியை வேறு யாரால் கொல்ல முடியும்?' (2024) என்பது இவரது முதலாவது கட்டுரை நூல்.

சமர்ப்பணம்

எழுத்தாளரும் நண்பரும் காந்தியருமான
திரு.பாவண்ணன்
அவர்களுக்கு

பொருளடக்கம்

	முன்னுரை	09
	சமர்க்களத்தில்...	13
1.	காலனியாதிக்கத்தின் கீழ்	17
2.	காந்தியும் அகிம்சையும்	21
3.	பிறப்பும் தென்னாப்பிரிக்கா செல்வதற்கான தேவையும்	26
4.	முதிரா பண்புகள்	30
5.	சமணகுரு	36
6.	தென்னாப்பிரிக்காவில்...	40
7.	கண்டம் விட்டு கண்டம் விட்டு...	45
8.	சத்தியாகிரகமும் சிறையும்	54
9.	ஒரு நம்பிக்கை துரோகமும் இரு தாக்குதல்களும்	60
10.	கோகலேயின் வருகை	64
11.	அணிவகுப்பு	69
12.	போராட்டத்தின் முடிவு	78
13.	வலிமையான அடித்தளம்	83
14.	இந்தியாவில்...	88
15.	அகிம்சையின் துறைரீதியான செயல்பாடு	93
16.	அகிம்சையின் மீதான நம்பிக்கையின்மை	104
17.	திட்டமிட்ட கலவரம்	111
18.	விடாப்பிடியான அகிம்சை	118
19.	செயல்களின் மீதான உறுதி	123

20.	நவகாளிக்கு...	129
21.	யக்ஞம்	149
22.	ஆன்மாவைத் தொடுதல்	161
23.	காந்தியும் இரு மதங்களும்	171
24.	பிரிவினை அறிவிப்பு	182
25.	சமர்க்களம்	192
26.	விழுதலும் எழுதலும்	209
27.	இறுதி அத்தியாயம்	220

முன்னுரை

காந்தியைத் தவிர காந்தியை வேறு யாரால் கொல்ல முடியும்? இது நவகாளி பயணத்தில் காந்தியே வினாவாகக் கேட்டு விடையிறுத்த பதில். உண்மை. காந்தி என்பது தனிமனிதன் அல்ல. அது ஒரு உயிர்ச்சக்தி. உண்மையையும் சத்தியத்தையும் நாடும் எம்மனிதருக்குள்ளும் உறையும் உயிர்ச்சக்திக்கும் காந்தி என்பதே பொருள்.

இந்தப் புத்தகம் அழகிய மூன்றிழைப் பின்னல். ஒரு இழை உலகறிந்த காந்தியின் வரலாறு. மற்றொரு இழை இந்த வாழ்க்கைப் பயணத்தில் காந்தி தனக்குள்ளாகவே கேள்வி கேட்டுக் கேட்டுப் பெற்றுக்கொண்ட விடைகள். மூன்றாவது இழை, காந்தியை உற்று நோக்கி நோக்கி கலைச்செல்வி உணர்ந்துகொண்ட காந்தியத் தத்துவத்தின் சொட்டுகள். இவை எல்லாம் கலந்து, காந்தி தன் உள்ளங்கைகளில் மலரின் ஒரு துளித் தேனாக எவ்வாறு தங்குகிறார் என அறிந்துவிட முயலும் தவிப்பே இந்த நூல். காந்தியின் வியப்பூட்டும் எல்லா அம்சங்கள் குறித்தும் இந்தப் புத்தகம் பேசுகிறது. காந்தியின் அகிம்சை என்பது என்ன. எதிரியினிடத்தும், தாம் யாரை எதிர்த்துப் போராடுகிறோமோ அவரிடத்தும் அகிம்சையைக் காட்டுவது என்ற கொள்கையை எவ்வாறு புரிந்து கொள்வது. காந்தி, தன் சுயசரிதையில் ஓரிடத்தில் இவ்வாறு குறிப்பிடுவார்: எதிரியின் தரப்பை நாம் புரிந்து கொள்ளத் தலைப்படுகிறோம் என்ற அம்சமே பிரச்சினையில் பாதியைச் சரிசெய்து விடும் என. எங்கிருந்து காந்தி இவற்றைப் பெற்று களத்திலும் வளர்த்தெடுத்தார்? அதைத் தனிமனித அறமாக மட்டுமின்றி, கோடிக்கணக்கான மக்களை ஈடுபடுத்திய அரசியல் போராட்டத்தின் அறமாகவும் அதை மாற்றும்

துணிவும் உரமும் அவருக்கு எங்கிருந்து வந்தன? உண்மையின் உரத்த குரலை அவர் தம் மெல்லிய குரலில் பேசியபோது மக்கள் எங்ஙனம் அதற்குக் கட்டுப்பட்டார்கள்?

நீங்கள் எத்தனை நுட்பமான தூரதிருஷ்டித் தொலைநோக்கியால் பார்த்தாலும் சரி, அல்லது நுட்பமான நுண்ணோக்கியின் உதவியுடன் பார்த்தாலும் சரி, காந்தியை முழுமையாய்ப் புரிந்து கொள்ளுதல் என்பது சாத்தியமல்ல. மழைத்துளிகளை எண்ணிமுடித்தவர் எவர்? அள்ளி அள்ளி எடுத்தபின்னும் கைகளில் நுரைப்பூ மாத்திரமே கண்ட மிச்சம் என்ற வியப்பு காந்திக்கேயுரியது. காந்தியை வாசிப்பவர்களுக்கு இரண்டு கேள்விகள் மேலோங்கி எழும். ஏன் அவர் அவ்வாறு வாழத் தலைப்பட்டார்? எப்படி அவருக்கு அந்த வாழ்க்கை சாத்தியமாகியது?

செயலையே சதா வற்புறுத்தும் துறவியாகவும் கீழ்மை, துரோகம், சூழ்ச்சி நிறைந்த அரசியல் களத்தில் சத்தியத்தைப் பேசும் செயல்பாட்டாளராகவும் தொடர்ந்து பயணிக்கும் உந்துசக்தியை அவருக்கு வழங்கிய உள்ளூறை ஆற்றல் எது? மிக மிக மோசமான தருணங்களில் மனிதர்களின் உச்சபட்சக் கீழ்மையைக் கண்ணுற்ற பின்னும், அவர்களின் செயல்கள்தான் வெறுக்கத்தக்கதே தவிர, அவர்கள் வெறுக்கத்தக்கவர்கள் அல்லர் என்று சொல்லும் தீரத்தை எங்கிருந்து பெற்றார்? உள்ளில் ஆழ்ந்து வெளியில் பெருகி ஜீவ நதியாய்ப் பிரவாகிக்க அவருக்கு எங்ஙனம் வாய்த்தது? அவருடைய பெண் இஸ்லாமியச் சீடராகிய ரெய்ஹனா தியாப்ஜி, அவரை மகாயோகி என்கிறார். ஆனால் காந்தியோ, தன்னைக் கடையனிலும் கடையன் என்கிறார். ஒதுங்கிப் போய் குன்றில் தவம் செய்து மறைவதல்ல யோகம். மனிதர்களோடு உறவாடி சமுத்திரத்தின் ஒரு துளியாயத் தன்னைக் கரைத்துக் கொள்ளுதலே யோகம் எனில் அவர் மகாயோகிதான். அப்பழுக்கற்றவனாய்த் தன்னை மாற்றிக்கொள்ள ஏங்கிய அவருடைய தேடல்களே, பால்பேதமற்ற உன்னத நிலையை நோக்கிய அவரது பரிசோதனைகள் என்றும் கலைச்செல்வி பேசுகிறார். தத்துவார்த்தமான சொல்லாடல்களில் கலைச்செல்விக்கு மிகுந்த ஈடுபாடு உண்டு. 'சர்வோதயம் மலர்கிறது' மாத இதழில் அவர் தொடர்ந்து எழுதும் 'அகிம்சா தர்மம்' என்ற பகுதியில் அதைச் சிறப்பாக வெளிப்படுத்தியிருப்பார். காந்தியம் என்ற தனிப்பட்ட தத்துவம் ஏதுமில்லை எனக் காந்தியே பல இடங்களில் மறுத்திருக்கிறார். காந்தியம் என்பதை ஒரு மதமாக, ஒரு 'கல்ட்' ஆக உருவாக்கி தெய்வாம்சமும் புராணிகமும்

அற்புதச் செயல்பாடுகளும் ஏற்றி, மனிதர்கள் அதை மாற்றுப் பாதையில் திருப்பிவிடுவார்கள் என்ற ஐயம் அவருக்குத் தொடர்ந்து இருந்தது. அதனாலேயே அவர் அதைத் தொடர்ந்து மறுத்து வந்திருக்கிறார். கூடவே, தாம் உரைக்கும் அனைத்தும் இம்மண்ணின் பாரம்பரியத்தில் ஏற்கனெவே நிலைபெற்றவையே என்றும் அவற்றையே தாம் துலக்கமுறச் செய்வதாகவும் திரும்பத் திரும்பக் கூறியிருக்கிறார். எனினும், காந்தியின் செயல்பாடுகள் மூலமாக உணர்ந்து கொள்ளும் தத்துவம் புதுப்பொலிவு கொள்கிறது. கலைச்செல்வி, அதைப் பற்பல இடங்களில், அவற்றை காந்தியின் வார்த்தைகளாகவும் தன்னுடைய புரிதலாகவும் விளக்கிச் செல்லும் பத்திகள் குறிப்பிடத்தகுந்தவை. ஒன்றிரண்டைச் சுட்டிக் காட்ட விழைகிறேன்.

“கீதையின் முக்கியமான உபதேசம் அனாசக்தி அல்லது தன்னலமற்ற செயல் என்பதே. அனாசக்தி அகிம்சைக்கும் மேம்பட்டது. அந்நிலையை அடைய சத்தியத்தையும் அகிம்சையையும் பழகிக் கொள்ள வேண்டும். வன்முறை என்பது ஆசைப்படும் ஒரு முடிவை அடையும் ஆர்வத்திலிருந்தே தொடங்குகிறது. பலனில் ஆசையில்லாத போது பொய்மைக்கும் இச்சைக்கும் தூண்டுதல் இருப்பதில்லை. அகிம்சையை அறியாதவர்களுக்கு மனம் தளர்ந்து விடும் உபதேசத்தைக் கீதை செய்து விடவில்லை. பயப்படுகிறவரோ தப்பியோடுபவரோ உணர்ச்சிவசப்படுபவரோ யாராக இருப்பினும் அவரால் முடிந்தாலும் முடியாவிட்டாலும் போராடியே ஆக வேண்டும்.”

காந்தி பல நூறு இடங்களில் பல்லாயிரம் பேசியிருக்கிறார். அவற்றில் பொருத்தமானவற்றைத் தேர்ந்தெடுத்து பொருத்தமான இடங்களில் வைப்பதே, தங்கத்தில் இரத்தினம் பதிப்பது போன்றதுதான். கலைச்செல்வியின் எழுத்தில் பொற்கொல்லரின் ரசனை மிளிர்கிறது. “தனிப்பட்டவரின் கௌரவ உணர்ச்சிக்கும் சுயமரியாதைக்கும் அகிம்சை முழுமையான பாதுகாப்பை அளிக்கிறது” என்ற காந்தியின் வாசகம் அபாரமானது.

“நல்லறத்தின் பேருருவான அவருக்கு முன்பாக ஒருவர் ஆசுவாசமாக உணர முடியும். அவரது மாசற்ற ஆன்மா தெளிவான, அசைவற்ற ஏரியைப் போன்றது. அதில் சத்தியத்தின் தெளிவான பிரதிபலிப்பை ஒருவர் காணமுடியும்” எனக் காந்தியின் நண்பர் ஹென்றி போலக் குறிப்பிடுவார். காந்தியை வாசித்தல் போலவே காந்தியை எழுதுதலும் உத்வேகம் அளிப்பது. தொடர்ந்து

காந்தியைக் குறித்து எழுதி எழுதி மெருகேற்றி வைத்திருக்கும் தம் மொழித்திறனால் காந்தியை நம் மனதுக்கு இன்னும் நெருக்கம் மிகுந்தவராக்கியிருக்கிறார் கலைச்செல்வி.

அன்புடன்
சித்ரா பாலசுப்ரமணியம்

சமர்க்களத்தில்...

நான் காந்தியக் கோட்பாடுகளில் ஊறியவளோ, பெரிதாக அதைப் பற்றிப் படித்தவளோ அல்ல. ஆனால் இப்போது வரிசையாக காந்தியை பற்றிய சிறுகதைகளும் நாவல்களும் கட்டுரைகளும் எழுதிக் கொண்டிருக்கிறேன். இது எங்கிருந்து முளைத்தது? எப்படி இத்தனை அபிப்பிராயம் அவர் மீது ஏற்பட்டது? இது தீருமா அல்லது என் இறுதிக் காலம் வரை என்னுடனேயே பயணிக்குமா? என்றெல்லாம் கேட்டுக் கொள்கிறேன். முதன்முதலாக அவரை எப்போது நெருக்கமாக உணர்ந்தேன்? அல்லது அவர் எப்போதிலிருந்து என்னை ஆட்கொள்ளத் துவங்கினார்? அவரை இதயத்தின் வழியே அறியும் முன்பு என் பயணம் வேறொன்றாக இருந்தது.

அதுவரை நூற்றுக்கும் மேற்பட்ட சிறுகதைகள் எழுதியிருந்தேன். பல்வேறு இதழ்களில் பிரசுரமாயின. அவை வலி, இரவு, சித்ராவுக்கு ஆங்கிலம் தெரியாது, மாயநதி, கூடு என்ற ஐந்து சிறுகதைத் தொகுப்புகளாக வெளியாகியிருந்தன. அவற்றில் ஏதொன்றும் காந்தியை பற்றியதல்ல. சக்கை, புனிதம், அற்றைத்திங்கள், ஆலகாலம் என்று நான்கு நாவல்கள் அப்போது எழுதியிருந்தேன். இறுதியாக எழுதிய ஆலகாலம் என்ற நாவல், வாழ்வின் செயலின்மையை உருவாக்கும் எந்தத் தடையையும் மீறிட எத்தனிக்கும் மானுட மனத்தின் இடைவிடாத தேடலே வாழ்வின் சாரம் என்ற கருவை உள்ளடக்கியது. அது சங்ககாலம், பல்லவர், சோழர், சுதந்திரப்போராட்ட காலம் மற்றும் தற்காலம் எனப் பல காலங்களில் பயணித்தது. அவ்வாறான அதில் நான்காவதான நாவலில் காந்தியடிகள் ஒரு கதாபாத்திரமாக உள்ளே வருகிறார். அப்படித்தான் என் வாழ்விலும் அவர் நுழைகிறார்.

வாசிக்க வாசிக்க தீராத பக்கங்களை அவர் கொண்டிருந்தார். எழுத எழுத காய்ந்து போகாத மை அவரிடமிருந்தது. ஒரு மானுடனுக்கு இது எப்படிச் சாத்தியம்? எத்தகைய வாழ்வு வாழ்ந்திருப்பார் அவர்? தீராத ஆவல் கொண்டு அவரைத் தேடத் தொடங்கினேன். தேடலின் விளைவாக ஹரிலால் த/பெ மோகன்தாஸ் கரம்சந்த் காந்தி, தேய்புரி பழங்கயிறு என்ற இரண்டு நாவல்களை எழுத முடிந்தது. தொடர்ந்து அவரைக் குறித்த சிறுகதைகள் எழுதத் தொடங்கினேன். ஆனால் அவரைப் பற்றி இன்னும் எழுதவும் பேசவும் மீதம் இருந்து கொண்டேயிருக்கிறது. அவரை அறியாமலோ அல்லது அறிந்து கொள்ளும் ஆர்வத்தோடோ தேடி அலையும்போது இன்னும்... இன்னும்... இன்னுமென எத்தகைய ஆர்வம் கொண்டிருந்தேனோ அதே மனநிலை இப்போதும் மாறவில்லை. அவரைப் பற்றி யாராலும் முழுமையாக எழுதி விட முடியாது என்று மட்டும் இப்போது தோன்றுகிறது. சுதந்திரம் பெறும் தருவாயில் நிகழ்வுகள் அவர் கையை மீறிச் சென்று கொண்டிருந்த நிலையில், எவையெல்லாம் நடந்துவிடக் கூடாது என்று அச்சப்பட்டும் தவித்தும் பதறியும் போகிறாரோ அவையெல்லாம் உண்மையாகிக் கொண்டிருக்கும் இன்றைய சூழலில் கிட்டத்தட்ட தனித்து விடப்பட்ட அந்தக் குரலின் வலியை இப்போது நம்மால் உணர முடிகிறது.

நாம் அறியாத காலத்தில் வாழ்ந்ததாகக் கருதப்படும் பெரும் மகான்களின் வரலாறுகளைக் கேள்விப்பட்டிருப்போம். அவை மதங்களாக மாறியிருக்கலாம். அல்லது காலத்தால் வழக்கொழிந்திருக்கலாம். ஆனால், அவற்றை நேரில் கண்டவர்கள் யாரும் இன்று உயிருடன் இல்லை. புராணங்கள், கதைகள், தொன்மங்கள் என்று ஏதோ ஒரு வகையில் அவை நிலைநிறுத்தப்படுகின்றன. ஆனால் அதற்கெல்லாம் சற்றும் குறையாத வகையில் ஒரு மனிதர் அசலாக நம்முடன் வாழ்ந்து கிட்டத்தட்ட எழுபத்தைந்து ஆண்டுகளுக்கு முன்னர் விடை பெற்றுச் சென்றிருக்கிறார். அவரைப் பார்த்திருக்கிறார்கள்... பழகியிருக்கிறார்கள்... அவர் விடுதலை பெற்றுத் தருவதில் வெகு முக்கியப் பங்காற்றியிருக்கிறார். கிட்டத்தட்ட 350 வருடங்கள் அட்டையாய் ஒட்டிக் கிடந்த காலனியரை அள்ளித் தூக்கி நகர்த்தியிருக்கிறார். ஆனால் அவர் கையில் ஆயுதங்கள் ஏதுமில்லை. மனதில் யார் குறித்தும் துவேஷங்கள் இல்லை. ஆசியா, ஐரோப்பா, தென்னாப்பிரிக்கா என்று மூன்று கண்டங்களில் பயணித்திருக்கிறார். உலகெங்கும் அறியப்பட்டிருக்கும் இந்த ஆளுமையுடன் நான் போராடிக் கொண்டேயிருக்கிறேன்... ஒன்று என்னை அவரிடமிருந்து

விடுவித்துக்கொள்ள... மற்றொன்று எப்படியாவது அவரை என் எழுத்துக்குள் அடக்க முடியுமா என...

எனக்கும் அவருக்குமான சமர்க்களத்தில் அவரின் ஆயுதங்களையே இக்கட்டுரைகளின் பொருளாக்கியிருக்கிறேன். ஆனால் எழுதி முடித்து நிமிர்ந்தபோது எதுவும் முடிந்து விடவில்லை என்று புரிகிறது. ஆனால் நானும் சோர்ந்துவிடப் போவதில்லை.

இந்நூலை வெளியிடும் எதிர் வெளியீடு மற்றும் நண்பர் திரு. அனுஷ் அவர்களுக்கும் அறிமுகவுரை எழுதியளித்த திருமதி சித்ரா பாலசுப்ரமணியன் அவர்களுக்கும் என் மனமார்ந்த நன்றி. குடும்பத்தாருக்கு என் அன்பு.

அன்புடன்
கலைச்செல்வி
30.09.2023

தொடர்புக்கு
அலைபேசி எண்: 94433 65575
Email: kalaiselvi312try@gmail.com
Blog : writerkalaiselvi.blogspot.com

1

காலனியாதிக்கத்தின் கீழ்

வரலாற்றின் மாபெரும் நிகழ்வுகளுக்கான தொடக்கம் மிகச் சிறியதாக இருக்கலாம். நோக்கம் கூட வேறொன்றாக இருக்கலாம். ஆனால், அதன் விளைவும் விரிவும் மற்றொன்றாக மாறிவிடலாம். இந்தியாவில் பிரிட்டிஷ்காரர்களின் வருகையும் அப்படியாகத்தான் தொடங்கியது. முதலில் அவர்கள் வர்த்தகர்களாக, வர்த்தக நோக்கில்தான் உள்ளே வந்தனர். அது பதினாறாம் நூற்றாண்டின் கடைசி ஆண்டு. முதலாம் எலிசபெத் மகாராணி பிரிட்டனை ஆண்டு கொண்டிருந்தார். அப்போது பிரிட்டனின் பொருளாதார நிலை அத்தனை உயர்வானதாக இல்லை. உலகின் மொத்த உற்பத்தியில் மூன்று சதவீதம் மட்டுமே உற்பத்தி செய்யக் கூடிய நிலையில் இருந்த அந்நாட்டில் உள்நாட்டுக் கலவரங்கள் வேறு நிலவிக்கொண்டிருந்தன.

ஐரோப்பாவின் முக்கிய வல்லரசுகளான போர்ச்சுகீசும் ஸ்பெயினும் வர்த்தகத்தில் பிரிட்டனை விடச் செழித்திருந்தன. வாசனைத் திரவிய வணிகத்தில் ஆதிக்கம் செலுத்திய டச்சு வியாபாரிகள் ஒரு பவுண்ட் மிளகின் விலையை 5 ஷில்லிங் அளவுக்கு உயர்த்தியிருந்தனர். இந்த விலையுயர்வு அநியாயமானது என்று கருதிய பிரிட்டனின் பெரு வணிகர்கள் இருபத்துநான்கு பேர், லண்டனில், லீடன் ஹால் வீதியிலிருந்த பழமையான கட்டடம் ஒன்றில் கூடுகின்றனர். அது 1599ஆம் ஆண்டின் செப்டம்பர் 24ஆம் தேதியின் மாலை நேரம். கலந்தாலோசனையில், 125 பங்குதாரர்களைக் கொண்டு 72,000 பவுண்ட் ஆரம்பக்கட்ட மூலதனத்தோடு கிழக்கிந்திய வர்த்தக கம்பெனியைத் தொடங்குவது என்று முடிவு செய்யப்பட்டது.

இந்நிறுவனம் 1599 டிசம்பர் 31இல் அரசின் அனுமதியைப் பெற்றது. அனுமதி சாசனத்தின்படி, துவக்கத்தில் பதினைந்து ஆண்டுகளுக்கு நன்னம்பிக்கை முனைக்கு அப்பாலுள்ள அனைத்து நாடுகளிலும் வியாபாரம் செய்யும் சிறப்புரிமை இந்நிறுவனத்துக்கு அளிக்கப்பட்டது. பிரிட்டனின் வர்த்தகப் போட்டியாளர்கள் 'வணிகம் ஒன்றே நோக்கம், லாபம் ஒன்றே குறிக்கோள்' என்ற கோட்பாட்டின் அடிப்படையில் தங்களது பயணத்தைத் தொடங்கினர். நிறுவனத்தைத் தொடங்கிய எட்டு மாதக் காலத்திற்குப் பிறகு அவ்வணிகக் கப்பல் பம்பாய்க்கு வடக்கே சூரத் துறைமுகத்தில் நங்கூரம் பாய்ச்சி நின்றது. அது 1600ஆம் ஆண்டின் ஆகஸ்ட் மாதம் 24ஆம் தேதி. அதன் மாலுமியான வில்லியம் ஹாக்கின்ஸ் கரையிலிறங்கி நகருக்குள் பயணிக்கிறார். அப்போது வட இந்தியாவை, முகலாய சாம்ராஜ்ஜியத்தின் நான்காவது ஆட்சியாளராக சக்ரவர்த்தி ஜஹாங்கீர் ஆண்டு கொண்டிருந்தார். செல்வச் செழிப்பு மிகுந்தவராகவும் பலம் பொருந்தியவராகவும் விளங்கிய அம்மன்னருடைய சாம்ராஜ்ஜியத்தின் குடிமக்கள் கிட்டத்தட்ட ஏழு கோடிகளாக இருந்தனர். பிரிட்டிஷ் வர்த்தகர்களை நகரின் செல்வச்செழிப்பு பிரமிக்க வைக்கிறது. இது அவர்கள் எதிர்பார்த்ததுதான். அவர்கள் நாட்டைச் சேர்ந்த அயல்நாட்டு வணிகர் ரால்ஃப் ஃபிட்ச் மூலம் இந்தியாவின் செழிப்பையும் செல்வத்தையும் அறிந்திருந்தாலும் நேரில் காண்பது அதை விடப் பெரியது... மிகப் பெரியது.

அவர்கள் பேரரசர் ஜஹாங்கீரிடம் அறிமுகம் செய்து கொள்கின்றனர். மன்னரிடத்தில் வெள்ளையர்களுக்குச் சிறப்பான வரவேற்பு கிடைக்கிறது. வடக்கு பம்பாயில் கிழக்கிந்திய கம்பெனி வர்த்தகக் கூடங்களைத் திறந்துகொள்ள அனுமதியும் பெற்றுவிட்டனர். வணிகத்துக்கான அரசாணை வெளியிடப்படுகிறது. அதன்படி, இந்தியாவிலிருந்து வாசனைத் திரவியங்கள், சர்க்கரை, கச்சாப்பட்டு, மஸ்லின் பருத்தி போன்றவை தேம்ஸ் நதியோரத்துக்குக் கப்பல்களில் வியாபாரத்துக்கு அனுப்பி வைக்கப்பட்டு அங்கிருந்த பொருட்கள் உள்நாட்டு விற்பனைக்காக ஏற்றி வரப்பட்டன.

வியாபாரம் செழிக்கத் தொடங்கியது. இலாபமும் பெருகியது. அதை பாதுகாக்க வேண்டிய நிர்ப்பந்தமும் ஏற்படுகிறது. அதன் பொருட்டு பிரிட்டன் வணிகர்கள் எந்தப் பகுதியில் வியாபாரம் செய்தார்களோ அந்தப் பகுதியின் குறுநில மன்னர்களின் பிரச்சினையில் தலையீடு செய்ய வேண்டியிருந்தது. இவ்வாறு

தொடங்கிய தவிர்க்கவியலாத நடவடிக்கைகள் பெரும் கவனம் செலுத்தப்படாமலேயே இறுதியில் இந்தியாவை இங்கிலாந்து வென்று விடுவதற்கான வழியை வகுத்தன. 1757 ஜூன் 23இல் ராபர்ட் கிளைவ் என்ற ஜெனரல், 900 ஆங்கிலச் சிப்பாய்களையும் 2,000 இந்தியச் சிப்பாய்களையும் கொண்ட படைக்குத் தலைமை தாங்கி வங்காளத்திலுள்ள பிளாசி என்ற கிராமத்துக்கு சென்றார். அங்கு, நெல் விளையும் வயற்காட்டில் நடந்த சண்டையில் நவாபின் ராணுவம் தோற்கடிக்கப்பட்டது. இந்த வெற்றி, அவர்களின் இலக்கில்லாத இலக்கான 'நாடு பிடிப்பது' என்ற நிலையை முன்னணிக்குக் கொண்டு வந்தது. ஒரு நூற்றாண்டுக்குள், கம்பெனியின் வர்த்தகர்கள் ஆட்சி அதிகாரம் செலுத்துபவர்களாக மாறினார்கள். அதன் கணக்கர்களும் வியாபாரிகளும் ஜெனரல்களாகவும் கவர்னர்களாகவும் ஆனார்கள்.

இந்திய மன்னர்களிடையே நிலவிய ஒற்றுமையின்மையும் பிளாசி போரில் கிடைத்த வெற்றியும் கிழக்கிந்தியாவில் வங்காளம் வரை விரித்த ஆட்சியை, பக்சர் போரில் முகலாய பேரரசர் ஷா ஆலம் II -வின் தோற்கடிப்புக்குப் பிறகு பீகார் வரை பரப்பியது. ஓரிஸ்ஸா மாநிலம் வரையிலும் வரி வசூல் செய்யும் உரிமையைப் பெற்ற கம்பெனி அரசு மும்பை, சென்னை போன்ற இதர பகுதிகளுக்கும் பரவத் தொடங்கியது.

வணிகர்களாக வந்த ஆங்கிலேயர்கள் அரசதிகாரத்தைக் கையிலெடுத்தபின் இயல்பாகவே பொருளாதாரத்தைச் சுரண்டத் தொடங்கினர். அவர்களின் மனிதாபிமானமற்ற நிர்வாகம், சமுதாய அநீதி, மதமாற்றம், இராணுவ நெறிமுறைகள் போன்றவற்றால் மக்களுக்கு அவர்கள் மீது வெறுப்புணர்வு தோன்றியது. அதன் விளைவாகப் பெருங்கிளர்ச்சிகள் தோன்றின. 1857இல் நடந்த சிப்பாய்ப் புரட்சி ஆங்கிலேயருக்கெதிரான முக்கியமான பெருங்கலகம் ஆகும். ஆனால், அவை அந்நியரை விரட்டப் போதுமானவையாக இருக்கவில்லை. இத்தோல்விக்குப் புரட்சியாளர்களுக்கிடையே நிலவிய ஒற்றுமையின்மையும் அவர்களுக்கென்று பொதுவான குறிக்கோள் ஏதுமின்மையும் முக்கியக் காரணமாகலாம். அவர்களை ஒட்டுமொத்தமாக ஒருங்கிணைத்து வழிநடத்தும் தலைவர்களும் அமையப்பெறவில்லை. மேலும் கிளர்ச்சியானது வடக்கு மற்றும் மத்திய இந்தியாவோடு நின்றுவிட்டது. அங்குமே கூட சிந்துவும் ராஜபுதனமும் இதில் கலந்து கொள்ளவில்லை. தென்னிந்தியக் கிளர்ச்சிக்கும் வேலூர் கிளர்ச்சிக்கும் நிலைக்களனாக இருந்த தென்னிந்தியா,

இக்கிளர்ச்சியால் பாதிக்கப்படவில்லை. கிளர்ச்சிகள் நகரை மையமாகக் கொண்டமையால் கிராமங்கள் இதில் ஈடுபாடு காட்டாமல் இருந்தன. கிளர்ச்சியை ஒருங்கிணைக்கும் திட்டமெனயாரிடமும் ஏதுமில்லை.

இப்போது ஆங்கிலேயர்கள் முன்பை விட இந்தியாவை நன்கு புரிந்துகொண்டுவிட்டனர். 258 ஆண்டு கால ஆட்சிக்குப் பிறகு கிழக்கிந்திய கம்பெனியின் நிர்வாகம் ரத்து செய்யப்பட்டு, இந்தியர்களின் விதியை நிர்ணயிக்கும் பொறுப்பு, விக்டோரியா மகாராணியின் கைகளுக்கு மாற்றப்பட்டது. அப்போதிலிருந்து மனித குலத்தின் ஐந்தில் ஒரு பகுதி மக்களைக் கொண்ட இந்தியாவை பிரிட்டனின் மகாராணியால் நியமிக்கப்பட்ட மன்னர் போன்ற வைஸ்ராய் ஆட்சி செய்யத் தொடங்கினார். ஐசிஎஸ் எனப்படும் இந்திய சிவில் சர்வீசைச் சேர்ந்த 2,000 பேரும் இந்திய ராணுவத்தில் இருந்த 10,000 பிரிட்டிஷ் அதிகாரிகளும் ஆட்சியின் செயல் வீரர்களாயினர். முப்பது கோடி மக்களின் மீதான இவர்களின் அதிகாரம் அறுபதாயிரம் பிரிட்டிஷ் வீரர்கள் மற்றும் இரண்டு இலட்சம் இந்திய ராணுவத்தினரின் மூலம் நிலைநாட்டப்பட்டது.

இந்தியா அடிமையானது.

2
காந்தியும் அகிம்சையும்

நீங்கள் மனிதர் ஒருவரை எங்களிடம் அனுப்பி வைத்தீர்கள்... நாங்கள் அவரை மகாத்மாவாக்கி உங்களிடம் திருப்பியளித்திருக்கிறோம்...

நாங்கள் அவரைப் பத்திரமாகவும் பாதுகாப்பாகவும் உங்களிடம் ஒப்படைத்தோம். ஆனால் நீங்கள் அவரைக் கொன்றுவிட்டீர்கள்...

தென்னாப்பிரிக்க இந்தியர்கள் கூறுவது போலவும் இந்தியாவிலிருந்து வெளியேறிய பிரிட்டிஷார் உரைப்பது போலவுமிருக்கும் இக்கூற்றுகளின் பொருளை முழுமையாக உணராதவர்கள் கூட இதனை இயல்பாகப் பயன்படுத்துவார்கள். மேடைப் பேச்சுகளிலோ கட்டுரைகள் எழுதும்போதோ அவரைப் பற்றி ஏதுமறியாதவர்கள் கூடச் சொல் அலங்காரத்துக்காகவோ பொருள் அலங்காரத்துக்காகவோ இதனைச் சேர்த்துக்கொள்வதுண்டு. அவரை உணர்ந்தவர்கள் இக்கூற்றுகள் அவரை மனிதருள் மேம்பட்டவராகவும், அவர் ஒரு புதையல் அல்லது பொக்கிஷம் போன்று சித்திரிக்கப்படுவதையும் அறிந்து பெருமிதம் கொள்ள முடியும்.

திரு. மோகன்தாஸ் கரம்சந்த் காந்தி அந்நிய ஆதிக்கத்தை எதிர்த்தவர், சமூகத்தைச் சீர்திருத்த முனைந்தவர், சமயச் சிந்தனையாளர், பரிசோதனை முயற்சிகளை நம்பிக்கையோடு முன்னெடுத்தவர், கடினமான உழைப்பாளர், ஆச்சர்யகரமான நேர மேலாண்மை செய்பவர், கண்டிப்பான ஒழுக்கவாதி, சிக்கனவாதி, பக்தி மிக்க இந்து, சிறந்த ராம பக்தர், கீதையை உயிரெனக் கொண்டவர். அனாசக்தியோகம் என்று அதற்கு

விளக்கவுரை எழுதியவர். தீர்க்கதரிசனம் நிறைந்தவர், போராட்டம் என்றாலே வன்முறை, போர் என்றாலே ஆயுதங்கள்தான் என்று நிலவிக்கொண்டிருந்த மனநிலைக்கு மத்தியில் அகிம்சையை அடிப்படையாகக் கொண்ட போராட்ட முறையைக் கொண்டு வந்தவர். இன்னும் கூட நிறைய தலைப்புகளில் அவரை வகைமைப்படுத்தினாலும் ஒரு தீர்மானமான சட்டத்துக்குள் அடைத்து விட முடியாது.

அவர் முரண்களும் நம்பவியலாத பெருங்குணங்களும் கொண்டவர். சமணத் துறவியைப் போன்ற மனநிலையைக் கொண்டிருந்தார் என்றாலும் விஷய ஞானமிக்க தேர்ந்த அரசியல்வாதியாகவும் இருந்தார். நகரங்கள் மற்றும் பெருநகரங்களிலேயே வசித்தவர் என்றாலும் சட்டென்று அனைத்தையும் துறந்து கிராமபுற வாழ்க்கையை நோக்கித் திரும்புகிறார். தென்னாப்பிரிக்காவில் வெற்றிகரமான வழக்கறிஞராகப் பெயரும் புகழும் பணமும் ஈட்டியவர், திடீரென்று பணம் சம்பாதிப்பதை நிறுத்திக்கொள்கிறார். கட்டுக்கோப்பான கூட்டுக் குடும்பத்தில் சமஸ்தான திவானின் மகனாகப் பிறந்த அவர், வீட்டைத் துறந்து ஆசிரமங்களை உருவாக்கி அதில் தன் குடும்பத்தாரோடு நாடு, இன, மத, சாதி பேதமற்று பன்தரப்பு மக்களுடன் வாழத் தளைப்படுகிறார். யாரை எதிர்க்கிறாரோ அவரிடம் துவேஷம் கொள்ளாதவர், தன்னை வெறுப்பவர்களிடமும் அன்பு பாராட்டுபவர், துறவு மனப்பான்மை கொண்டவர் என்றாலும் தனிமையையும் தவத்தையும் நாடி மலையடிவாரங்களுக்கோ காடுகளுக்கோ செல்லாதவர். பிரம்மச்சர்யம் கடைப்பிடித்தாலும் மனைவியை விட்டு இறுதி வரை விலகாதவர், தன் மீதான வழக்கு விசாரணையின்போது தான் செய்தது தார்மீகமாகச் சரியானது என்றாலும் சட்டத்தின்படி குற்றமாகும் எனத் தண்டனையை இருகரம் நீட்டி வரவேற்றவர், தனக்குத் தண்டனை விதித்த நீதிபதியையே கலங்கடித்தவர் என்பன போன்ற எத்தனையோ ஆச்சர்யங்கள் அவரிடமிருந்தன.

இந்த ஆச்சர்யங்கள் எதுவும் புனைவுக் கதையில் நடந்ததல்ல. இவை பத்தொன்பதாம் நூற்றாண்டின் இறுதியிலிருந்து இருபதாம் நூற்றாண்டின் மையம் வரை நடந்த உண்மை நிகழ்வுகள். இவையெல்லாம் சமீபமாக நடந்திராமல் முன்னெப்போதோ நடந்திருந்தால் அவர் புனிதராக்கப்பட்டு கடவுளாக்கப்பட்டிருக்கலாம். அவரைப் பற்றிய சரித்திரத்தைத் தேவைக்கேற்ப பெருக்கியும் குறுக்கியும் திரித்தும் விரித்தும் புராணமாக்கியிருக்கலாம். தொன்மக் கதைகளை

உருவாக்கியிருப்போம். கோயில்களை எழுப்பியிருப்போம். சிலையெடுத்து வணங்கியிருப்போம். காவியமாக்கி கதாகாலட்சேபம் செய்திருப்போம். அல்லது ஆட்சேபம் தெரிவித்து ஒதுக்கி வைத்து வழக்கொழிய வைத்திருப்போம். ஆனால் இவை எதற்கும் இடம் கொடுக்காத அந்த அகிம்சைவாதி உயிரும் உடலுமாக நம்மிடம் மிகச் சமீபத்தில் வாழ்ந்துவிட்டுப் போயிருக்கிறார்.

அகிம்சை, சத்தியம் என்ற இரண்டு கோட்பாடுகளின் மீதும் மிக தீவிரமான நம்பிக்கையும் அவற்றை கடைப்பிடிப்பதில் இறுதி வரை மிகப் பிடிவாதமான உறுதியும் அவர் கொண்டிருந்தார். அகிம்சை என்பதை மிகுந்த அன்பு, அதிகளவு தயை என்று பொருள்படுத்துவதையே இறுதி வரையிலும் கடைப்பிடித்தார். அகிம்சை தத்துவம் மிகப் புனிதமானது, பழமையானது என்று கருதும் அவர் தன் வாழ்நாள் முழுக்கவும் அதைக் குறித்து ஓயாமல் பேசுகிறார், எழுதுகிறார், அறிவுறுத்துகிறார், அவற்றையே செயல்படுத்துகிறார். அவரது செயல்பாடுகள் குடும்ப அளவிலோ வீடளவிலோ இருப்பதன்று. அவர் ஆசியா, ஐரோப்பா, ஆப்பிரிக்கா ஆகிய மூன்று கண்டங்களில் அதன் நாடுகளில் வாழ்ந்தவர். தனது கொள்கையைப் பின்பற்றித் தென்னாப்பிரிக்காவில் அதற்கான வெற்றியை அனுபவித்தவர், பிறகு இந்தியா திரும்புகிறார். அவர் தென்னாப்பிரிக்காவிலும் இந்தியாவிலும் எதிர்த்துப் போராட வேண்டியிருப்பது ஒரே எதிரியையே. அந்த எதிரியோ உலகெங்கிலும் பலவீனர்களை அடிமைப்படுத்தி அறமற்ற அரியணையைக் கம்பீரமெனக் கருதி ஆட்சி செய்துகொண்டிருக்கும் பிரிட்டிஷ் ஏகாதிபத்தியம் என்று எண்ணிப் பார்க்கவியலாத பலசாலி. அவரோ, குஜராத்தில், போர்பந்தரில் பிறந்து இலண்டனில் பாரிஸ்டர் பட்டம் பெற்று, பிழைப்புக்காகத் தென்னாப்பிரிக்காவுக்குச் சென்ற சாதாரணர். ஆனால் நூற்றாண்டுகளாக அடிமைப்பட்டுக் கிடந்த இந்தியா, அவரின் அரசியல் களமாடலுக்குப் பிறகு கிட்டத்தட்ட முப்பத்திரண்டு ஆண்டுகளில் அடிமைத்தளையிலிருந்து தன்னை விடுவித்துக் கொள்கிறது.

காந்தியடிகள் வலியுறுத்தும் அகிம்சையானது சத்தியத்தோடு பயமின்மையும் இணைந்தது. ஒரு சத்தியாகிரகி தெரிந்தே உடலாலும் மனதாலும் துன்பப்படும் முடிவை எடுக்கிறார் எனில் அவர் கூறுவதைப் போல வாள் எடுப்பதை விட அகிம்சையைக் கடைப்பிடிப்பதற்குதான் அதிக வீரம் தேவைப்படுகிறது. அகிம்சையாளர் துன்பம் அனுபவிக்கத் தயாராக இருப்பாரே

தவிர தனக்குத் தீமை செய்தோரைத் துன்புறுத்த மாட்டார். துரத்தி வரும் தெருவோர நாயைக் கூடக் கல் என்ற சிறு ஆயுதத்தையாவது ஏந்திக்கொண்டுதான் நாம் சமாளிக்கப் பழகியிருக்கிறோம். உடல் பலத்தின் மீது நாம் கொள்ளும் நம்பிக்கையை ஆயுதங்களின் கூர்மையில் நிலைநிறுத்துவது நம் இயல்பிலேயே கலந்திருக்கிறது. ஆனால், காந்தி எடுக்கும் ஆயுதம் அதற்கு நேரெதிரானது. மிருகங்களுக்கு வன்முறை எப்படி ஒரு நியதியோ அங்ஙனமே மனிதர்களுக்கு அகிம்சை ஒரு நியதி. கடவுளை அறிவதும் அடைவதுமே மனிதனின் இயற்கையான சுபாவம். அது தீமை செய்பவர்களின் விருப்பத்துக்குத் தாழ்ந்து பணிந்து போவதல்ல. மாறாகக் கொடியவனின் சக்திக்கு எதிராக ஒருவர் தனது முழு ஆன்மபலத்தையும் நிறுத்துவது என்கிறது அவர் வலியுறுத்தும் அகிம்சை.

வாள்வீச்சிலும் வன்முறையிலும் தேர்ந்தவர்கள் வலிந்தவர்களாக ஆள்வதும் மீதமானவர்கள் மெலிந்தவர்களாக அவர்களிடம் அடிப்பணிந்து கிடப்பதும் உலக வழக்கு என்றாகிவிட்ட நிலையில் இவரின் அகிம்சையும் சத்தியமும் உலகிற்குப் புதிதாகவும் புதிராகவும் சில சமயம் கேலிக்கூத்தாகவும் கூட இருந்தன. ஆனால் அவர் அதற்கான பதிலை வாழ்க்கையாக வாழ்ந்து காட்டியிருந்தார். அவரின் பல்வேறு பரிமாணங்களுள் எழுத்தாளர், பத்திரிகையாளர் என்றொரு கோணமும் உண்டு, என்றாலும் அவர் தன்னை இத்தனை தூரம் வழிநடத்தியும், தான் இத்தனை தூரம் வழிநடத்தியும் வந்த அகிம்சா தருமம் குறித்துத் தனியாக நூல் எதையும் எழுதவில்லை. தனக்குப் பூரணமாகத் தெரியாத ஒன்று குறித்து எழுதுவது என்பது பூர்த்தியற்ற ஒன்றாகவே இருக்க முடியும் என்பது அவர் வாதம். ஆயினும் அகிம்சையின் வழியே சாத்தியமல்லாதவற்றை சாத்தியப்படுத்தியபோது அவர் கற்றதையும் பெற்றதையும் போராட்டங்கள் உட்பட தனது வாழ்வியல் தருணங்களில் பொருத்திக் கொண்டதையும் அவரது வாழ்க்கையினூடாகப் பயணிப்பதன் மூலம் நம்மால் அறிந்துகொள்ள முடியும். அவருடைய தனிப்பட்ட வாழ்க்கை என்பது பொது வாழ்க்கையோடு ஒன்று கலந்தது. அவருக்கென்று தனியாகக் குடும்பம் இருந்தது என்றாலும் ரகசியங்களோ திரை மறைவுகளோ ஏதுமின்றி இறுதிவரை அவர் வெளிப்படையாகவே வாழ்ந்தார். சுயசரிதம் உட்பட அவர் தனது எங் இந்தியா, ஹரிஜன் போன்ற பத்திரிகைகளில் எழுதிய கட்டுரைகள், கடிதங்கள், ஆற்றிய சொற்பொழிவுகள் ஆகியவற்றோடு அவரைப் பற்றி

எழுதப்பட்டவைகள், தென்னாப்பிரிக்காவில் அவர் வாழ்ந்த நாட்களின் அரசியல் நிகழ்வுகள், இந்திய விடுதலைப் போராட்டம், அந்நாளைய சமூகச் சீர்த்திருத்தம் போன்றவற்றை அறிய முற்படும்போதே அவருடைய வாழ்க்கை அமைதிச் சித்திரமாகத் துலங்கி எழுந்துவிடும். அவரது அகிம்சையை அறிந்து கொள்ளும் சிறு முயற்சியே இந்நூலை எழுதும் உத்வேகத்தை அளித்தது.

3

பிறப்பும் தென்னாப்பிரிக்கா செல்வதற்கான தேவையும்

மோகன்தாஸ் கரம்சந்த் காந்தியின் பிறந்த ஊரான போர்பந்தர் குஜராத் மாநிலத்திலுள்ள ஒரு துறைமுக நகரமாகும். இது சுதந்திரத்திற்கு முன் இந்தியாவின் மேற்கே தொங்கிக் கொண்டிருப்பது போன்றிருக்கும் நிலப்பகுதியான கத்தியவார் சமஸ்தானத்தின் கீழிருந்தது. கத்தியவார் மூன்று புறமும் காம்பே வளைகுடா, கட்ச் வளைகுடா மற்றும் அரபிக்கடலால் சூழப்பட்ட ஒரு தீபகற்பம். நீண்ட கடற்கரையும் தொடர் குன்றுகளும் கொண்ட இப்பகுதியின் பருவநிலை மிதமானது. அந்நாளில் கத்தியாவாரிலிருந்த சுமார் எழுபது சிற்றரசுகளில் போர்பந்தரும் ஒன்றாக இருந்தது. சமஸ்தானத்தின் மன்னர் ராணா என்றழைக்கப்பட்டார். காந்தியின் பாட்டனார் உத்தம்சந்த் காந்தியும் தகப்பனார் கரம்சந்த் காந்தியும் ராணாவிடம் திவானாகப் பதவி வகித்தவர்கள். சமஸ்தானத்தின் மக்கள்தொகையில் சுமார் எண்பத்தைந்து சதவீதத்தினர் இந்துக்களாக இருப்பினும் முஸ்லிம்கள், சமணர்கள், பார்சிகள் எனப் பலதரப்பட்டோரும் அங்கு வசித்தனர்.

காந்தியின் தகப்பனார் கரம்சந்த்காந்தி, தாயார் புத்லிபாயை மணக்கும் முன்பே மூன்று திருமணங்கள் செய்திருந்தார். முதல் இரண்டு திருமணங்கள் வழியே தலா ஒவ்வொரு மகள்கள் அவருக்கிருந்தனர். அந்த மனைவியர் இறந்தபிறகு மூன்றாவதாகச் செய்துகொண்ட திருமணத்தில் குழந்தைகள் ஏதுமில்லை. பின்னர் ஜூனாகத் சமஸ்தானத்தைச் சேர்ந்த தன்னைவிட இருபத்து மூன்று வயது இளையவரான புத்லிபாய் என்ற பெண்ணை 1857இல் அவர் நான்காவதாகத் திருமணம் செய்து கொள்கிறார். இத்திருமணத்தின் வழியே அவருக்கு

லஷ்மிதாஸ், கர்சன்தாஸ் என்ற மகன்களும், ராலியத் என்ற மகளும், கடைசிப் பிள்ளையாக 1869ஆம் ஆண்டு அக்டோபர் மாதம் 2ஆம் நாள் மோகன்தாஸ் என்ற மகனும் பிறந்தனர்.

காந்தி சாதியப் படிநிலை என்று கருதப்பட்டுக் கொண்டிருக்கும் அடுக்கில் பிராமணர்களுக்கும் ஷத்திரியர்களும் அடுத்த நிலையில் வைக்கப்பட்டிருக்கும் பனியா என்ற சாதியைச் சேர்ந்தவர். அச்சாதியினர் வைஷ்ணவ மரபுகளில் தீவிர நம்பிக்கை கொண்டவர்கள். வணிகர்களான அவர்களின் குலதெய்வம் ராமர். போர்பந்தரிலிருக்கும் ராமர் கோயிலை எழுப்பியவர்களில் ஒருவர் காந்தியின் முந்தைய தலைமுறையைச் சேர்ந்தவர். சில பனியா குடும்பங்கள் நிலத்துக்கு அடியில் விளையும் காய்கறிகள், பூண்டு, வெங்காயம் போன்றவற்றைக் கூட உண்ணாமல் தீவிர சைவர்களாக இருந்தனர். காந்தியின் தாயார் புத்லிபாய் இறைநம்பிக்கை மிகுந்தவர். அப்போது அங்கு வழக்கிலிருந்த பிரணாமி என்ற சமயப்பிரிவின் மீது அவருக்கு ஈர்ப்பிருந்தது. இந்தப் பிரிவினர் இஸ்லாத்தின் சில அம்சங்களைத் தங்கள் வழிபாட்டில் இணைத்துக்கொண்டவர்கள். காபாகாந்தி தன் குடும்பத்தை 1874இல் சொந்த ஊரிலிருந்து ராஜ்கோட்டுக்கு அழைத்து வந்துவிட்டார். பின்னர் அக்குடும்பம் 1881இல் காந்திக்குப் பன்னிரண்டு வயதிருக்கும்போது கத்தியவாரி பாணியில் சொந்தமாகக் கட்டப்பட்ட பெரிய வீட்டுக்குக் குடிபெயர்ந்தது.

மோகன்தாஸுக்கு அந்நாளைய வழக்கப்படி அவரது பதிமூன்றாவது வயதில் திருமணம் ஆகியிருந்தது. அவருடைய மனைவியான கஸ்தூருக்கும் அதே வயதுதான். அதே ஊர்தான். காந்தியின் மாமனார் மகன்ஜி கபாடியா செல்வச் செழிப்புமிக்க வியாபாரி. போர்பந்தரில் அவர்களின் குடும்பம் இரண்டு தளங்களும் இருபது அறைகளும் கொண்ட பெரிய வீட்டில் வசித்து வந்தது. திருமணத்துக்குப் பிறகு இளம்தம்பதியர் ராஜ்கோட்டில் வாழத் தொடங்கினர்.

பள்ளி நாட்களில் ஷேக் மேத்தாப் என்ற முஸ்லிம் சிறுவன் காந்தியின் நெருங்கிய நண்பனாக இருந்தான். காந்தி பூஞ்சையான உடலமைப்பும் அதிக உயரமற்ற தோற்றமும் கொண்டவர். மேத்தாப் உயரமும் வலிமையுமாக இருந்தார். அதற்குக் காரணம் தான் மாமிசம் உண்பதுதான் என்று நண்பனிடம் கூறுகிறான் அந்தச் சிறுவன். ஆனால் மாமிசமோ சிறுவன் காந்திக்கு ஒத்துக்கொள்ளவில்லை.

தாயாரிடம் மாட்டிக்கொண்டுவிடுவோம் என்ற பயம் வேறு. ஒருவழியாக நண்பர்கள் அதை மறந்துவிட்டனர். ஆனால் மேத்தாப்புக்கு மற்றொன்று அறிமுகமாகிறது. அதை நண்பனுக்கும் கற்றுத்தர விழைகிறான். அவர்கள் பாலியல் விடுதிக்குச் செல்கிறார்கள். ஆனால் காந்தி அதிலும் கத்துக்குட்டியாக இருக்கவே அங்கிருந்து வெளியேற்றப்படுகிறார். பிறகு காந்தியே இந்த ஒத்துவராத நட்பிலிருந்து விலகி வந்துவிடுகிறார்.

இந்தச் சம்பவங்களைப் போலவே மற்றுமொரு நிகழ்வும் நடக்கிறது. ஆனால் இது மற்ற சம்பவங்கள் போலன்றி, அவருள் குற்றவுணர்வாகப் படிந்துவிடுகிறது. அது அவரது தந்தை இறந்து போகும் தருணம். இளம் மனைவி அறையிலிருக்க அவர் மரணத்தின் விளிம்பிலிருக்கும் தந்தைக்குப் பணிவிடை செய்து கொண்டிருக்கிறார். ஆனால், மனமோ மனைவியிடம் இருந்தது. அந்நேரம் உறவினர் ஒருவர், தந்தையைத் தான் பார்த்துக்கொள்வதாகக் கூறி காந்தியை உறங்கச் சொல்லி அனுப்பி வைக்கிறார். காந்திக்குக் கலவி மீது நாட்டம். ஆர்வமாக அறைக்குச் சென்று கதவை தாழிட்டவர் அடுத்த சில நிமிடங்களில் அழைக்கப்படுகிறார். கதவருகே நின்ற வேலையாள் தந்தை இறந்து விட்டதாகக் கூறுகிறார். கஸ்தூரின் முதல் கர்ப்பம் கலைந்து போனதும் தந்தையின் இறப்பின்போது தான் கலவியில் ஆர்வம் கொண்டமையும் அவருள் இரட்டை அவமானங்களாகப் படிந்து போகிறது. இவையெல்லாம் காந்தியின் திருமணம் முடிந்த மூன்று வருடங்களில் நடக்கிறது.

தந்தையின் இறப்புக்குப் பிறகு குடும்பத்தை முன்னெடுக்க வேண்டிய பொறுப்பிலிருந்த மூத்த சகோதரர் போர்பந்தர் சமஸ்தானத்தில் சிறு அலுவலராகப் பணியிலமர்ந்தார். இரண்டாமானவருக்குப் படிப்பில் அத்தனை ஆர்வமில்லை. கடைக்குட்டியான மோகன்தாஸ் 1887இல் நடந்த பம்பாய் மெட்ரிகுலேஷன் தேர்வில் வெற்றி பெற்றிருந்தார். எனவே 1888இல் பி.ஏ.பட்டப்படிப்பில் சேர்கிறார். ஆனால் விருந்தினர் ஒருவர், பி.ஏ. படிப்பதை விட லண்டனில் சென்று படித்து வழக்கறிஞராகி விடுவதே சிறந்தது. பாரிஸ்டர் சான்றிதழ் கிடைத்துவிட்டால் போதும், போர்பந்தரில் திவான் பதவியைப் பெற்றுவிடலாம் என்று அறிவுரை கூறுகிறார். மோகன்தாஸுக்கு இதில் முழு சம்மதம். ஆனால் தாயாருக்கு மகனை விடுவதற்கு மனமில்லை. சாதிக் கட்டுப்பாடு, சமூகக் கட்டுப்பாடுகள் வேறு குறுக்கே நின்றன. மகனின் விருப்பத்தை மீற முடியாமல், அவர்களின் மோத்பனியா சமூகத்திலிருந்து

சமணத் துறவியாக மாறியிருந்த பெச்சார்ஜி என்பவரிடம் தாயார் ஆலோசனை கேட்கிறார். அந்தத் துறவி, உங்கள் மகன் வெளிநாடு போயே தீருவேன் என்று ஆசைப்பட்டால் மது, புலால், பெண் தொடர்பு போன்றவற்றைப் பழக்கிக் கொள்ளக் கூடாது என்று உத்தரவாதம் வாங்கிக்கொள்ளுங்கள் என்று ஆலோசனை கூற, அதையே தாயார் தன் மகனிடம் சத்தியவாக்காகப் பெற்றுக் கொள்கிறார். வெளிநாடு செல்வதற்கான பணத்தை மூத்தவர் ஏற்பாடு செய்கிறார். அதுபோக மீதத் தொகைக்கு நகைகள் அடமானம் வைக்கப்படுகின்றன. கடல் கடந்து செல்வது ஒரு தீட்டுப்பட்ட செயல் என்றும் அதனால் அவர் சாதிவிலக்கம் செய்யப்படுவார் என்றும் அக்குடும்பம் சொந்தச் சாதியினரால் எச்சரிக்கப்படுகிறது. வருவது வரட்டும் என்ற முடிவோடு அவரது குடும்பம் அவரை 1888 செப்டம்பர் 4ஆம் தேதி எஸ்எஸ் கிளைட் என்ற கப்பலில் லண்டனுக்கு அனுப்பி வைக்கிறது. அப்போது அவருக்கு ஹரிலால் என்று பெயரிடப்பட்ட புத்தம்புதிதான மகன் பிறந்திருந்தான்.

4
முதிரா பண்புகள்

வளரிளம் பருவத்தையே அவர் இன்னும் முழுவதுமாக முடித்திருக்கவில்லை. அதற்குள் திருமணம், குழந்தை, கடல் தாண்டிய கல்வி என வாழ்வின் முக்கியமான கட்டங்களை அவர் சந்தித்துவிட்டிருந்தார். 1888இல் அவர் லண்டன் சென்ற காலக்கட்டத்தில் அந்நகரம் மாபெரும் ஏகாதிபத்திய நகரமாகவும் தொழில் நகரமாகவும் சர்வதேசத்தினரும் புழங்கும் நகரமாகவும் இருந்தது. அங்கிருந்த அறுபது லட்சத்துக்கும் குறையாத மக்கள்தொகையில் உள்ளூர்வாசிகளைத் தவிர ஐரிஷ் கத்தோலிக்கர்கள், ஜெர்மானியர்கள், இத்தாலியர்கள், உக்ரேனியர்கள், போலந்துக்காரர்கள், ஆஸ்திரேலியர்கள், கனடியர்கள், இந்தியர்கள் எனப் பன்னாட்டு மக்களும் கலந்திருந்தனர். இந்தியர்களில் தாதாபாய் நௌரோஜி என்ற பார்ஸியும் அப்துல்கரீம் என்ற முஸ்லிமும் லண்டனில் அதிகச் செல்வாக்கு பெற்றிருந்தனர். 1850 களுக்குப் பிறகு இந்தியாவிலிருந்து சட்டமும் மருத்துவமும் பயில்வதற்கு மாணவர்கள் இங்கிலாந்து செல்வது அதிகரிக்கத் தொடங்கியிருந்தது.

மத்தியதரக் குடும்பத்தின் இளைய பிள்ளையான காந்தி, திவான் பட்டத்தைத் தொடரவும் குடும்பத்தின் பொருளாதாரத்தை மேம்படுத்தவும் பண நெருக்கடிகளை ஒருவாறு சமாளித்து இங்கிலாந்து வந்திருந்தார். நல்லவேளையாக அவருக்கு லண்டனில் அந்நாளைய சுவராஸ்ய விஷயங்களான நாடகம் விளையாட்டு எதிலும் ஆர்வம் வரவில்லை. அங்கு நிலவிய ஏகாதிபத்திய அரசியலும் சோஷலிசப் பற்றும் அவரிடம் எந்தச் சலனத்தையும் ஏற்படுத்தவில்லை. பொருளாதார நெருக்கடிகளை முன்னிட்டு அவர் செலவுகளைக்

குறைக்க முற்படுகிறார். தங்கும் அறையை ஆங்கிலேய நண்பர் ஒருவருடன் பகிர்ந்து கொள்கிறார். போக்குவரத்து சிக்கனத்தைக் கடைப்பிடிக்க வேண்டி நடக்கத் தொடங்குகிறார். தினசரி எட்டு மைல்கள் நடக்க வேண்டியிருந்தாலும் அது இயல்பாகவே அவருக்குப் பிடித்திருந்தது.

அவர் சைவ உணவு மட்டுமே உண்பதாகத் தான் எடுத்துக்கொண்ட வாக்குறுதியைக் கடைப்பிடிப்பதோடு அதன் அதிகபட்ச சாத்தியங்களைப் பரிசோதித்துப் பார்க்கும் எண்ணமும் கொள்கிறார். அறை நண்பரின் மூலம் அங்கு இயங்கிக் கொண்டிருந்த சைவ உணவாளர்கள் சங்கம் ஒன்றுடன் அறிமுகம் செய்து கொள்கிறார். அதன் கூட்டங்களுக்குத் தவறாமல் செல்கிறார். 1890 பிப்ரவரி மார்ச் மாதங்களில் சைவ உணவாளர்கள் சங்கத்தின் சிற்றிதழான த வெஜிடேரியன் இதழில் இந்திய சைவ உணர்வாளர்கள் என்ற பகுதியில் ஆறு பகுதிகள் கொண்ட தொடர் கட்டுரை ஒன்றை எழுதுகிறார். அவரது முதலாவதான இந்த எழுத்துப்பணியில் முற்றிலும் மாறுபட்ட பின்னணி கொண்ட வாசகர்களுக்குத் தான் கொடுக்கும் தகவல்களை ஒப்புக் கொள்ளத்தக்க வாதமாக எடுத்துரைக்க வேண்டிய சவால் அவருக்கிருந்தது. இவற்றோடு லண்டன் நாடாளுமன்றத்தில் உறுப்பினராக இருந்த தாதாபாய் நௌரோஜியின் பொதுக்கூட்ட உரைகளைக் கேட்பதிலும் அவருக்கு ஆர்வமிருந்தது.

ஆரம்ப நாட்களில் லண்டனுக்குச் செல்லும் கப்பலில் அவரைப் போலவே கல்வி கற்பதற்காக அவருடன் பயணித்த ஜுனாகத்தைச் சேர்ந்த டி.மஜும்தார் என்ற மாணவரும் ராஜ்கோட்டுக்கு அருகிலிருக்கும் மோர்பியைச் சேர்ந்த பிரன்ஜீவன் மேத்தா என்ற மருத்துவரும் மட்டுமே அறிமுகமாகியிருந்த நிலையில் அவரது வெளிப்புழக்கத்தின் காரணமாக ஆங்கிலேய நண்பர்களும் கிடைக்கத் தொடங்கினர். அவர்களின் மூலம் அவர் பிளாவாட்ஸ்கி அம்மையாரின் தியாசபி என்ற தத்துவ மரபு குறித்து அறிந்து கொள்கிறார். மதத்தையும் அறிவியலையும், கிறித்துவத்தையும் இந்து மதத்தையும் ஒன்றுப்படுத்த எண்ணிய அம்மரபின் தத்துவத்தில் ஈர்ப்பு கொண்ட காந்தி, பிளாவாட்ஸ்கி மற்றும் அன்னிபெசண்ட் அம்மையார்களை நேரில் சந்திக்கிறார். அவரது ஆங்கிலேய நண்பர்கள் பகவத்கீதையைப் பற்றி அறிந்து கொள்ள ஆர்வப்படுகின்றனர். அவர்களுக்கு விளக்குவதற்காக கீதையை வாசிக்கிறார். அதோடு கிறித்தவ நூல்களையும் வாசிக்கத் தொடங்குகிறார். அதில், புதிய ஏற்பாடு அவரை மிகவும் கவர்கிறது.

குறிப்பாக, மலைப்பிரசங்கம் அவரின் இதயத்தைத் தொடுகிறது. அதனை கீதையுடன் ஒப்பிட்டு, அனைத்திலும் மேலான மதம் தியாகமே என்ற முடிவை எட்டுகிறார்.

வாசிக்க வாசிக்க கீதை அவர் மனதிற்கு மிகவும் நெருக்கமாகிப் போகிறது. தென்னாப்பிரிக்காவில் சிறுவர்களாக இருந்த தங்கள் மகன்களுக்கு மேசையில் பரிமாறப்பட்டிருக்கும் உணவை உண்பதற்கு முன் கீதையின் செய்யுள் ஒன்றையும் அதன் விளக்கத்தையும் கஸ்தூரோ காந்தியோ தினந்தோறும் கற்பிக்கிறார்கள். பின்னாட்களில் கீதை நூல் அவரது சொற்ப உடைமைகளில் ஒன்றாகிப் போவதோடு பிரார்த்தனைக் கூட்டங்களிலும் தவறாமல் இடம் பெறுகிறது. அனாசக்தி யோகம் என்ற பெயரில் விளக்கவுரை எழுதுமளவுக்குக் கீதையுடன் அவர் ஒன்றிப் போகிறார். மனிதர்களின் மனதிலோடும் ஈனத்தன்மையான எண்ணங்களின் குறியீடுகளாகத் துரியோதனனும் அவனைச் சார்ந்தோருமிருக்க, அவர்களின் உயரிய தன்மைகளை அர்ஜுனனும் அவனை சார்ந்தோரும் குறிக்க, உடல் என்ற போர்க்களத்தில் இந்த இருவிதமான தன்மைகளுக்குமிடையே எப்போதும் போராட்டம் நடந்து கொண்டேயிருக்கிறது. மகாபாரதப்போரில் ஈடுபட்டு லட்சக்கணக்கானோர் அழிந்துவிட்ட நிலையில் எழுவர் மட்டுமே உயிருடன் இருந்தார்கள் என்பது யுத்தம் எவ்வளவு வீணானது என்பதும் அதனை உணர்த்தவே பாரதம் எழுதப்பட்டுள்ளது என்பதும் அவரது புரிதல்.

யுத்தத்தின் தலைவாசலில் நின்றுகொண்டு அர்ஜுனன் போர் புரியத் தயங்கும்போது சாரதியான கிருஷ்ணன், கொல்லுதலை நீ முன்பாகவே செய்துவிட்டாய். இப்போது திடீரென்று நீ அகிம்சைவாதியாக ஆகிவிட்டதாக விவாதிக்க முடியாது. முன்பே நீ ஆரம்பித்ததைச் செய்து முடித்துவிடு, என்றருளும் உபதேசம் இம்சையைத் தூண்டி விடுவதற்கான போதனையல்ல. ஏனெனில் அர்ஜுனன் போருக்குப் போக மறுத்தது அகிம்சை உணர்வினால் அல்ல. மனிதர் மேல் உள்ள விருப்போ யுத்தத்தின் மீதுள்ள வெறுப்போ கூட அவனைக் கேள்வி கேட்கத் தூண்டவில்லை. இதற்கு முன் பல யுத்தங்கள் செய்த அவன், இன்று தயங்கி நிற்கும் காரணம் கொல்லுதல் என்ற செயலுக்காகவுமல்ல. அவன் முன்னே எதிரிகளாக நிற்பவர்கள் அவனது உற்றார் உறவினர்கள் என்ற காரணமே அவனைப் பின்னடைய வைத்திருந்தது. ஒவ்வொருவர் உள்ளத்தில் உள்ளது இன்னதென்பதை கிருஷ்ணர் உணர்ந்தவர் என்பதாலேயே இவ்விதமாகப் போதிக்கிறார் என்கிறார் காந்தி.

கீதையின் முக்கியமான உபதேசம் அனாசக்தி அல்லது தன்னலமற்ற செயல் என்பதே. அனாசக்தி அகிம்சைக்கும் மேம்பட்டது. அந்நிலையை அடைய சத்தியத்தையும் அகிம்சையையும் பழக்கிக் கொள்ள வேண்டும். வன்முறை என்பது ஆசைப்படும் ஒரு முடிவை அடையும் ஆர்வத்திலிருந்தே தொடங்குகிறது. பலனில் ஆசையில்லாதபோது பொய்மைக்கும் இச்சைக்கும் தூண்டுதல் இருப்பதில்லை. அகிம்சையை அறியாதவர்களுக்கு மனம் தளர்ந்துவிடும் உபதேசத்தைக் கீதை செய்துவிடவில்லை. பயப்படுகிறவரோ தப்பியோடுபவரோ உணர்ச்சிவசப்படுபவரோ யாராக இருப்பினும், அவரால் முடிந்தாலும் முடியாவிட்டாலும் போராடியே ஆக வேண்டும். அதுவே அகிம்சா தருமம். அகிம்சை என்பது மோட்சம். மோட்சம் என்பது உண்மையை அடைதல். இதில் கோழைத்தனத்துக்கு இடமேயில்லை. அதனிடமிருந்து விடுபடும் மார்க்கத்தையே கீதை காட்டுகிறது என்கிறார்.

ஆனால் 1918இல் முதலாம் உலகப்போரின்போது பிரிட்டிஷாருக்கு நெருக்கடி ஏற்பட்ட சமயத்தில் அவர் படைக்கு ஆள் திரட்டி தரும் பொறுப்பேற்கிறார். அத்தருணத்தில் அவர் பீகாரில் சம்பாரண் மாவட்டத்தில் தோட்ட முதலாளிகளுக்கு எதிராக அவுரி விவசாயிகளை ஒருங்கிணைத்து அகிம்சை முறையில் போராடி வென்றிருந்தவர் என்ற வகையில் நாட்டு மக்களுக்கு அறிமுகமாகியிருந்தார். போர் அவருடைய அகிம்சை கொள்கைக்கு எதிரானது. மேலும் எதிர்ப்பது அவர்களையே என்ற நிலையில் உதவுவது அவர்களுக்கே என்பது மற்றவர்களுக்கு புதிதாகவும் புதிராகவும் இருந்தது.

ஆனால் இது அவரது முதல் அனுபவம் அன்று. அவர் தென்னாப்பிரிக்காவில் இருந்த காலக்கட்டத்தில் ஏற்பட்ட ஜு™லுக்களின் கலகம் என்றழைக்கப்பட்ட பாம்பாத்தா கிளர்ச்சியின் போதும் போயர் யுத்தத்தின்போதும் ஆளும் பிரிட்டிஷாருக்கு ஆதரவாகப் போரில் காயம்பட்டவர்களுக்கு மருந்திடுவது, டோலிகளில் சுமந்து செல்வது போன்ற உதவிகளைச் செய்ய தன்னார்வலர்களைக் கொண்ட ஆம்புலன்ஸ் படையை ஏற்படுத்தியிருக்கிறார். தென்னாப்பிரிக்காவில் தான் நடத்திய நிறவெறிக்கு எதிரான போராட்டங்களுக்குப் பின்னர், 1914 ஜு™லையில் மனைவி கஸ்தூர் மற்றும் நண்பர் கால்லன்பெக் ஆகியோருடன் லண்டன் வழியாக இந்தியாவுக்குத் திரும்புகிறார். அவர்கள் ஆகஸ்ட் ஆறாம் தேதி லண்டனில் காலடி எடுத்து வைப்பதற்கு இரண்டு நாட்களுக்கு முன் இங்கிலாந்துக்கும்

ஜெர்மனிக்குமான போர் தொடங்கியிருந்தது. லண்டனில் தற்காலிகமாகத் தங்கியிருந்தபோதிலும் அங்கிருந்த இந்தியர் சிலரையும் மாணவர்களையும் ஒன்று திரட்டி யுத்தத்தில் காயமடைந்தோருக்கான வைத்தியப்படையை நிறுவி உதவி செய்கிறார்.

அகிம்சாவாதியாகத் தன்னை வெளிப்படுத்திக் கொள்பவரின் இம்மாதிரியான நடவடிக்கைகள் மக்களால் முரண்களாகப் பார்க்கப்பட்டன. அவர் மீதான இந்தக் குற்றச்சாட்டுகள் அவரிடம் நேரடியாகவும் கடிதங்கள் மூலமாகவும் காரசாரமாகவும் மென்மையாகவும் கேட்கப்பட்டன.

அவர் யுத்தத்தில் நம்பிக்கை இருக்கிறது என்பதற்காக நான் இந்தச் சேவையை அளிக்க முன்வரவில்லை என்கிறார். முரண் இன்னும் இறுகுகிறது.

அவர் வித்தியாசமானவர். பிரிட்டிஷார்கள் பிரச்சினையிலிருக்கும் போது நம்மைப் போன்ற காலனிநாடுகள் அதனைத் தங்களுக்கு சாதகமான வாய்ப்பாக்கிக் கொள்ள வேண்டும் என்ற வாதத்தில் அவருக்கு உடன்பாடில்லை. அடிமைகள் என்று நம்முடைய தரத்தைத் தாழ்த்திக் கொள்ளவும் அவரால் இயலவில்லை. அவரைப் பொறுத்தவரை தனிநபரோ அரசாங்கமோ அடிமைப்படுத்திக் கொண்டிருக்கும் காலனியாதிக்கமோ எதிராளி எவராகயிருப்பினும் ஆயுதம் ஒன்றுதான். அன்பினால் அனைத்தையும் மாற்றிவிட முடியுமென்று நம்புகிறார். ஜுலுக்கள் கலவரத்தின்போதும் போயர் யுத்தத்தின்போதும் ஆளும் பிரிட்டிஷாருக்குச் சேவை புரிந்தது கூட சாம்ராஜ்ஜியத்தின் பிரஜை என்ற முறையில் கடமையாகவும் அகிம்சா தருமத்தில் முற்றிலும் நம்பிக்கை கொண்டவன் என்ற முறையில் அதைப் பொறுப்பாகவும் கருதி ஏற்றுக்கொண்டதாகக் குறிப்பிடுகிறார்.

ஒரு காட்டுமிராண்டி மிருகத்தை பலி கொடுக்கிறான் என்று வைத்துக்கொள்வோம். அதைத் தடுக்கும் சக்தி எனக்கில்லை. அந்நேரம் அன்போடு கூடிய என்னுடைய சில செய்கைகளினாலோ அல்லது நடவடிக்கையினாலோ நான் அவனுக்கு நண்பன் என்பதை உணரும்படிச் செய்துவிட்டால் அந்த மிருகப்பலியை எதிர்ப்பதற்கான தகுதி எனக்கு வந்துவிடும் என்கிறார். இக்கருத்து 1906இல் ஜுலுக்கள் கலவரத்தின் போது அவர் கூறியது. 1928இல் கேள்வியொன்றுக்குப் பதிலளிக்கும்போது பிரிட்டிஷாரின் ஆட்சிமுறை இன்று போல் அன்று சகிக்க முடியாததாகத்

தோன்றவில்லையென்றும் தானும் இன்றிருப்பதைப் போன்று அன்று அகிம்சையோடு கூடிய புரட்சியாளனாக இருந்திருப்பின் நிச்சயம் பிரிட்டிஷாருக்கு உதவியிருக்க மாட்டேன் என்றும் கூறுகிறார்.

அவர் இதற்கான விதைகளைத் தனது சமணகுரு ராய்சந்திடமிருந்து பெற்றுக் கொண்டிருக்கலாம்.

5
சமணகுரு

காந்திக்கு 1891இல் ராய்சந்த் என்ற நகை வணிகரின் அறிமுகம் கிடைக்கிறது. இது தாயாரின் மறைவிலிருந்து அவர் தன்னை மீட்டுக் கொள்வதற்காக நிகழ்ந்த அறிமுகமாக இருக்கலாம். தாயார் இறந்த சேதியை அவர் தனது படிப்பை முடித்துக் கொண்டு லண்டனிலிருந்து 1891 ஜூலை 5ஆம் தேதி பம்பாய் திரும்பிய பிறகே தமையன் மூலம் கேள்விப்படுகிறார். தாயாரின் வார்த்தைகளை மீறாத அந்த மைந்தன் தான் அதை வெற்றிகரமாக நிறைவேற்றி விட்டதை அவரிடம் தெரிவிக்கும் ஆசை கொண்டிருக்கலாம். நீண்டநாட்களுக்குப் பிறகு ஏற்படவிருக்கும் சந்திப்பின் மகிழ்வை அனுபவிக்க எண்ணியிருக்கலாம். இளைய மகனான தன் விருப்பத்திற்குத் தடையேதும் கூறாமல் தன்னை லண்டனுக்கு அனுப்பி வைத்த தாயாரின் தயாள எண்ணத்திற்கு நன்றிக்கடன்பட்டிருப்பதாகத் தழுதழுக்க நினைத்திருக்கலாம். இவை எதுவும் நிறைவேறாதபட்சத்தில் அவருக்கு இந்த அதிர்ச்சியிலிருந்து மீள்வதற்கு அவர் எண்ணத்தையொத்தவரின் உதவி தேவைப்பட்டது.

சமணஞானியான ராய்சந்த், ப்ரன்ஜீவன் மேத்தாவின் உறவினர். கவிஞர், சமண மதத்தின் புனித நூல்களைக் கற்றவர், நகை வியாபாரம் செய்யும் செல்வந்தர். அரிய கற்களை மதிப்பிடுவதில் பெரும் நிபுணர். காந்தியை விட ஒரு வயதே மூத்தவரான அவர் சமண மதத்தின் அடிப்படை கொள்கைகளில் ஆழமான நம்பிக்கை கொண்டிருந்தார். அகிம்சையின் அர்த்தம் கொல்லாமை என்பது மட்டுமல்ல. அதன் முழுப்பொருளுக்குள் சத்தியமும் பிரம்மச்சரியமும் அடங்கியுள்ளது. ஆசை

என்பதே காமம்தான். காமத்தைக் கட்டுப்படுத்துபவனால்தான் பிற ஆசைகளை வெல்ல முடியும். ஆசைகளை வெல்லாமல் அகிம்சையை அடைய முடியாது. எல்லா இம்சைகளும் ஆசைகளின் விளைவுகளே. ஆசைகளை வென்றவரே அகிம்சையை அடைகிறார். அகிம்சையே சத்தியத்திற்கான ஒரே பாதை என்ற ராய்சந்த்தின் கொள்கைகள் காந்தியிடம் நன்றாகவே வேர் பிடித்திருந்தது. சதாவதானியான அந்த சமணஞானி, ஒரு குடும்பஸ்தரால் குடும்பத்தைப் பராமரித்தபடியே உலக இன்பங்களிலிருந்து அக விலகலை ஏற்படுத்திக்கொள்ள முடியும் என்கிறார். மெத்தையின் மீது சம்மணமிட்டபடி அமர்வதும் தனது புறத்தோற்றத்தைப் பற்றி அக்கறை கொள்ளாததுமான ராய்சந்தின் இயல்புகளும் கூட காந்தியைக் கவர்கிறது. தாயை இழந்த அந்த இளைஞனின் மனம் ராய்சந்தை குருவாக ஏற்றுக்கொள்கிறது.

இந்தக் கொள்கைப்பிடிப்பினால்தான் பின்னாட்களில் காந்தி அகிம்சை வழியிலான தேசப் போராட்டத்தை முன்னின்று நடத்துபவர்கள் பிரம்மசரியம் பயின்றாக வேண்டும் என்று அறிவுறுத்துகிறார். அவரது பாலியல் பரிசோதனைகள் பற்றிக் கடுமையான விமர்சனங்கள் வந்த போது அவற்றைச் சத்தியத்திற்காகவே செய்கிறேன் என்றும் சத்தியத்திற்காக எந்த எதிர்ப்பு வந்தாலும் அதனை எதிர்கொள்வேன் என்றும் உறுதியாக அறிவிக்கிறார். அவருக்குத் துறவு தத்துவத்தில் நம்பிக்கையுண்டு என்றாலும் அதனைச் செயல் மூலமே தேட வேண்டும் என்பார். செயல் என்பது உயிரின் இன்றியமையாத துடிப்பு. உடல் செயலில் ஈடுபட்டிருந்தாலும் பற்றற்றிருப்பது அல்லது அந்தச் செயல்களிலிருந்து ஆன்மா சுயேச்சையாக இருப்பது என்பதே துறவு என்பதற்கான உண்மையான பொருளாக இருக்க முடியுமென்று கருதுகிறார்.

சுதந்திரத்திற்குக் கிட்டத்தட்ட ஓராண்டுக்கு முன் நடைபெற்ற உரையாடல் ஒன்றில் ஒருவர் காந்திஜியிடம், “பாப்பு... நீங்கள் எங்களைச் சுதந்திரத்தின் வாசலில் கொண்டு வந்துவிட்டீர்கள். அதற்கு நன்றி கூறாமல் இருக்க முடியாது. ஆனால் நீங்கள் இதெல்லாம் அகிம்சையால்தான் என்பீர்கள். ஏனெனில் அது உங்களுடைய குழந்தை. ஆனால் அகிம்சையை விடச் சத்தியத்திலிருந்தே அதிக பலன் கிடைத்ததாக நாங்கள் நம்புகிறோம்” என்கிறார்.

"எனக்கு அகிம்சையில் பற்று அதிகம் என்பதால் சத்தியத்திற்கு இரண்டாவது இடம் கொடுத்திருப்பதாக நீங்கள் நினைப்பது தவறு. கடவுளே சத்தியமென்று இதுவரையில் நான் கூறி வந்திருக்கிறேன். இப்போது சத்தியமே கடவுளென்ற முடிவுக்கு வந்துவிட்டேன்" என்கிறார் காந்தி.

"என்றாலும் அகிம்சையைப் பற்றியே நீங்கள் அதிகம் வற்புறுத்தி வந்திருக்கிறீர்கள். உங்கள் வாழ்க்கை லட்சியமே அகிம்சை என்றுதானே பிரச்சாரம் செய்கிறீர்கள்?"

"இல்லை... அகிம்சை எனது முடிவான லட்சியம் அல்ல. சத்தியமே எனது லட்சியம். மானிட உறவை பொறுத்தவரை சத்தியத்தை அடைவதற்கு அகிம்சையை தவிர வேறெந்த உபாயமும் இல்லை. சத்தியம் எனக்கு இயல்பாக வந்தது. அகிம்சையை ஒரு போராட்டத்துக்குப் பிறகு நான் அடைந்தேன். அகிம்சை மனிதவர்க்கத்தின் தருமம். மிருகபலத்தை விடவும் அதுவே பெரியது. தனிப்பட்டவரின் கௌரவ உணர்ச்சிக்கும் சுயமரியாதைக்கும் அது முழுமையான பாதுகாப்பை அளிக்கிறது. கடவுளிடம் திடமான நம்பிக்கையும் எல்லா மனிதரிடமும் சமமான அன்பும் கொண்டிருப்பார்களானால் குழந்தைகள், முதியோர், பெண்கள், இளைஞர் ஆகிய எல்லோருமே அகிம்சையைக் கையாளலாம். அஞ்சாமை இல்லையேல் அகிம்சை சாத்தியமேயில்லை. உலகில் சத்தியமும் அகிம்சையும் ஓங்கி நிற்குமிடத்தில் அமைதியும் ஆனந்தமும் நிலவும். நம்பிக்கை கொண்டவரை அந்த நம்பிக்கையே தாங்கி நிற்கும்" என்று பதிலளிக்கிறார். இந்தத் துணிவுதான் அவரை நவகாளியில் அகிம்சையையும் சத்தியத்தையும் ஏந்திய ஆயுதபாணியாக வன்முறையாளர்கள் மத்தியில் நிற்க வைத்ததும்.

சத்தியம் உள்ளதைக் காட்டுகிறது. அகிம்சை இன்மையைக் குறிக்கிறது. சத்தியம் தானே புலனாவது. அகிம்சையோ அதன் முதிர்ந்தக்கனி. அகிம்சையாலன்றி உண்மையை அறிவது சாத்தியமில்லை. பிரம்மச்சரியம், கள்ளாமை, உடைமையின்மை ஆகியவையே அகிம்சையை அடையும் மார்க்கங்கள். அகிம்சை என்பதில் அடக்கமும் பயின்று வருகிறது. சில நியமங்களை அனுசரிப்பவர்கள் அவைகளை அனுசரிப்பதற்குப் பெருமைப்படும்போது அவற்றின் முழுப்பலன்களை இழந்து விடாவிடினும் பெரும்பகுதியையாவது இழந்துவிடுகின்றனர். ஜீவன்கள் இப்பெரிய பிரபஞ்சத்தில் அணுவைப் போன்றவை. பிறவி எடுத்த நம் வாழ்வு கூட சிறிய காலக் கூத்தே. ஆகவே,

அகந்தையை நகர்த்திவிட்டு மானுடர் நலம் என்ற கௌரவத்தில் நாமும் பங்குகொள்ள வேண்டும். நாம்தான் முக்கியம் என்ற எண்ணம் கொள்வது கடவுளுக்கும் நமக்குமிடையே தடையை எழுப்பிவிடும். சமுத்திரத்தின் ஒரு துளி தன் பெருமையை அறியாவிட்டாலும் தாயான சமுத்திரத்தின் பெருமையில் அதுவும் பங்குகொள்கிறது. சமுத்திரத்திடமிருந்து தனித்து வாழ முற்பட்டதுமே அது வற்றிவிடுகிறது. இவ்வுலக வாழ்க்கையை நீர்க்குமிழி என்றால் அது மிகைப்படுத்துதல் ஆகாது என்கிறார். அவரின் இம்மாதிரியான உயர் எண்ணங்களே கிடைத்து விட்ட சுதந்திரத்தில் தன் பங்கென எதையும் அவர் குறிப்பிட்டுக் கொள்ள இடம் கொடுக்கவில்லை.

திரு.மோகன்தாஸ் தாயாரின் மரணத்திலிருந்து ஒருவழியாகத் தேறி வந்து கொண்டிருந்தார். இப்போது அவருக்கு முன்பாக குடும்பப்பொறுப்புகளும் வெளிநாடு சென்றதால் ஏற்பட்ட கடன்களும் குவிந்திருந்தன. அவர் பாரிஸ்டர் பட்டம் பெற்றிருந்தாலும் இதுவரை வழக்குகள் எதுவும் அவரைத் தேடி வரவில்லை. ராஜ்கோட்டில் கோரிக்கை மனுக்கள், விண்ணப்பங்கள் எழுதுவது போன்றவற்றின் மூலம் சொற்பமாக வருவாய் ஈட்டிக் கொண்டிருந்த நிலையில், 1892இல் அவருக்கு மற்றொரு மகன் பிறக்கிறார். குடும்பம் பெருகுகிறது. ஈட்டும் பணமோ, கடனுக்கும் செலவுக்கும் போதுமானதாக இல்லை. அவர் வழக்குகளைத் தேடி பம்பாய் வருகிறார். நீதிமன்றங்களைச் சுற்றி அலைந்தாலும், சொல்லிக் கொள்ளும்படியாக எதுவும் நிகழவில்லை. அவருடைய தோற்றமும் அதிகத் திறனற்ற பேச்சும் ஒருவேளை அதன் காரணியாக இருக்கலாம். இந்நிலையில் அவருக்குத் தென்னாப்பிரிக்காவுக்குச் செல்ல வாய்ப்பு ஒன்று வருகிறது. போர்பந்தரைச் சேர்ந்த முஸ்லிம் வியாபாரிகளின் குடும்பப் பிரச்சினையொன்று நீதிமன்றத்துக்கு வழக்காக வந்து சேர அதனைக் கவனித்து வந்த பிரிட்டிஷ் வழக்கறிஞர்களுக்கு குஜராத்தியும் ஆங்கிலமும் தெரிந்த ஓர் இந்திய வழக்கறிஞர் தேவைப்படுகிறார்.

காந்திக்கும் அந்த வாய்ப்பு தேவைப்பட்டது.

6
தென்னாப்பிரிக்காவில்...

திரு.காந்தி 1893 ஏப்ரல் 24இல் பம்பாயிலிருந்து புறப்பட்டு மே 24இல் தென்னாப்பிரிக்காவின் டர்பன் துறைமுகத்திற்குச் சென்று சேர்கிறார். டர்பன் ஆப்பிரிக்காவின் தென்கிழக்கில் அமைந்திருக்கும் நேட்டாலின் முக்கிய நகரங்களுள் ஒன்று. அது பிரிட்டிஷாரின் காலனியாதிக்கத்தின் கீழிருந்தது. அவர் கையாள வந்த தாதா அப்துல்லா அண்ட் கம்பெனியின் உரிமை கோரல் வழக்கு பிரிட்டோரியாவில் நடைபெற்று வந்தது. பிரிட்டோரியா தென்னாப்பிரிக்கக் குடியரசின் தலைநகர். டிரான்ஸ்வால் என்றும் அழைக்கப்படும் இப்பகுதி போயர்களால் ஆளப்பட்டு வந்தது. அவர் தென்னாப்பிரிக்காவுக்குச் சென்ற சமயத்தில் கிட்டத்தட்ட ஐம்பதாயிரம் இந்தியர்கள் அங்கிருந்தனர். தமிழர்கள் எண்ணிக்கையும் அதில் கணிசமானது.

காந்தி தான் ஈடுபட்டிருந்த வழக்கு விஷயமாக பிரிட்டோரியாவுக்குச் செல்ல வேண்டி புகைவண்டியில் முதல் வகுப்புப் பெட்டியில் முன்பதிவு செய்து கொண்டார். இரண்டு மணி நேரப் பயணத்துக்குப் பின் புகைவண்டி நேட்டாலின் தலைநகரான பீட்டர்மாரிட்ஸ்பர்க் நிலையத்தைச் சென்றடைகிறது. அப்போது அங்கு வந்த ரயில்வே அலுவலர் காந்தியை மூன்றாம் வகுப்புப் பெட்டிக்குச் சென்று விடுமாறு கூறுகிறார். காந்தி, தான் முறையான பயணச்சீட்டு வைத்திருப்பதாகக் கூறி அதற்கு மறுப்பு தெரிவிக்கிறார். அதை ஏற்றுக் கொள்ளாத அலுவலர் ரயில்வே காவலரை வரவழைத்து அவரை மூட்டை முடிச்சுகளோடு வெளியேற்றுகிறார். பிரிட்டோரியாவுக்கான தொடர் பயணத்தில் அவர் இப்போது ஜோஹானஸ்பர்க்

செல்ல வேண்டும். அதற்காக ஸ்டேஜ்கோச் வண்டியை அமர்த்திக் கொள்கிறார். வெள்ளையரான அந்த வண்டிக்காரர் காந்தியிடமிருந்து உரிய கட்டணத்தைப் பெற்றுக் கொண்டாலும் அவரை உள்ளே அமர அனுமதிக்கவில்லை. மேலும் ஆசியரான அவருக்குத் தங்குவதற்கான அறை கிடைப்பதும் சிரமமானதாக இருந்தது. ஜோஹானஸ்பர்க்கிலிருந்து பிரிட்டோரியா செல்லும் போதும் இதே நிலைமைதான்.

இந்த நிகழ்வு குறித்து அவர் தனது சுயசரிதையில் எழுதும் போது, நான் அனுபவிக்கும் துன்பங்கள் மேலோட்டமானவையே. அவை நிறம் சார்ந்த முன்முடிவு என்ற ஆழமான நோயின் அறிகுறி மட்டுமே. அந்த நோயை வேரோடு அகற்ற வேண்டும். இம்முயற்சியில் எத்தனை துன்பங்கள் ஏற்பட்டாலும் அதைப் பொறுத்துக்கொள்ள வேண்டுமென்று முடிவு செய்துகொண்டதாகக் குறிப்பிடுகிறார்.

அந்நேரம் நேட்டால் சட்டமன்றத்தில் இந்தியர்களுக்கான வாக்குரிமையை மறுக்கும் மசோதா தாக்கலாக இருந்தது. ஏற்கெனவே ஐரோப்பியர்களை விட அங்கு ஆசியர்களின் மக்கள்தொகை அதிகமாக இருக்கும் நிலையில், அவர்களுக்கு வாக்குரிமையும் கிடைத்துவிட்டால் உழைப்பாளிகளான அவர்கள் தங்களை மிஞ்சிவிடுவார்கள் என்ற அச்சம் பிரிட்டிஷாருக்கு இருந்தது. நேட்டாலின் அரசியல் நிலை இவ்வாறிருக்க, காந்தி தனது லண்டன் அனுபவங்களை முன் வைத்து இந்தியாவிலிருந்து லண்டன் சென்று கல்வி கற்க விழைபவர்களுக்கான கையேடு ஒன்றை எழுதி முடித்திருந்தார். அதோடு அவர் தென்னாப்பிரிக்கா சென்றதற்கான நோக்கமும் முடிவடைந்திருந்தது. வழக்கு முடிவடைந்து 1894ஆம் ஆண்டு மே மாதம் அவருடைய கட்சிக்காரருக்குச் சாதகமாகத் தீர்ப்பு வந்திருந்தது. ஆனால், சகோதரரான எதிர்த்தரப்புக்காரர் தீர்ப்பில் கூறப்பட்டிருக்கும் தொகையை ஒரேயடியாகச் செலுத்தினால் அது அவரைத் திவாலாக்கிவிடும் என்பதையறிந்த காந்தி அதில் தலையீடு செய்து தண்டத்தொகையைத் தவணை முறையில் செலுத்தலாம் என்ற இருதரப்புக்குமான சமாதான ஏற்பாட்டை முன் வைக்கிறார். வயதில் மிக இளைஞராக இருந்தபோதிலும், நட்டம் எதிர் தரப்பினருக்குத்தான் என்ற போதிலும் காந்தியால் இந்த உடன்பாட்டைக் கூற முடிந்தது ஆச்சர்யமான விஷயமே.

கால் நூற்றாண்டை மட்டுமே நெருங்கிக் கொண்டிருக்கும் வயதில் காந்திக்கு வெவ்வேறு நாடுகளில் வாழ்வதற்கும்

பல்வேறு இனங்களையும் மத நம்பிக்கைகளையும் கொண்ட மக்களோடு பழகவும் அவர்களுடன் உரையாடவும் ஒன்று சேரவும் உணவருந்தவும் அறையைப் பகிர்ந்து கொள்ளவும் வாய்ப்பு கிடைக்கிறது. பின்னாளில் அவர் நாடு, இன, மத வேறுபாடுகளைக் கடந்து நட்புகளை ஏற்படுத்திக் கொள்பவராக, ஒருங்கிணைப்பாளராக, மக்களைத் திரட்டுபவராக மாறுவதற்கு இவை போதிய அடித்தளமிடுகின்றன. அதோடு பல்வேறு மதங்களை குறித்து அறியும் ஆர்வம் கொண்டு கிறித்தவ, இஸ்லாம் நூல்களை படிக்க ஆரம்பிக்கிறார். இப்போது அவரால் இந்து மதம் மட்டுமே பூரணமானது என்று ஏற்றுக்கொள்ள முடியவில்லை. வேதங்கள் கடவுள் அருள் பெற்ற வார்த்தைகள் என்றால், பைபிளும் குரானும் அவ்வாறே ஏன் உரிமை கோர முடியாது? ஒவ்வொரு மதமும் அதைப் பின்பற்றுபவர்களின் பார்வையில் பரிபூரணமாகவும் மற்ற மதத்தவர் பார்வையில் குறைபாடுள்ளவையாகவும் தோன்றும் என்ற தனது குருவின் கருத்தியலுக்கு வந்து சேர்கிறார்.

அவர் இந்தியா கிளம்புவதற்கான நேரம் வந்திருந்தது. தாதா அப்துல்லா அளித்த பிரிவுபசார விருந்து நிகழ்வின்போது நேட்டால் சட்டமன்றத்தின் முன்னிருக்கும் ஆசியர்களுக்கெதிரான மசோதாவைப் பற்றிப் பேச்சு எழுந்தது. அங்கு வந்திருந்த விருந்தினர்கள் இந்த மசோதாவை எதிர்த்துப் போராட வேண்டுமென்றும் அதற்கு வழக்கறிஞரும் ஆங்கிலம் பேசக் கூடியவருமான காந்தி இங்கேயே தங்கி உதவிட வேண்டுமென்றும் இதற்கென அவருக்கு ஊதியம் வழங்குவதாகவும் கூறுகின்றனர்.

அவருடைய தென்னாப்பிரிக்க வாழ்வு தொடருகிறது.

இந்தியர்களின் சார்பாக அதிகார வர்க்கத்தினருக்கு அவர் கோரிக்கை மனுக்கள் எழுதுகிறார். தவிர, தனது சொந்த மனுவாக இந்தியர்களின் கோரிக்கை மீதான நியாயத்தை முப்பத்தாறு பத்திகள் கொண்ட விளக்கமாக எழுதி அதனை நேட்டாலின் சட்டமன்ற உறுப்பினர்கள் அனைவருக்கும் அனுப்பியதோடு இந்தியாவின் முன்னாள் வைஸ்ராயும் காலனிகளுக்கான பிரிட்டன் அமைச்சருமான ரிப்பனுக்கும் அனுப்பி வைக்கிறார். மேலும் லண்டன் லிபரல் கட்சி சார்பாக நாடாளுமன்ற உறுப்பினராகத் தேர்ந்தெடுக்கப்பட்டிருந்த தாதாபாய் நௌரோஜிக்கு இதன் பிரதிகளை அனுப்பி இந்தியர்களின் சார்பாகப் பேசுமாறு கேட்டுக்கொள்கிறார். இந்தியர்களின் உரிமையைப் பாதுகாக்க

1894 ஆகஸ்டில் நேட்டால் இந்திய காங்கிரஸ் உருவாகிறது. காந்தி அதன் செயலாளராகப் பணியாற்றுகிறார். 1894 செப்டம்பரில் அவருக்கு வழக்கறிஞர் உரிமம் வழங்கப்படுகிறது.

பொதுப்பணிகளோடு காந்தி தன் இறையியல் தொடர்பான ஆராய்ச்சிகளையும் தொடர்கிறார். அது அவரது மனதிற்கிசைவானது. 1895 ஏப்ரலில் நேட்டால் மலைப்பிரதேசத்திலிருக்கும் டிராப்பிஸ்ட் மடத்திற்குச் செல்லுகிறார். புகழ்பெற்ற ரஷ்ய எழுத்தாளரான லியோ டால்ஸ்டாயின் *The Kingdom of Heaven is within you* என்ற நூலை வாசிக்கிறார். இறைவனின் ராஜ்ஜியம் வருகையில் அதை எப்படி அடையாளம் காண்பது என்று இயேசு கிறித்துவிடம் கேட்கப்பட்டபோது அவர், அந்த ராஜ்ஜியம் வெளியில் காணப்படுவதன்று, உங்களுக்குள்ளேயே இருப்பது என்று பதிலளிப்பதாக விவரிக்கப்படும் கூற்றையே அந்நூல் தலைப்பாக்கியிருந்தது. ஒவ்வொரு மனிதனும் தன் உள்ளார்ந்த பலத்தின் துணையோடு தான் அறிந்த சத்தியத்தை உரைக்கவும் கடைப்பிடிக்கவும் செய்வதே மெய்யான விடுதலையை சாத்தியப்படுத்தும் என்ற அந்நூலின் கருத்து அவரை மிகவும் கவருகிறது.

அவர் அக்காலக்கட்டத்தில் தனிப்பட்ட முறையில் ஆன்மிக உண்மைகளைத் தேடுவதிலும் பொது வாழ்க்கையில் சட்டரீதியான சமத்துவத்தைத் தேடுவதிலும் ஈடுபட்டிருந்தாலும் தனது சட்டத்துறைத் தொழிலை நிலைப்படுத்திக் கொள்வதிலும் முனைப்புடன் செயல்பட்டார். தனது இந்திய கட்சிக்காரர்களுக்காக எதிர்தரப்பு வழக்கறிஞர்களான ஐரோப்பியர்களுடன் வாதிட்டு ஐரோப்பிய நீதிபதிகளின் தீர்ப்புக்காகக் காத்திருந்து அதில் வெற்றி பெறவும் தொடங்கியிருந்தார். பலவீனமான முகம், நீதிமன்றத்தில் தடுமாற்றம், எழுத்தில் பணிவு, உரையாடலில் மரியாதை என்றிருந்தாலும் காந்தியே நேட்டாலில் ஐரோப்பியர்களின் மேலாதிக்கத்துக்கு எதிராக முதல் சவாலை எழுப்பியவர். நேட்டால் இந்திய காங்கிரஸ் டர்பனிலிருந்து இந்தியர்கள் அதிகம் வசிக்கும் பீட்டர்மாரிட்ஸ்பர்க், வெருலம், நியூகாஸில், சார்லஸ்டவுன் போன்ற பகுதிகளிலும் பரவத் தொடங்கியிருந்தது. அதன் செயலாளர் பொறுப்பிலிருந்த காந்தி, NIC அமைப்பை வலுவாக்கும் நோக்கோடு நிதி திரட்டுவதற்காக நேட்டால் முழுக்க சுற்றுப் பயணம் செய்கிறார். அதில் விக்டோரியா கிராமத்தில் வசித்த இந்தியர்கள் தங்கள் வெள்ளை எஜமானர்களுக்குப் பயந்து நிதி தருவதற்கு மறுத்துவிடுகிறார்கள். காந்தி சட்டென்று

தன் தலைப்பாகையை எடுத்து அவர்கள் காலடியில் வைக்கிறார். அவருக்கும் அவருடைய சகாக்களுக்கும் ஏற்பாடு செய்யப்பட்ட உணவு தயாராகி வந்தபோது அவர்கள் அதை உண்ண மறுக்கின்றனர். அவர்களின் இந்தச் சிறிய போராட்டம் இறுதியில் நல்ல பலனை அளித்து அவரது பொது அனுபவத்தில் மேலும் ஒன்றைக் கூட்டுகிறது.

அந்நேரம் நேட்டால் இந்திய காங்கிரஸைக் குறித்து விமர்சனங்கள் வேண்டுமென்றே கிளப்பி விடப்பட்டிருந்தன. மேலும் இந்திய முஸ்லிம்களுக்கு அரசியல் அதிகாரத்தின் மீது ஆசை வந்து விட்டதாகவும் முஸ்லிம்களின் தலைமை தங்களுக்கு அழிவையே உண்டாக்கும் என்பதை இந்திய இந்துக்கள் உணர வேண்டும் என்றும் பிரிவினை வதந்தி உலவிக் கொண்டிருந்தது. காந்தி, நாகரிகமடைந்த இனங்களுக்கு இணையான சமத்துவம் பெறுவதற்கு இந்தியர்களுக்கு உள்ள தகுதியைக் குறித்து 1895 டிசம்பரில் ‘இந்தியர்களின் ஓட்டுரிமை’ என்ற தலைப்பில் தான் வெளியிட்ட ஐம்பது பக்கங்கள் கொண்ட நீண்ட பிரசுரத்தில் NIC குறித்து எழுந்த குற்றச்சாட்டுகள் ஆதாரமற்றவை என்றும் இந்துக்களைப் பற்றியும் முஸ்லிம்கள் பற்றியும் சுற்றிக் கொண்டிருக்கும் வதந்திகள் இரு தரப்பினரையும் எதிரெதிராக நிறுத்துவதற்குச் செய்யப்படும் சதி என்றும் குறிப்பிட்டு எழுதினார். மதங்கள் ஒருங்கிணைந்திருப்பதன் அவசியத்தை அவர் அன்றிலிருந்தே உணர்ந்திருந்தார்.

அவரின் முன்னெடுப்புகளும் நடவடிக்கைகளும் சட்டத்தொழிலும் அவரைத் தென்னாப்பிரிக்க இந்தியர்களுக்கும் ஆளும் பிரிட்டிஷாருக்கும் நன்கு அறிமுகமானவராக மாற்றியிருந்தன. ஆசியரை நோக்கி இறுகும் இன ஒடுக்குமுறைச் சட்டங்கள் தென்னாப்பிரிக்காவில் இன்னும் சில காலம் தான் தங்கியிருக்க வேண்டியதன் அவசியத்தை வலியுறுத்துவதாக உணர்கிறார். ஆகவே குடும்பத்தாரைத் தன்னோடு அழைத்துக் கொள்வதற்காக 1896 ஜுன் 6ஆம் தேதியன்று டர்பனிலிருந்து இந்தியாவுக்குத் திரும்புகிறார். சாதாரண பயணியாக இருந்தவர் இம்முறை ஐந்நூறுக்கும் மேற்பட்ட இந்தியர்களால் துறைமுகத்தில் வழியனுப்பப்படுகிறார். பயணத்தின்போது தன்னுடைய சக பயணி ஒருவரிடமிருந்து உருது மொழி பாடங்கள் கற்கிறார். இன்னுமிருக்கும் நேரத்தில் தமிழ்மொழியைப் புத்தகத்தின் உதவியோடு கற்பதற்கு முயல்கிறார்.

7
கண்டம் விட்டு கண்டம் விட்டு...

அவர் அகிம்சையை மலையளவுக்குப் பழமையானது என்று வரையறுத்துக் கொண்டாலும் கிட்டத்தட்ட ஆளற்ற பாதையில்தான் பயணிக்க வேண்டியிருந்தது. ஆயினும் அவர் பிடிவாதமானவர். மங்கலாகவேனும் அவ்வொளியைக் கண்டு கொண்டாலும் சலிப்பின்றி தொடர்கிறார். அது குறித்து தன்னிடம் எழுப்பப்படும் கேள்விகளுக்கு நம்பிக்கையுடன் பதிலளிக்கிறார். சுதந்திரப் போராட்டக் களத்தில் நின்றிருந்தபோது அவரிடம் இந்தக் கேள்வி எழுப்பப்பட்டது.

"இந்தியா சுதந்திரமாக இருப்பதைக் காண விரும்புகிறீர்களா?"

"ஆமாம்.. நிச்சயமாக. ஒருவேளை கடவுள் இதற்கு அனுமதிக்காமல் போனால் நான் சண்டையிடுவேன், கடவுளுடன் அல்ல... என்னுடன்."

"ராணுவம் இல்லாமல் வெற்றி பெற முடியுமென்று நம்புகிறீர்களா?"

"உறுதியாக. இந்த இயக்கம் முற்றிலும் தர்மத்தின் மீது நிற்பது.. அதன் விளைவு என்ன என்பதைப் பற்றிச் சிறிதும் சிந்திக்காமல் தீமையிலிருந்து ஒதுங்கி விட வேண்டியது கடவுளுக்கு அஞ்சும் ஒவ்வொருவருடைய கடமையுமாகும். இதுவரை ஒரு துப்பாக்கிச் சத்தம் கூடக் கேட்காமல் நாங்கள் விடுதலையை நெருங்கிக் கொண்டிருக்கிறோம். நாங்கள் வெற்றி பெற்றால் அது ஒரு அற்புதமாகவே இருக்கும்."

"அப்படியானால் இப்போது நீங்கள் அகிம்சையை முழுமையாக அறிந்துகொண்டுவிட்டீர்கள் என்று கருதலாமா?"

"இல்லை... நான் அகிம்சையை முற்றிலும் அறிந்துவிடவில்லை. ஆனால் அகிம்சையின் ஆற்றலைச் சந்தேகிக்கும்படி எதுவும் நடந்து விடவுமில்லை. இப்போதுள்ள தேவையெல்லாம் அது வேண்டிய அளவுக்கு எங்களுக்குள் இருக்கிறதா என்பதை நிருபிக்கப்பட வேண்டியது மட்டுமே."

அகிம்சையின் மீது அவர் கொண்டிருந்த இத்தனை தீவிரமான, பிடிவாதமான, ஆழமான நம்பிக்கை அவருள் தென்னாப்பிரிக்காவில் இருந்த காலத்தில் ஆழமாக உருவாகிக் கொண்டிருந்தது.

டர்பனில் அவரை கிறித்துவ மதத்திற்கு மாற்றுவதற்குத் தூண்டுதல்கள் நடந்தன. அந்நேரம் அவர் வாசித்த அன்னா கிங்ஸ்ஃபோர்டும் எட்வர்ட் மெய்ட்லாண்டும் எழுதிய 'த பெர்ஃபெக்ட் வே' என்ற புத்தகம் அவரிடம் பெரிய தாக்கத்தை ஏற்படுத்தியிருந்தது. அந்நூல் இந்துக்கள், பௌத்தர்கள், சூஃபிகள் மற்றும் கிரேக்கர்களின் சிந்தனைகளைச் சிலாகித்துப் பேசியதோடு திருச்சபை அலுவலர்களையும் தம்மைத் தாமே அதிகாரப்பூர்வமானவர்களாக நியமித்துக்கொண்டு மத வியாக்கியானம் செய்பவர்களையும் சாடியது. ஆன்மாவின் முக்கிய நாடகத்தில் தனிநபரும் கடவுளும் மட்டுமே சம்பந்தப்பட்டவர்கள், திருச்சபை அல்ல, என்றது அந்நூல். லியோ டால்ஸ்டாயின் கருத்தும் அதுவே. அவர் கிறித்துவின் அறிவுரைகளும் நிறுவப்பட்ட திருச்சபைகளின் நடவடிக்கைகளும் வேறுபட்டு நிற்பதை எழுத்துகளின் வழியே எடுத்துக்காட்டியிருந்தார். டால்ஸ்டாயின் புத்தகங்கள் சுயேட்சையான சிந்தனை, ஆழ்ந்த ஒழுக்கம், உண்மைத் தன்மை ஆகியவற்றைப் பற்றிப் பேசியது. இது காந்தியிடம் ஏற்கனவே இருந்து வந்த மதம்சாரா நோக்கைப் பலப்படுத்தியது.

அது அவருக்குக் கற்றல் காலம். கேள்விகள் மூலமும் பதில்கள் வழியாகவும் அவர் தெளிவடைந்து கொண்டிருந்தார். இந்தியாவிலிருக்கும் ஆன்மிக குருவுக்குத் தனது கேள்விகளைக் கடிதங்களாக அனுப்பினார். கடவுள் என்பது பௌதிக இருப்பன்று. அவருக்கு மனித சுயத்துக்கு வெளியே இருப்பிடம் இல்லை. தன்னை அறிதலின் சராம்சம் என்பது ஆன்மிகச் சமநிலை கொள்வதே. கோபம், தற்பெருமை, உடைமை கொள்ளல், பேராசை போன்றவையெல்லாம் அதன் எதிரிகள் என்ற குருவின் பதில் கடிதங்களால் அவரது சுயம் கெட்டிப்பட்டுக் கொண்டிருந்தது.

அவர் தன் குடும்பத்தை அழைப்பதற்காக இந்தியாவை நோக்கிப் பயணிக்கும்போதே தென்னாப்பிரிக்காவில் வசிக்கும் இந்தியர்களின் நிலையை முன்னேற்றுவதற்கான வழிமுறைகளைக் குறித்தும் சிந்தித்திருக்க வேண்டும். ஆகவேதான் கரையேறியதுமே அதற்கான செயல்பாட்டைத் தொடக்கியிருந்தார். தென்னாப்பிரிக்கப் போராட்டங்கள் வெற்றி முகம் காணுவதற்குத் தாயகத்தின் ஆதரவு அவசியம். அதற்கு முதலில் அவர்களின் நிலைகுறித்து இந்தியா அறிந்திருக்க வேண்டும். அவர் தென்னாப்பிரிக்கா வாழ் இந்தியர்களின் பாடுகளை விளக்கித் துண்டுப்பிரசுரங்களை அச்சிடுகிறார். தென்னாப்பிரிக்காவின் வீதிகளில் இந்தியர்கள் எப்போது வேண்டுமானாலும் தாக்கப்படலாம். அவர்கள் தங்கியிருக்கும் விடுதிகளிலிருந்து எந்நேரத்திலும் வெளியேற்றப்படலாம். இரவு நேரங்களில் வீட்டை விட்டு வெளியே செல்ல வேண்டுமானால் அனுமதிச் சீட்டு பெற்றிருக்க வேண்டும். புகைவண்டி நிலையங்களில் கூடப் 'பூர்வகுடியினரும் ஆசியரும்' என்ற பெயரிடப்பட்ட தனிப்பட்ட கழிவறையைதான் பயன்படுத்த வேண்டும். இந்தியர்கள் எவ்வளவு பெரிய கனவான்களாக இருந்தாலும் கூலிகள் என்றே அடையாளப்படுத்துவார்கள். அவர்கள் கப்பலே வைத்திருந்தாலும் அது கூலிக் கப்பல் என்றே அழைக்கப்படும். இந்த இன ஒடுக்குமுறைக்கு எதிராக நாங்கள் அங்கு போராடிக் கொண்டிருக்கிறோம். நாங்கள் கேட்பது இழந்தவைகளுக்கான நஷ்டஈடு அல்ல. அவை மீண்டும் நிகழாமல் இருக்க வேண்டும் என்பதற்கான உத்தரவாதங்களை. எங்கள் போராட்டமானது வெறுப்பை அன்பினால் வெற்றி கொள்வதே, என்றது அந்தப் பிரசுரம்.

அவர் பிரசுரங்களை வெளியிட்டதோடு மட்டுமின்றி அதனைப் பகிரவும் முனைகிறார். பம்பாய், பூனா, சென்னை, வங்காள மாகாணம் மற்றும் பிரிட்டிஷ் இந்தியப் பேரரசின் தலைநகரான கல்கத்தா போன்ற பெருநகரங்களுக்குச் சென்று அங்கு பொது வாழ்வில் ஈடுபட்டிருந்த முக்கியமான இந்தியர்கள் பலரிடம் அதனைக் கொண்டுபோய்ச் சேர்க்கிறார். இப்பயணம் கோபாலகிருஷ்ண கோகலே, பாலகங்காதர திலகர் போன்ற தேசிய அரசியலின் இரு முன்னணி தலைவர்களின் சந்திப்புக்கு உதவுவதோடு கூர்மையான அறிவுத்திறன் கொண்ட அவருக்கு இந்தியாவின் சூழலிய, சமூகப் பன்மைத் தன்மையை அறிந்து கொள்ளவும் வழி வகுக்கிறது.

காந்தி இந்தியாவில் தனது ஐந்து மாதக்கால பயணத்தை முடித்துக் கொண்டு குடும்பத்தோடு 1896 நவம்பர் 30இல் டர்பனை நோக்கிய கடல் பயணத்துக்குத் தயாராகிறார். ஊரறியாதவராக தென்னாப்பிரிக்காவில் நுழைந்தவர் சில ஆண்டுகளில் நாடறிந்தவராகிறார். அங்கு வாழும் இந்தியர்களிடையே பெருமதிப்பு பெறுகிறார். அவருடன் துறைமுகம் வரை வந்து, மீண்டும் தென்னாப்பிரிக்கா வந்து விடுமாறு கூறி அனுப்பி வைத்தவர்களுக்கு இப்போது அவரை வரவேற்கவியலாத சூழல். தாயகத்தில் அவர் துண்டுப்பிரசுரங்கள், சுற்றுப் பயணங்கள், தலைவர்களுடன் சந்திப்பு என பல வழிகளில் நேட்டால் இந்தியர்களின் இன்னலை வெளிச்சத்துக்குக் கொண்டு வந்தது நேட்டாலின் காலனியர்களுக்கு அவர் மீது வெறுப்பலைகளை உருவாக்கியிருந்தது. அவர் இந்தியாவுக்குச் சென்றதே நாட்டை அபகரித்துக் கொள்ளும் திட்டத்தைச் செயல்படுத்துவதற்காகத்தான். அதற்காகவே அவர் தன்னுடன் இரண்டு கப்பல் நிறைய இந்தியப் படை வீரர்களை அழைத்து வந்திருப்பதாகவும் அவர்களைக் கரை இறங்க விடக்கூடாது என்றும் வெள்ளையர்கள் ஆர்ப்பாட்டம் செய்யத் தொடங்கிவிட்டனர். கடைசியில் இந்திய வைஸ்ராயும் பிரிட்டனின் காலனி நாடுகளுக்கான அமைச்சரும் இதில் தலையிட வேண்டியதாயிற்று. காந்தியைத் தவிர காந்தியின் குடும்பம் உட்பட மற்ற பிரயாணிகள் தரையிறங்க அனுமதிக்கப்படுகிறார்கள்.

அமளிகள் அடங்கி விட்டதாகச் சொல்லப்பட்ட நிலையில் காந்தி தரையிறங்குகிறார். அவருடன் டர்பன் நகரின் சொலிசிட்டர் F.A.லாஃப்டனும் சேர்ந்துகொண்டார். காந்தியை முதலில் ஆங்கிலேயச் சிறுவர்கள்தான் அடையாளம் காணுகின்றனர். சேதி தீயெனப் பரவ, அவர் எதிர்ப்பாளர்களால் தாக்கப்படுகிறார். அவரது கழுத்தில் ரத்தம் வழிகிறது. அச்சமயத்தில் அங்கு வந்த காவல் அதிகாரி ஒருவரின் மனைவி தனது விசிறியால் அடிகளைத் தடுக்கிறார். காவல்துறையினருக்கும் தகவல் தெரிவிக்கிறார். அவர்கள் அவரைக் காப்பாற்றி அவரது நண்பரும் வியாபாரியுமான பார்ஸி ருஸ்தம்ஜியின் கடைக்கு அழைத்துச் செல்கின்றனர். கூட்டம் அங்கும் அவரைத் தாக்குவதற்காகக் காத்திருந்தது. எப்படியோ மாறுவேடத்தில் அவர் அங்கிருந்து அழைத்துச் செல்லப்படுகிறார்.

தென்னாப்பிரிக்காவுக்கு வந்த புதிதில் அவர் பீட்டர்மாரிஸ்பர்க் ரயில் நிலையத்தில் பலவந்தமாக இறக்கி விடப்பட்டார். இப்போது பலமாகத் தாக்கப்பட்டிருக்கிறார். இரண்டு செயல்களுமே

அவருடைய மனதையும் உடலையும் புண்படுத்தினாலும் அவர் செயலூக்கம் குறையாதவராகவே இருந்தார். தொடர்ந்து வந்த காலகட்டத்தில், அவர் தன் சட்டத்தொழிலில் நன்றாகவே முன்னேறியிருந்தார். நேட்டாலில் இந்தியர்கள் வசிப்பதற்கும் பயணம் செய்வதற்குமான நிபந்தனைகள் மென்மேலும் அதிகரித்துக் கொண்டிருந்தன. பெரும்பாலும் அவரது சட்டப் பணிகள் அனுமதிச் சீட்டுகள் பெற்றுத் தருவது, குறிப்பிட்ட காரணங்களுக்காக விதி தளர்வு கோருவது போன்றவையாக இருந்தன. நீதிமன்றத்தில் அவரது வாதத்திறமை ஐரோப்பியர்களைக் கவருவதாக இருந்தது. அவர்களிடையே அவர், மெத்தப் படித்தவர், இந்திய சமூகத்தின் பேச்சாளர், அறிவாளி என்பதாக அறியப்பட்டார். இந்தியர்கள் மத்தியிலும் அவரது செல்வாக்கு வளர்ந்திருந்தது. அவருடைய ஒருங்கிணைப்பில் இந்தியாவில் ஏற்பட்ட பஞ்சம், பிளேக் தொற்று போன்றவற்றின் நிவாரணத்துக்காக நேட்டாலிலிருந்து 1200 பவுண்ட் திரட்டி அனுப்பப்பட்டது. தவிர, ஓழிந்த நேரங்களில் டர்பனிலிருக்கும் தன் நண்பரின் மருத்துவமனையில் அவர் தன்னார்வலராகப் பணி செய்கிறார்.

இந்தியாவைப் போலவே, அக்காலக்கட்டத்தில் தென்னாப்பிரிக்காவிலும் அரசியல் நெருக்கடி ஏற்பட்டிருந்தது. போயர்களால் ஆளப்பட்ட டிரான்ஸ்வால் என்றழைக்கப்படும் தென்னாப்பிரிக்கக் குடியரசின் முக்கிய நகரமான ஜோஹானஸ்பர்க்கில் 1886இல் தங்கம் கண்டுப்பிடிக்கப்பட்ட பிறகு அங்கு அந்நியர்களின் வருகை குறிப்பாக ஆங்கிலேயர்களின் வருகை அதிகரித்துப் போனது. அது அதிகாரப்போட்டியாக மாறி போராக வடிவெடுத்தது. போரின் ஒரு விளைவாக பிரிட்டிஷ் குடிமக்களாகப் பார்க்கப்பட்ட இந்தியர்கள் டிரான்ஸ்வாலிலிருந்து நேட்டாலுக்குள் அடைக்கலமாயினர். காந்தியும் நேட்டால் இந்திய காங்கிரஸும் அவர்களுக்குப் பண உதவியும் இருப்பிட வசதியும் ஏற்படுத்தித் தருகின்றனர். இவற்றோடு காந்தி போரில் காயம்பட்ட பிரிட்டிஷ் தரப்பினருக்கு உதவுவதற்காக இந்தியர்கள் அடங்கிய ஆம்புலன்ஸ் படையை உருவாக்கி உதவியும் ஆறுதலும் வழங்குகிறார்.

டர்பனில், பீச்குரோவில் அவர் வசித்து வந்த இல்லத்தைப் போலவே அவர் உள்ளமும் விசாலமானதாக இருந்தது. அங்கு காந்தியின் குடும்பத்தாரோடு குஜராத்தி சமையற்காரரும் தமிழ் எழுத்தராக வின்ஸென்ட் லாரன்ஸ் என்பவரும் உடன் வசித்தனர். லாரன்ஸ் தமிழரும் கூட. அவர் கிறித்தவராவதற்கு முன்பு தீண்டத்தகாத

சமூகத்தினராக இருந்தார் என்றும் அதனால் அவரது சிறுநீர்க் கலன்களைத் தானோ தன் கணவரோ சுத்தப்படுத்துவது சரியல்ல என்றும் மனைவி கஸ்தூர் முரண்டு பிடிக்கிறார். அது மனிதர்கள் தங்களின் சமயப் புத்தகங்களை வறட்டுப் பிடிவாதத்தோடு பின்பற்றுவதன் மூலம் சிறைக் கொட்டடிகளையே உருவாக்கி வைத்திருக்கிறார்கள் என்ற ராய்சந்தின் வார்த்தைகளை அவர் மனம் பூரணமாக ஏற்றுக்கொண்டிருந்த நேரம். அவர் இந்து மதத்தின் தீவிர அபிமானி என்றாலும் அது கடைப்பிடிக்கும் தீண்டாமையின் மீது அவருக்கு ஒவ்வாமை ஏற்படத் தொடங்கியிருந்தது. அவரது குரு அவரை இந்து மதத்துக்குள்ளேயே இருக்கும்படியும் அதே சமயம் எல்லா மதங்களின் அறிவுரைகளையும் வரவேற்கும் திறந்த மனதைக் கொண்டிருக்கும்படியும் அறிவுரை வழங்கியிருக்கிறார். பல்வேறு மதங்களின் நூல்களை வாசிப்பதன் மூலம் மதங்களின் கோட்பாடுகளில் எது மனிதர்களைப் பிரிக்கிறது, எது அவர்களை இணைக்கிறது என்று அவர் மனம் ஆராய்கிறது. இத்தருணத்தில் மனைவியின் செயல் அவருக்கு அபத்தமாகத் தோன்றியிருக்க வேண்டும். அவரைத் தண்டிக்கும் நோக்கோடு வாசல் கதவு வரை இழுத்துச் சென்றவர், மனைவியின் பேச்சால் நிதானத்துக்கு வருகிறார்.

மதங்கள் குறித்தும் அவை ஆட்டுவிக்கும் மனங்கள் குறித்தும் ஓயாது ஆராயும் அவரது சிந்தையில் தோன்றியவற்றைப் பகிர்ந்து கொள்ளவோ தெளிவுப்படுத்திக் கொள்ளவோ இப்போது ராய்சந்த் உயிருடன் இருக்கவில்லை. அவர் 1901 மே மாதம் இறந்துவிடுகிறார். தனது கருத்துக்களை விதைத்த நிலம் மிகவும் வளமானது என்பதை அந்த குரு ஒருவேளை அறிந்திருக்கலாம். இறுதிவரை அந்தச் சீடர் குறுகிய மத நம்பிக்கையின் மீது நம்பிக்கை கொள்ளவேயில்லை. அவர் கீதையைக் கூட அறவழி நடத்தைக்கான காவியமாகப் பார்த்ததன் காரணமாகவே அதன் மீது இறுதிவரை பூரண நேசம் கொண்டிருந்தார்.

அதே ஆண்டின் அக்டோபர் மாதத்தில் அவர் இந்தியா திரும்பி விடுவதாக முடிவு செய்து கொள்கிறார். அதன் பொருட்டு அவருக்குப் பிரிவுபசார விழாக்கள் மிக விமரிசையாக நடைபெறுகின்றன. அவ்விழாக்களில் அவரது ஐரோப்பிய நண்பர்களும் கலந்து கொள்கின்றனர். விழாவில் தங்க நகைகள் பரிசாக வழங்கப்படுகின்றன. அவர் அந்நேரத்தில் அதை பெற்றுக் கொண்டாலும் குடும்பத்தாரின் எதிர்ப்பையும் மீறி அனைத்தையும் பார்ஸி ருஸ்தம்ஜி வழியாக நேட்டால் இந்திய காங்கிரஸிடம்

ஒப்படைத்துவிடுகிறார். காந்தியும் குடும்பத்தாரும் 1901 அக்டோபர் மூன்றாவது வாரம் மொரிஷியஸ் வழியாக இந்தியா செல்லும் கப்பலில் பயணம் தொடங்குகின்றனர். மொரிஷியஸ் செல்வதற்கு முன்பே அவரைப் பற்றி செய்திகள் அங்கு பரவியிருக்க, அங்கும் அவருக்கு விருந்தும் வரவேற்பும் கிடைக்கிறது. சுதந்திரம் என்ற பந்தலின் கீழ் தமக்கான இடத்தைப் பெறுவதற்காகவும் தம் உரிமைகளுக்காகவும் போராடும் அரசியலில் இந்தியர்கள் அவசியம் பங்கேற்க வேண்டும் என்ற அவரது பேச்சுக்கு பிரெஞ்ச் காலனியர்களின் மூலம் எதிர்ப்பும் வசவும் கிடைத்தது.

1899இல் தொடங்கிய பிரிட்டிஷ் போயர் போர் 1902இல் முடிவடைகிறது. போயர்கள் ஆட்சியிழக்கிறார்கள். தென்னாப்பிரிக்கா முழுவதும் பிரிட்டிஷ் மகாராணியின் அதிகாரத்துக்குக் கீழ் வருகிறது. புதிய ஆட்சியில் இந்தியர்களின் உரிமையைப் பாதுகாக்க காந்தி மீண்டும் அழைக்கப்படுகிறார். அவரும் உடனே இணக்கம் தெரிவிக்கிறார். ஒருவேளை இந்தியாவில் வழக்கறிஞர் தொழிலில் வேரூன்றி விட வேண்டுமென்ற எண்ணமும் தென்னாப்பிரிக்க இனவெறிக்கு எதிரான போராட்ட மனப்பான்மையும் ஒருங்கமையாத மையத்தில் அவர் மனம் தத்தளித்துக் கொண்டிருக்க வேண்டும். 1902 நவம்பர் கடைசி வாரத்தில் பயணத்தைத் தொடங்கிய அவர் இம்முறை மனைவியை விட்டுவிட்டுத் தன் சகோதரர் மகன்களை அழைத்துச் செல்கிறார். அவர் இந்தியாவில் இருந்த இந்த இடைப்பட்ட காலத்தில் தன் சொந்த வேலைகளோடு கல்கத்தா காங்கிரஸ் மாநாடு உட்பட கூட்டங்களில் கலந்து கொள்வதும் தென்னாப்பிரிக்க இந்தியர்களின் உரிமை தொடர்பாக நாளிதழ்களில் கட்டுரைகள் எழுதுவதும் கோரிக்கை மனுக்களின் பிரதிகளை இந்தியா முழுவதும் பொது வாழ்வில் ஈடுபடுவோர்களுக்கு அனுப்புவதுமாக இருந்தார். திரு.காந்தியின் பணிகளும் பண்பும் கோகலேவை அவரது சீடராக ஏற்றுக்கொள்ள வைத்திருந்தது.

இம்முறை அவர் தனது வசிப்பிடத்தை நேட்டாலிலிருந்து டிரான்ஸ்வாலின் முக்கிய நகரமான ஜோஹானஸ்பர்க்குக்கு மாற்றிக் கொள்கிறார். அவரது நண்பர்கள் கூறியதுபோல நிலைமை மேலும் மோசமடைந்திருந்தது. தென்னாப்பிரிக்காவில் ஆளும் இரு வேறு வெள்ளையினத்தவர்களான ஆங்கிலேயர்களையும் போயர்களையும் இந்தியர்களின் உழைப்பும் உயர்வும் அவர்களின் பரவலான குடியேற்றமும் பயங்கொள்ள வைக்கிறது. இனவெறிச் சட்டங்கள் மென்மேலும் இறுகுகிறது. காந்தியும் சளைக்காமல்

மனு அளிப்பதன் மூலமும் கோரிக்கைகளை இங்கிலாந்தின் காலனிகளுக்கான அமைச்சருக்கும் டிரான்ஸ்வாலின் ஆளுநர் உட்பட அனைத்து அதிகார மட்டத்துக்கு அனுப்புவதன் மூலமும் இந்தியர்களை ஒன்று திரட்டுவதன் மூலமும் அதிகாரத்துடன் முட்டி மோதுகிறார்.

அவருக்கு நாடு, இன, மத பேதமின்றி நண்பர்களும் அபிமானிகளும் பெருகிக்கொண்டே போயினர். அவர் டர்பனில் வழக்கறிஞர் *F.A.*லாஃப்டன், காவலர் *R.C.*அலெக்ஸாண்டர், பிரிட்டோரியாவில் *A.W.*பேக்கர் போன்ற நல்ல நண்பர்களைப் பெற்றிருந்தது போல ஜோஹானஸ்பர்க்கிலும் அவருக்கு நிறைய வெளிநாட்டு நண்பர்கள் கிடைக்கிறார்கள். அவரின் முக்கியமான நண்பர்களான *L.W.*ரிட்ச், ஆல்பர்ட் வெஸ்ட், ஹென்றி போலக், ஹெர்மன் காலன்பாக் என்ற நால்வரில் ஆல்பர்ட்வெஸ்ட் என்ற ஆங்கிலேய இளைஞரைத் தவிர மீதி மூவரும் யூதர்கள். அதில் ஹென்றி போலக்கும் அவர் மனைவியும் காந்தியின் குடும்பத்தாரோடு சேர்ந்து வசித்திருந்தனர். காந்தி ஜெர்மானியரான ஹெர்மன் காலன்பாக்கின் வீட்டில் அவருடன் சேர்ந்து வசித்திருக்கிறார்.

காந்திக்கு இப்போது மக்களோடு பேசவும் இணையவும் பேச்சு, உரை, சுற்றுப்பயணம், கூட்டம் என்பவற்றோடு மற்றொரு தொடர்பும் தேவைப்பட்டது. அது பத்திரிகை ரீதியான தொடர்பு. அவர் ‘இந்தியன் ஒப்பீனியன்’ என்ற வார இதழைத் தொடங்குகிறார். முதல் இதழ் 1903 ஜூன் 4 அன்று வெளியாகிறது. அவர் அந்த இதழைச் ‘சமூகத்தின் குரல்’ என்றும் ‘அச்சமூகம் தென்னாப்பிரிக்காவின் அரசியல் பருண்மையில் அங்கீகாரமுடைய ஒரு அம்சம்‘ என்றும் குறிப்பிடுகிறார். ஆரம்ப நாட்களிலிருந்தே இனங்களுக்கிடையிலான உறவுகள் பற்றிய செய்திகளை அவர் சேகரித்து வந்தது இதழின் தேவைக்குப் பெரும் உதவியாக இருந்தது.

அவரின் அடுத்தக்கட்ட நகர்வுக்கு மற்றொரு புத்தகம் உதவுகிறது. அது 1904ஆம் ஆண்டின் பிற்பகுதியில் அவரை ஜோஹானஸ்பர்க்கிலிருந்து டர்பன் செல்லும் ரயிலில் ஏற்றி விடச் சென்ற ஹென்றி போலாக் தன் நண்பரிடம் கொடுத்தது. ஜான் ரஸ்கின் எழுதிய கடையனுக்கும் கடைத்தேற்றம் என்ற அந்த நூல் அரசியல் பொருளாதாரத்துக்கு எதிர்வாதமாக எழுதப்பட்டிருந்தது. பொருளாதாரத்தைத் தார்மீகத்திலிருந்து பிரிக்காமல், அன்பு காட்டுவதும் நம்பிக்கை வைப்பதுமே முதலாளிக்கும் தொழிலாளிக்குமான உறவைக் கட்டுப்படுத்துவனவாக இருக்க

வேண்டும் என்றும் அறம் சார்ந்த பொருளாதாரமே ஆக பெரிய எண்ணிக்கையில் மேன்மையும் மகிழ்ச்சியும் நிறைந்த மனிதர்களை உருவாக்கும் என்றும் அந்நூல் எடுத்து வைத்தது. ரயில் பயணத்தின்போது அவர் அந்நூலை எடுத்து இயல்பாக வாசிக்கத் தொடங்குகிறார். அவரையுமறியாமல் அதனுள் ஆழ்ந்து போகிறார். மீண்டும் வாசிக்கிறார். வாசிப்பின் ஆழம் வாழ்க்கையே மாற்றிக் கொள்ளுமளவுக்கு அவரை அழைத்துச் செல்கிறது.

அவர் சமத்துவ மற்றும் கூட்டுறவுக் குடியிருப்பை ஏற்படுத்த முனைகிறார். அதற்கென டர்பனிலிருந்து பதினான்கு மைல் தொலைவில் நூறு ஏக்கர் நிலம் வாங்கப்படுகிறது. அங்கு அவரது சொந்தப் பணத்தின் மூலமும் நன்கொடைகள் மூலமும் கட்டடம் எழுப்பப்படுகிறது. ஃபீனிக்ஸ் என்று பெயரிடப்பட்ட அக்குடியிருப்பில் நாடு, மதம், இனம், மொழி, சாதி போன்ற பாகுபாடுகளின்றி குடும்பங்கள் குடியமர்த்தப்படுகின்றனர். காந்தியின் குடும்பமும் அங்கு வசிக்கத் தொடங்குகிறது. குடியிருப்புவாசிகளுக்கு உணவுக்கும் வருவாய்க்கும் விளைநிலம் அளிக்கப்படுகிறது. அவர்களுக்கு ஏற்றத்தாழ்வின்றி மாதாந்திர ஈட்டுப்படியும் வழங்கப்படுகிறது. கல்வியும் கைத்தொழில்களும் கற்றுத் தர ஏற்பாடு செய்யப்படுகிறது. 1904ஆம் ஆண்டின் பிற்பகுதியில் உருவான எண்ணம் மெய்ப்பட்டு 1905ஆம் ஆண்டு ஜனவரி மாதத்திலிருந்து 'இந்தியன் ஒப்பீனியன்' இதழ் ஃபீனிக்ஸ் பண்ணையில் அச்சாகி வெளிவரத் தொடங்கியது. பின்னாட்களில் அவர் ஃபீனிக்ஸ் குடியிருப்பில் சிறிய பள்ளியொன்றை ஏற்படுத்தியிருந்தார். அதனை நேட்டாலின் மற்ற இடங்களுக்கும் விரிவுப்படுத்த விரும்பினார். பாடங்கள் ஆங்கிலத்திலும் குஜராத்தியிலும் இருந்தது. அத்துடன் மாணவர்கள் விரும்பிய மதம் பற்றியும் அங்கு கற்றுத் தரப்பட்டது. மொத்தத்தில் அவர் தனிப்பட்டவரின் நலன் என்பது பொதுநலனில்தான் அடங்கியுள்ளது என்ற கருத்தை மெய்யாக்க முயன்று கொண்டிருந்தார்.

அதேசமயம் நாட்டில் இந்தியர்களின் நிலைமை நிச்சயமற்றும் கஷ்டங்கள் நிறைந்தும் போனது. 1904 செப்டம்பரில் டிரான்ஸ்வால் ஆளுநர் மில்னர், காந்தி முன் வைத்த சமரசத் திட்டத்தை நிராகரித்தபோது, காந்தி தான் தொடர்ந்து அங்கே இருக்க வேண்டியதன் அவசியத்தை உணர்ந்து கொள்கிறார். 1904ஆம் ஆண்டின் இறுதியில் குடும்பத்தைத் தன்னுடன் வரவழைத்துக் கொள்கிறார்.

8

சத்தியாகிரகமும் சிறையும்

திரு.காந்தி அவர்களின் மனம் லௌகீக வாழ்வின் பொதுப்பாதையிலிருந்து விலகி காவி உடுத்தாத சன்னியாசம் என்றளவுக்கான புதுப்பாதையில் சென்று கொண்டிருந்தது. அவர் ஆடம்பரமான வீட்டிலிருந்து ஃபீனிக்ஸ் பண்ணைக்குக் குடிபெயர்கிறார். அவ்வப்போது வேலை மற்றும் பொது வாழ்வின் நிமித்தம் ஜோஹானஸ்பர்க்கில் ஒரு சிறிய வீட்டில் ஹென்றி போலாக்கின் குடும்பத்தாரோடு தங்கிக் கொள்கிறார். தான் பிறந்த சாதியின் தர்மமான பணம் ஈட்டுவதையும் சேமிப்பதையும் பொருட்படுத்தாததோடு நல்ல வருமானத்தை ஈட்டித் தந்த வழக்கறிஞர் தொழிலையும் பெருமளவிற்கு விட்டுவிட்டு சமூக சேவையில் அவர் அதிகமாக ஈடுபடுகிறார். ஞாயிற்றுக்கிழமை உட்பட நாள் முழுவதும் கட்சிக்காரர்களையும் பொதுமக்களையும் சந்தித்துக் கொண்டேயிருந்தார். சில சமயங்களில் அவரது ஆலோசனைக்காக வருபவர்கள் இரவில் அங்கேயே தங்கிவிடுவதும் உண்டு. அவர் உணவில் உப்பை தவிர்க்கிறார். கொத்தடிமை உழைப்பாளிகளைக் கொண்டு சர்க்கரை தயாரிக்கப்படுகிறது என்ற காரணத்தால் அதனையும் நிராகரிக்கிறார். பச்சை வெங்காயமும் பாலும் இச்சைகளைத் தூண்டுவன என்பதால் அவற்றையும் எடுத்துக்கொள்வதில்லை. போலவே, தன் வாழ்விலும் மிக முக்கியமான முடிவொன்றை எடுக்கிறார்.

சமண மரபில் பிரம்மச்சரியத்துக்கு உயர்ந்த இடமிருந்தது. அது பாலியல் செயல்பாடுகளை ஆசைகளோடு தொடர்புபடுத்தியது. ஆகவே, அது ஆன்மாவுக்குக் கேடானது என்று நம்பப்பட்டது. அவரது குரு ராய்சந்த் தனது முப்பதாவது வயதிலேயே உலகாயுத

விருப்பங்களிலிருந்தும் உடைமைகளிலிருந்தும் உடல்ரீதியான இன்பங்களிலிருந்தும் தனது பற்றுகளை விடுவித்துக்கொண்டிருந்தார். காந்திக்கு அது முன்மாதிரியாக இருந்திருக்க வேண்டும். பிள்ளைகள் பெறுவதும் அதைத் தொடர்ந்த குழந்தை வளர்ப்பும் பொது சேவையுடன் ஒத்துப்போக முடியாது. நான் சமூகப் பணிகளுக்கு என்னை அர்ப்பணித்துக்கொள்ள வேண்டுமென்றால் இல்லற இன்பத்திலிருந்து விலகியிருப்பதே சரியானது என்ற முடிவை அவர் எட்டியபோது அவருக்கு முப்பத்தேழு வயதே ஆகியிருந்தது.

இந்நிலையில் டிரான்ஸ்வால் அரசாங்கம் புதிய ஏசியாட்டிக் அவசரச் சட்டத்தைப் பிறப்பித்தது. அதன்படி, டிரான்ஸ்வாலிலிருக்கும் இந்தியர்கள் அனைவரும் புதிதாகப் பதிவு செய்துகொள்ள வேண்டும். அந்தப் பதிவுச் சான்றிதழை எந்நேரமும் தங்களுடன் வைத்திருந்து கேட்கும்போது காண்பிக்க வேண்டும். சான்றிதழ் இல்லாதவர்கள் கைது செய்யப்படுவார்கள் என்பதோடு அங்கிருந்தே வெளியேற்றவும்படலாம். காந்தி உட்பட தென்னாப்பிரிக்கா வாழ் இந்தியர்களுக்கு இந்த இன ஒடுக்குமுறைச் சட்டம் மேடைப் பேச்சுகளையும் விண்ணப்பங்களையும் தாண்டி செயல்பாட்டுக்கான நேரம் வந்துவிட்டதை உணர்த்துகிறது. அவர்கள் அடுத்தக்கட்ட நடவடிக்கைகளை ஆராய்வதற்காக 1906 செப்டம்பர் 11ஆம் தேதியன்று எம்பயர் தியேட்டரில் கூடுகின்றனர். அக்கூட்டத்தில், அரசு பதிவுச் சட்டத்தை விலக்கிக் கொள்ளாதபட்சத்தில் இது குறித்து முறையீடு செய்வதற்காகத் தூதுக்குழு ஒன்றை இலண்டனுக்கு அனுப்பிவைக்கலாம் என்றும், அங்கும் தங்களது வேண்டுகோள் நிராகரிக்கப்பட்டு பதிவுச்சட்டம் அமல்படுத்தப்பட்டால் அதற்குக் கட்டுப்படுவதை விட சட்டத்தை மீறி சிறைக்குச் செல்லலாம் என்றும் முடிவு செய்யப்படுகிறது. அதில் சிறைக்குச் செல்ல வேண்டுமென்ற கருத்து காந்தியுடையது.

அக்கூட்டத்தில் உரையாற்றிய திரு. காந்தி, இந்த நடவடிக்கை கவலை தருவது என்றாலும் தவிர்க்க முடியாதது. என் நாட்டு மக்கள் மேல் எனக்கு முழு நம்பிக்கை உள்ளது. தீரம் நிறைந்த இச்செயலைச் செய்வதற்கு அவர்கள் ஒவ்வொருவரும் நிச்சயம் முன் வருவார்கள் என்றார். இரண்டாயிரத்துக்கும் மேற்பட்டோர் கூடியிருந்த அக்கூட்டத்தில் அவர் பேச்சுக்கு முழு ஒத்துழைப்பும் இருந்தது.

தூதுக்குழுவின் இருவரில் அவரும் ஒருவராக இலண்டன் நோக்கி 1906, அக்டோபர் 2ஆம் தேதியன்று கப்பலில் பயணம்

மேற்கொள்கிறார். அவர்கள் லண்டனில் காலனிகளுக்கான அமைச்சர் எல்ஜினைச் சந்திக்கிறார்கள். அவரிடம் காந்தி தன் தரப்புவாதமாக, இந்தியாவில் பத்து விரல்களின் அடையாளத்தைக் குற்றவாளிகளிடம்தான் பெறுவார்கள். இப்புதிய சட்டம் ஒவ்வொரு இந்தியரையும் குற்றவாளி என்று முத்திரை குத்துகிறது. இன்று டிரான்ஸ்வால் செய்ய நினைப்பதை நாளை மற்ற காலனிகளும் பின்பற்றிக்கொள்ளும் என்ற முறையீட்டை முன் வைத்தார். அரசிடம் நியாயம் கேட்பதோடு தங்கள் தரப்புக்கு ஆதரவு திரட்டும் வேலையிலும் அவர் பெருமுனைப்பு காட்டினார். காலை ஒன்பது மணியிலிருந்து நள்ளிரவு வரை பத்திரிகை ஆசிரியர்கள், அரசியல்வாதிகள், செல்வாக்குள்ள நபர்களைச் சந்தித்து தங்களின் பயண நோக்கத்தையும் கோரிக்கைகளையும் எடுத்து வைத்து உரையாடினார். அவருடைய வலியுறுத்தலின் பேரில் லிபரல் கட்சியைச் சேர்ந்த நாடாளுமன்ற உறுப்பினர்கள் ஹரால்ட் காக்ஸ் மற்றும் ஹென்றி காட்டன் ஆகிய இருவரும் இந்தியர்களின் நிலைகுறித்து நாடாளுமன்றத்தில் கேள்விகள் எழுப்பினார்.

தூதுக்குழுவின் முயற்சிக்கு நல்லதொரு பலன் கிடைத்துவிடும் என்ற நம்பிக்கையோடு அவர்கள் லண்டனில் கப்பலேறுகின்றனர். ஆனால், தூதுக்குழு தென்னாப்பிரிக்காவுக்கு வந்து சேர்வதற்குள் பிரிட்டிஷ் அரசு டிரான்ஸ்வாலுக்குத் தன்னிச்சை அதிகாரம் அளித்து விடுகிறது. அதாவது தங்களிடம் கேள்விகள் எழுப்பாமல் அடங்கிப் போகும் சமுதாயத்தை உருவாக்க எண்ணும் வெள்ளையர்கள் இனி லண்டன் தலைமைக்குக் கட்டுப்படாமல் தன்னிச்சையாக முடிவெடுத்துக் கொள்ளலாம்.

நிலைமை மேலும் சிக்கலாகிறது. இப்போது டிரான்ஸ்வால் அரசு பதிவுச்சட்டம் குறித்து பின்வாங்கத் தேவையில்லை. காந்தி நேட்டாலில் மேலும் சில வழக்கறிஞர்கள் உருவாக வேண்டும் என்று எண்ணுகிறார். அதற்காகவே நேட்டாலில் வசிக்கும் இந்தியர்கள் சிலரை இங்கிலாந்துக்கு அனுப்பிச் சட்டம் பயில வைக்க விரும்புகிறார். ஏற்கெனவே அவரது முன்னாள் உதவியாளர் ஜோசப் ராயப்பன் சட்டம் பயில இங்கிலாந்து சென்றிருந்தார். ப்ரன்ஜீவன், தன்னால் ஒருவரை லண்டனுக்கு அனுப்பிப் படிக்க வைக்கும் செலவை ஏற்றுக்கொள்ள முடியும் என்று கூற, காந்தி அதற்குத் தகுதியானவராகத் தனது ஒன்றுவிட்ட அண்ணனின் மகன் சகன்லாலைத் தேர்வு செய்கிறார். சகன்லாலிடம் அவர், நம் ஆகப் பெரிய சொத்து நம்மிடமிருக்கும் பணம் அல்ல. இங்கிலாந்தில் நீ கற்கவிருக்கும் கல்வியின் மூலம் பெறும்

அறிவுத்திறனும் சட்டத்தகுதியுமே நம் சொத்து. அது நம்முடைய மனவலிமையையும் உடல் வலிமையையும் உண்டாக்கி நம் சொத்தின் மதிப்பை உயர்த்தி விடும் என்று அறிவுரை கூறி அனுப்பி வைக்கிறார்.

அதே சமயம் டிரான்ஸ்வாலின் அதிகாரமும் பெருகியிருந்தது. 1907ஆம் ஆண்டு பிப்ரவரி மாதத்தில் டிரான்ஸ்வாலின் முதலாவது அரசாங்கம் தேர்ந்தெடுக்கப்பட்டிருந்தது. போயர்களின் கட்சியான ஹெட்வோல்க் பெரும்பான்மை பெற்றதில், ஜெனரல் லூயிஸ்போத்தா பிரதம மந்திரியாகவும், ஜே.சி. ஸ்மட்ஸ் காலனிகளுக்கான அமைச்சராகவும் பதவியேற்றுக் கொண்டனர். புதிய நிர்வாகம் ஜோஹானஸ்பர்க்கில் ஆசியர்கள் அனுமதிச்சீட்டு பெறுவதற்கான அலுவலகத்தைத் திறந்திருந்தது. பதிவு செய்துகொள்ளப் பெரிதாக யாரும் முன்வராத நிலையில் சட்டப்படி பதிவுசெய்ய மனு போடாதவர்கள் டிரான்ஸ்வாலை விட்டு வெளியேற வேண்டும் எனவும் மீறினால் சிறைத்தண்டனை வழங்கப்படும் எனவும் குறிப்பிட்டு காந்தி உட்பட ஆசிய சமூகங்களைச் சேர்ந்த தலைவர்களுக்குச் சம்மன் அனுப்பியது.

காந்தி சம்மனில் குறிப்பிட்டிருந்த 1907 டிசம்பர் 28 அன்று மாஜிஸ்டிரேட் முன்பு ஆஜராகியிருந்தார். டிரான்ஸ்வால் சட்டசபையால் நிறைவேற்றப்பட்டு பிரிட்டிஷ் சர்க்காரின் அனுமதியையும் பெற்ற அவசர சட்டத்தை மீறியிருக்கும் குற்றத்தை நீதிபதி அவர் மீது சுமத்துகிறார். அவர் நீதிபதியிடம், குற்றத்தைக் குறைத்துக் கொள்வதற்காக நான் எந்த சாட்சியத்தையும் அழைக்க விரும்பவில்லை. சட்டப்படி நான் சாட்சியம் கூறவே முடியாது என்பதையும் அறிவேன். என் மனச்சாட்சியின்படி இந்தச் சட்டத்தை நான் எதிர்க்கிறேன் என்கிறார்.

காந்தியின் இந்தப் பதிலையே சாட்சியமாக எடுத்துக்கொள்வதாக கூறிய நீதிபதி, அடுத்த ஏழு நாட்களுக்குள் அவர் காலனியை விட்டு வெளியே செல்லவில்லை என்றால் அனுமதிச்சீட்டு வைத்திருக்காத குற்றத்துக்காக ஒரு மாதச் சிறைத்தண்டனையை அனுபவிக்க நேரிடும் என்கிறார். காந்தி குறுக்கிட்டு, ஒரு வாரம் என்ற கால அளவை 48 மணி நேரமாகவோ அல்லது அதை விடக் குறைவாகவோ ஆக்கும்படி கேட்டுக் கொள்கிறார். நீதிபதியும், உங்களுக்கு ஏமாற்றம் அளிக்க விரும்பவில்லை, என் உத்தரவு கிடைத்த 48 மணி நேரத்தில் நீங்கள் காலனியை விட்டு வெளியேற வேண்டும் என உத்தரவு பிறப்பிக்கிறார். காந்தி

குற்றவாளிக் கூண்டிலிருந்து உடனே வழக்கறிஞராக இடம் பெயர்ந்து சட்டத்தை மீறியதாகக் குற்றம் சாட்டப்பட்ட மற்ற இந்தியர்களுக்காக வாதாடுகிறார். அவரின் இந்த நடவடிக்கைகள் நீதிபதிக்கு ஆச்சர்யமான அனுபவமாக இருந்திருக்க வேண்டும். இந்த ஆச்சர்யம் H.H. ஜோர்டன் என்ற பெயர் கொண்ட இந்த நீதிபதிக்கு மட்டுமல்ல, வருங்காலத்தில் அவருடைய வழக்கை விசாரிக்கப் போகும் எல்லா நீதிபதிகளும் அதே ஆச்சர்யத்தையும் பிரமிப்பையும் அடைவார்கள்.

காந்திக்கும் மாஜிஸ்டிரேடுக்கும் நடந்த விவாதம், இந்தியன் ஒப்பீனியன் இதழில் சுடச்சுட அச்சாகிக் கொண்டிருந்தது. அவருக்கு ஆதரவு தெரிவிக்கும் செய்திகள் டர்பன், கேப், பீட்டர் மாரிட்ஸ்பர்க் மற்றும் இந்தியாவில் பம்பாய், மதராஸ் எனப் பல இடங்களிலிருந்தும் டிரான்ஸ்வால் பிரிட்டிஷ் இந்திய சங்கத்திற்கு வந்து குவியத் தொடங்கின. இச்சங்கம், லண்டனிலிருந்த தென்னாப்பிரிக்க பிரிட்டிஷ் இந்திய கமிட்டிக்குத் தந்தி அனுப்பி, அரசாங்கம் இந்தியர்களின் விசுவாசத்தை அளவு கடந்து சோதிக்கிறது என்றது. கல்கத்தாவிலிருந்து இந்திய அரசாங்கம் லண்டன் இம்பீரியல் அரசாங்கத்துக்கு அனுப்பிய தந்தியில், சூரத்தில் நடைபெற்ற ஏழாயிரம் பார்ஸிகள் கூடிய கூட்டமொன்றில், வைஸ்ராய் தலையிட்டு காந்தி மற்றும் அவரது சகாக்கள் மீதான குற்றச்சாட்டுகளைக் கைவிடச் செய்ய வேண்டும், சட்டத்தையும் விலக்கிக்கொள்ள வேண்டுமென்று கேட்டுக் கொண்டிருப்பதாகத் தெரிவித்தது. காந்தியின் அலுவலகத்தில் ஆண்களும் பெண்களும் குவியத் தொடங்கினர். சோன்யாஷ்லேஸின் என்ற அவரது திறமையான யூதப் பெண் செயலாளர் அவர்களை ஒழுங்குப்படுத்துகிறார்.

போராட்டம் தொடர்கிறது. தங்களை அவமதிக்கும் சட்டத்துக்குக் கட்டுப்பட மறுத்து தாமே முன் வந்து துன்பத்தை ஏற்கும் இந்த சாத்விக போராட்டத்திற்கு மகன்லால் சதாக்கிரகம் என்ற பெயரைப் பரிந்துரைக்க, காந்தி அதனைச் சிறுமாற்றம் செய்து சத்தியாகிரகம் என்றாக்குகிறார். சத்தியாகிரகப் போராட்டத்தின் வேகம் அதிகரித்திருந்த நிலையில் இந்தியன் ஒப்பீனியன் இதழுக்கான சந்தாக்காரர்களும் வெகுவாகக் கூடிப்போயினர். 'சிறைச்சாலைக்கு...' என்ற தலைப்பில் காந்தி அதில் எழுதிய தலையங்கமே நாடெங்கிலுமிருந்த இந்தியர்களின் பேச்சாயிற்று. ஆசியருக்கான சட்டம் திரும்பப் பெறப்படாமையால் இனி

டிரான்ஸ்வால் இந்தியர்களின் இலக்கு சிறைச்சாலையே என்றது அக்கட்டுரை.

அப்போது காந்தியின் கருத்துக்களாலும் கிறித்துவத்தின் மீது அவர் கொண்டிருந்த ஆர்வத்தாலும் சமூக அக்கறை கொண்ட அவரது நடவடிக்கையினாலும் கவரப்பட்ட பாப்டிஸ்ட் மதப்பிரிவைச் சேர்ந்த ஆங்கிலேய மதகுரு ஜோசப் J.டோக் என்பவர் காந்தியைக் காண அவரது அலுவலகத்துக்கு வந்திருந்தார். (பின்னாளில் அவர் காந்தியின் வாழ்க்கை வரலாறு குறித்த நூல் ஒன்றை எழுதினார்). அந்நேரம் தீர்ப்பு வெளியாகி ஒரு வாரமாகியும் காந்தி இன்னும் கைது செய்யப்பட்டிருக்கவில்லை.

"உங்களுடைய நோக்கத்திற்காக உங்களையே தியாகம் செய்ய நீங்கள் எந்த அளவுக்குத் தயாராக இருக்கிறீர்கள்?" என்றார் நேரடியாக.

"என்னைப் பொறுத்தவரை இது முழுமையான அர்ப்பணிப்புக்குரிய விஷயம். நான் எந்த நேரமும் உயிரை விடவும் அல்லது இந்த நோக்கத்துக்காக எதைச் செய்யவும் சித்தமாக இருக்கிறேன்" என காந்தி இந்த பதிலை மிக உடனடியாகச் சிறிதும் தயக்கமின்றிக் கூறுகிறார். தனது இறுதி வரை இந்தப் பதிலிலிருந்து அவர் சிறிதும் விலகி நடக்கவில்லை.

காந்தி தீர்ப்பைக் கடைப்பிடிக்காததையடுத்து 1908 ஜனவரி 10ஆம் தேதியன்று நீதிபதியின் முன் ஆஜராகும்படி அழைக்கப்பட்டார். குற்றத்தை ஒப்புக்கொள்ளும் அவர் சட்டப்படி கொடுக்கக் கூடிய அதிகப்பட்ச தண்டனையான கடின உழைப்புடன் கூடிய ஆறுமாத சிறைவாசமும் 500 பவுண்ட் அபராதமும் தனக்கு வழங்குமாறு கேட்டுக்கொள்கிறார். நீதிபதி அவருக்கு இரண்டு மாதக் கடின உழைப்பில்லாத சாதாரண சிறைத் தண்டனையை வழங்குகிறார். காந்தியடிகளின் முதல் சிறையனுபவம் இதுதான்.

9

ஒரு நம்பிக்கை துரோகமும் இரு தாக்குதல்களும்

காந்தி அதே ஜனவரி மாதத்தில் ஒரு நம்பிக்கை துரோகத்துக்கு ஆளாகிறார். அதையடுத்து ஒரு தாக்குதலுக்கும். ஒரு மாதக் காலம் சிறைத்தண்டனை விதிக்கப்பட்ட அவரை இருபது நாட்களில் ஜெனரல் ஸ்மட்ஸ்ஸைச் சந்திக்க பிரிட்டோரியாவுக்கு அழைத்துச் செல்கின்றனர். இருவருக்குமான சந்திப்பின்போது காலனிகளுக்கான அமைச்சர் ஜே.சி.ஸ்மட்ஸ், இந்தியர்கள் தானாக விரும்பிப் பதிவு செய்து கொண்டால் ஆசியருக்கான இந்தச் சட்டத்தை விலக்கிக் கொள்வது குறித்து விவாதம் நடத்தப்படும் என்றும், போடப்பட்ட வழக்குகள் திரும்பப் பெற்றுக் கொள்ளப்படும் என்றும், கைதிகள் விடுதலை செய்யப்படுவார்கள் என்றும், அரசு ஊழியர்களாக இருந்த சத்தியாகிரகிகள் மீண்டும் வேலையில் சேர்த்துக் கொள்ளப்படுவார்கள் என்றும் உறுதியளிக்கிறார். காந்தி ஏற்கெனவே தன்னைப் பின்பற்றி சிறைக்குச் சென்றவர்களின் வாழ்வாதாரங்கள் தொலையக் கூடிய நிலையிலிருப்பதையும் அவர்கள் தத்தம் குடும்பங்களை விட்டுப் பிரித்திருக்க முடியாத நிலையையும் உணர்ந்திருந்தார். எதிர்காலத்தில் இந்தியர்களின் நுழைவைத் தடுப்பதற்காகக் கருப்புச்சட்டம் ஒன்று அறிவிக்கப்படவிருப்பதாகவும் அதற்குள் இந்தியர்கள் தாமாக முன் வந்து ரேகை பதிந்து உரிமைச்சீட்டு பெற்றுக் கொண்டால் அச்சட்டத்தை ரத்து செய்வதாகவும் ஜெனரல் ஸ்மட்ஸ் தூது அனுப்பியதையும் எண்ணிப் பார்க்கிறார். காந்தி என்ற அந்த நடைமுறைவாதிக்குப் பதிவுச்சட்டத்தை விடக் கருப்புச்சட்டம் மிகவும் கொடியது என்று புரிகிறது. அதோடு ஒருவேளை ஒப்பந்தத்தின் விதி மீறப்பட்டால்,

உலகறிய ஒரு ஒப்பந்தத்தை உருவாக்குவதும் பின் அவர்களே அதை மீறுவதையும் உலகமே உற்றுப் பார்க்கும். யார் மீது தவறு என்பதை உலகோர் அறியச்செய்ய இது ஓர் அரிய வாய்ப்பு என்றும் கருதியதால் அரசின் சமரசத் திட்டத்தை ஒப்புக் கொள்கிறார். அன்றே அவர் விடுதலையும் செய்யப்படுகிறார்.

ஆனால் பதான்கள் இந்தச் சமரசத்தை ஏற்றுக்கொள்ளவில்லை. இத்தனை துயரங்களை அனுபவித்துவிட்ட பிறகு பின் வாங்குவது என்பது சரியான முடிவல்ல என்று காந்தியின் மீது கோபம் கொள்கின்றனர். காந்தி 1908 பிப்ரவரி மாதம் 10ஆம் நாள் தாமாக விரும்பிப் பதிவு செய்துகொள்ளும் பொருட்டு தம்பிநாயுடு, ஈசாப்மியா ஆகியோரோடு பதிவு அலுவலகம் செல்கிறார். அப்போது காந்தியின் சமரசப்போக்கில் ஒப்புதல் இல்லாத பதானியர்கள் அவரைத் தாக்குகின்றனர். ஒருவர் கம்பை உயர்த்தி காந்தியின் பின்னந்தலையில் அடிக்க அவர் நிலைகுலைந்து கீழே விழுகிறார். அவருக்கு உதட்டிலிருந்தும் நெற்றியிலிருந்தும் இரத்தம் வடிகிறது. முன்பற்கள் இரண்டு ஆட்டம் கண்டன. உடன் வந்தவர்கள் தாக்குதலைத் தடுத்து அவரை மீட்கின்றனர். காயம்பட்ட அவருக்குத் தாடையிலும் உதட்டிலும் புருவத்திலும் தையல்கள் போடப்பட்டன. அவர் இம்முறை தப்பிவிட்டதால் மீண்டும் மார்ச் மாதம் 5ஆம் தேதியன்று பதானியர்கள் அவரைத் தாக்க முயன்றனர். அப்போது அவர் டர்பனில் கூட்டமொன்றில் உரையாற்றிக் கொண்டிருந்தார். கைகளில் கம்புகளோடு சிலர் மேடையை நோக்கிப் பாய்ந்து சென்றதை அறிந்த கூட்டம் காந்தியைச் சூழ்ந்து நின்று பாதுகாத்தது.

இங்ஙனம் பதான்கள் கனன்று கொண்டிருந்த நேரத்தில் ஜூன் மாதம் 6ஆம் தேதியன்று ஸ்மட்ஸ் காந்தியைப் பேச்சு வார்த்தைக்கு அழைக்கிறார். அப்பேச்சுவார்த்தையின்போது காந்தி, ஆசியர்கள் சமரசத் திட்டத்தில் எங்கள் பங்கை நிறைவேற்றினால் நீங்கள் சட்டத்தை விலக்கிக் கொள்வதாகக் கூறியிருந்தீர்களே... என்று வினவிய போது, ஸ்மட்ஸ் தான் அப்படியான உறுதிமொழி எதுவும் தரவில்லையே... என்கிறார். ஸ்மட்ஸ் தனது வார்த்தைகளின் மீது காந்தி கொண்டிருந்த நம்பிக்கைக்குத் துரோகம் செய்துவிடுகிறார். சட்டம் ரத்து செய்யப்படுவதென்பது சுய விருப்பத்தின்படி பதிவு செய்யத் தொடங்கும் முன்னரே நடந்திருக்க வேண்டுமென்று பதானியர்கள் முன்பு வாதிட்டபோது காந்தி அது கண்ணியமான செயலன்று... நாம் அரசாங்கத்தின் மீது நம்பிக்கைகொள்ள வேண்டும் என்று

பதிலளித்திருந்தார். ஆனால், இப்போது இழைக்கப்பட்டிருந்த நம்பிக்கைத் துரோகம் அவரை விமர்சித்தவர்கள் சொன்னதே சரி என்பதுபோல நிரூபணமாகியிருந்தது.

1908 ஜூன் 24 அன்று நடைபெற்ற கூட்டத்தில், காந்தி-ஸ்மட்ஸ் ஒப்பந்தத்தை அரசாங்கம் மீறிவிட்டதால் இந்தியர்கள் உரிமம் பெற வேண்டி தாங்கள் அளித்திருந்த அத்தனை விண்ணப்பங்களையும் விலக்கிக்கொள்ள தீர்மானித்தனர். உடன்படிக்கை ஏற்படும் வாய்ப்பு ஏதும் இல்லாததால் சத்தியாகிரகப் போராட்டம் செய்வது என்று முடிவாயிற்று. ஜூலை முதல் இந்தியர்கள் தலைச்சுமை வியாபாரிகளாக உரிமம் இன்றி டிரான்ஸ்வாலுக்குள் பிரவேசித்து கைதாக ஆரம்பித்தார்கள். தண்டனையாகக் கிடைத்த ஒரு வார சிறைவாசத்துக்குப் பின் மீண்டும் அதே குற்றத்தைச் செய்து மீண்டும் கைதானார்கள். இப்போது இந்திய சமூகத்தில் கைதாவது பெருமைக்குரிய செயலாகவும், இந்த நடவடிக்கைகள் எதிலும் ஈடுபடாதிருப்பது குற்றவுணர்வுகொள்ள வைப்பதாகவும் மாறியிருந்தது. காந்தி அந்தக் 'குற்றவாளிகளுக்காக' நீதிமன்றத்தில் வாதாடினார். அடுத்தக்கட்ட நடவடிக்கையாக ஆகஸ்ட் 16ஆம் தேதி கிட்டத்தட்ட மூன்றாயிரம் ஆசியர்கள் ஃபோர்ட்ஸ்பர்க் மசூதிக்கு வெளியே ஒன்று கூடித் தாங்கள் பெற்றிருந்த பதிவுச் சான்றிதழ்களை எரித்தனர். காந்தி தாங்கள் செய்யவிருக்கும் செயல் குறித்து ஸ்மட்ஸுக்கு முன்பே கடிதம் மூலம் தெரியப்படுத்தியிருந்தார்.

போராட்டம் ஒருங்கிணைக்கப்பட்டு இருந்தாலும் சில குஜராத்தி வியாபாரிகள் அதிலிருந்து விலகியும் இருந்தனர். பதானியர்களுக்கோ காந்தியின் மீது எப்போதுமே சந்தேகம் இருந்து கொண்டேயிருந்தது. அவர்களுக்குத் தன் மீதான வன்மம் இன்னும் மாறியிருக்காது என்று கருதிய மோகன்தாஸ், 1909 ஜனவரியில் மகன்லாலுக்கு எழுதிய கடிதமொன்றில், ஒருவேளை தென்னாப்பிரிக்காவில் என் சொந்த நாட்டுக்காரர்களின் கரங்களில் நான் மரணத்தை சந்திக்க நேரிடலாம். அப்படி நடந்தால் நீ மகிழ்ச்சியடைய வேண்டும். அது இந்துக்களையும் முஸல்மான்களையும் ஒன்றுபடச் செய்ய உதவும். எதிரிகள் அப்படியானதோர் ஒற்றுமை நமக்குள் எற்பட்டு விடக் கூடாதென்று மிகுந்த பிரயத்தனப்படுகின்றனர். இம்மாதிரியான பெருமுயற்சிகளில் ஒருவர் தன் உயிரைத் தியாகம் செய்துதான் ஆக வேண்டும். நான் அந்தத் தியாகத்தைச் செய்தால், என்னையும் உன்னையும் நம் சகாக்களையும் நற்பேறு பெற்றவர்களாகக் கொண்டவர்களாகக் கருதுவேன் என்று எழுதுகிறார்.

அந்நேரம் அவர் மனைவியின் உடல்நிலை மோசமாகிவிடுகிறது. அவர் மனைவிக்குக் குளிர்நீர் ஒத்தட சிகிச்சை அளித்தார். பழங்களையே உணவாகத் தர ஆரம்பித்தார். மனைவி ஒரு குழந்தையைப் போலத் தன்னிடம் ஒட்டிக் கொள்வதை உணர்கிறார். ஆனால் சமூக நிலவரம் அவரை வெளியே அழைக்கிறது. இரு திக்குகளில் இழுபட்டாலும் இறுதியில் குடும்பத்துக்கு எதிர்த்திசையில் போய் விழுகிறார். மீண்டும் சட்டத்தை மீறி சிறைக்குச் செல்கிறார். அவரது மூத்த மகனும் அவரும் ஒரே நேரத்தில் சிறையிலடைக்கப்படுகின்றனர். அவரது குடும்பத்துக்குள் பொதுச் சமுதாயம் நுழைந்திருந்தது. அவர்கள் தனிப்பட்ட வாழ்க்கை வாழவில்லை. தனி வீடு, தனி உணவு, கல்வி, வேலை என்று எதிலும் எந்தப் பிரத்யேகச் சலுகைகளும் மகன்களுக்கில்லை, மனைவிக்குமில்லை. அவர் தூதுக்குழு உறுப்பினராக லண்டனுக்குக் கிளம்புகிறார். இம்முறை போராட்டத்துக்கு இந்தியர்களின் ஆதரவு கோரி ஹென்றி போலாக் இந்தியா வருகிறார்.

இனவாதத் தடையில் தேசிய அவமதிப்பு அடங்கியுள்ளதாகக் கருதும் திரு.காந்தி லண்டனில் அதிகார உயர் மட்டத்தைத் தொடர்ந்து சந்திக்கிறார். எந்த அளவுக்குப் பெரிய மனிதர்கள் என்று சொல்லப்படுபவர்களையோ, நிஜமாகவே மாபெரும் மனிதர்களைச் சந்திக்கும் அனுபவம் பெறுகிறேனோ அந்த அளவுக்கு அம்மாதிரியான ஒவ்வொரு சந்திப்புக்கும் பிறகு மனக்கசப்படைகிறேன். இந்த முயற்சிகள் எல்லாம் வெறும் உமியை உரலில் இடிப்பது போலத்தான். அதிகாரம் பெற்ற பதவிகளில் இருப்பவர்கள் நீதியை நிலைநாட்டுவதில் எந்த ஆர்வமும் காட்டுவதில்லை. சம்மந்தப்பட்டவர்களுக்குக் கடிதம் எழுதி, அவர் பதிலுக்குக் காத்திருந்து, பின் அதற்கு பதில் எழுதி, பிறகு அவர்களைச் சென்று சந்திக்க வேண்டும். ஒருவர் லண்டனின் வடபகுதியில் குடியிருப்பார். மற்றொருவர் தென்பகுதியில் குடியிருப்பார். இவ்வளவு ஆர்ப்பாட்டத்துக்குப் பிறகும் என்ன பலன் கிடைக்குமென்று யாரும் சொல்ல முடியாதென்று இந்தியன் ஒப்பீனியன் இதழில் எழுதுகிறார். அதிகார வர்க்கத்தை நெருக்கமாக அணுகுவதன் மூலம் அவரது அனுபவங்கள் கூடுகின்றன.

10
கோகலேயின் வருகை

அப்போது இந்தியாவில் பயணித்து போராட்டத்துக்கு ஆதரவு திரட்டிக்கொண்டிருந்த ஹென்றி போலாக் காந்தியைப் பற்றிய தெளிவான சித்திரமொன்றை முன் வைக்கிறார். மோகன்தாஸ் காந்தியின் கம்பீரமான ஆளுமை ஒப்பீட்டளவில் மிகச் சாதாரணமான அவரது உருவத்தை மறைத்துவிடுகிறது. நல்லறத்தின் பேருருவான அவருக்கு முன்பாக ஒருவரால் ஆசுவாசமாக உணர முடியும். அவரது மாசற்ற ஆன்மா தெளிவான, அசைவற்ற ஏரியைப் போன்றது. அதில் சத்தியத்தின் தெளிவான பிரதிபலிப்பை ஒருவரால் காண முடியும் என்கிறார். இதே சித்திரம் மற்ற நண்பர்களுக்கும் எழுந்திருக்கலாம். 1919இல் ரவிந்திரநாத் தாகூர்தான் அவரை முதன்முதலாக மகாத்மா என அழைத்தார் என்று நம்பப்படும் நிலையில், அப்போதே ப்ரன்ஜீவன், தென்னாப்பிரிக்காவிற்கு கோகலேயின் வருகையை வேண்டி எழுதிய கடிதமொன்றில், திரு.காந்தி ஆண்டுக்கு ஆண்டு (எனக்கு அவரை இருபது வருடங்களாகத் தெரியும்) இன்னும் கூடுதலாகத் தன்னலமற்றவராகி வருகிறார். இப்போது அவர் ஏறக்குறைய ஒரு துறவு வாழ்க்கை வாழ்ந்து வருகிறார். நாம் வழக்கமாகப் பார்க்கும் சாதாரண துறவி அல்ல. மாறாக ஒரு மகாத்மா. இந்தியாவுக்காகப் பணியாற்றும் எந்த ஒரு ஊழியரின் கல்வியும் திரு காந்தியையும் அவரது நிறுவனங்களையும் பற்றிக் கற்காதவரை முழுமையடைய முடியாது என்று எழுதுகிறார்.

தூதுக்குழுவின் உறுப்பினராக லண்டன் செல்லும் காந்தியடிகளின் பயணம் வெற்றி பெறாதநிலையில் 1909 நவம்பர் 13 அன்று தென்னாப்பிரிக்காவுக்குத்

திரும்புகிறார். இப்பயணத்தின்போது இந்து சுயராஜ்ஜியம் என்கிற நூலை எழுதுகிறார். எண்ணங்கள் தங்கு தடையின்றி பிரவாகமாகப் பெருகியதால் நவம்பர் 13இல் தொடங்கிய இந்நூல் நவம்பர் 22இல் முடிந்தே விட்டது. அவரின் இறுதி வரைக்குமே சாத்தியப்பட்ட அதே வேகம், அதே ஒழுங்கு. குஜராத்தி மொழியில் எழுதப்பட்ட கையெழுத்துப் பிரதியாகக் கிட்டத்தட்ட 271 பக்கங்களையும் 30,000 வார்த்தைகளையும் கொண்ட நூலில் மூன்று வரிகள் மட்டுமே அடித்து எழுதப்பட்டிருந்தது. அவர் வலது கை வலிக்கும்போது இடது கையை உபயோகப்படுத்துகிறார்.

இத்தனை விரைவாகவும் அவசரமாகவும் எழுத வேண்டியதன் அவசியம் ஒருவேளை தூதுக்குழு எதையும் சாதிக்க முடியாமல் திரும்பியதாக இருக்கலாம். அல்லது மற்றொன்றாகவும் இருக்கலாம். அதாவது அவர் தூதுக்குழுவின் இரட்டை அங்கத்தினரில் ஒருவராக இங்கிலாந்தின் சௌத்தாம்ப்டன் துறைமுகத்தில் ஜூலை 10ஆம் தேதி இறங்குவதற்குச் சரியாக ஒன்பது தினங்களுக்கு முன்பாக அங்கு நிகழ்வு ஒன்று நடந்துவிடுகிறது. லண்டன் பல்கலைக்கழகக் கல்லூரியில் பொறியியல் படித்து வந்த மதன்லால் திங்ரா என்ற பஞ்சாபி இளைஞன் சர் கர்சன்வைலி என்ற ஆங்கிலேய அதிகாரியை ஒரு விருந்து நிகழ்வின்போது கொன்றுவிடுகிறான். அவனுக்கு மரண தண்டனை விதிக்கப்படுகிறது. அவன் தனது ஒப்புதல் வாக்குமூலத்தில், என் தாய்நாடு தன்னுடைய இலட்சியத்தில் வெற்றியடைந்து மனித வர்க்கத்தின் நன்மைக்காகவும் கடவுளின் கீர்த்திக்காகவும் சுதந்திரத்துடன் நிற்கும் வரையில், இதே மண்ணில் பிறந்து இதே தெய்வீக இலட்சியத்திற்காகச் சாக வேண்டும் என்கிறான்.

தீவிரமான தேசாபிமானி என்றபோதிலும் திங்ராவின் செயலும் அதற்குப் பின்பான ஒப்புதல் வாக்குமூலமும் தனக்கு விதிக்கப்பட்ட மரண தண்டனை நாட்டு மக்களின் பழிவாங்கல் உணர்வை இன்னும் முனைப்பானதாக ஆக்குமென்ற அந்த இளைஞனின் எண்ணமும், மராட்டிய மாணவரான சாவர்க்கர் வழியாக இந்தியாவில் பரவியபோது இது இளைஞர்களின் உணர்வுகளை வன்முறை நோக்கி அழைத்துச் செல்வதாக இருந்தது. லண்டனில், இந்தியா ஹவுசில் தங்கியிருந்த இந்த ஆயுதப் புரட்சி நம்பிக்கையாளர்களின் நோக்கம் சரியானதாக இருந்தாலும் அதனை அடையும் வழிமுறை குறித்த சிந்தனையின் போக்கு அந்நிய மண்ணில் இதிலிருந்து மாறுப்பட்டதும் உயர்வானதுமான ஒரு தற்காப்பு ஆயுதத்தை

உபயோகித்துக் கொண்டிருக்கும் காந்திக்குப் பதற்றத்தை ஏற்படுத்தியிருக்க வேண்டும்.

அவர், கொல்லப்பட்ட அதிகாரியான சர்.கர்சன் வைலி இந்திய மாணவர்கள் மத்தியில் விருந்தினராக வந்தபோது சுடப்பட்டது துரோகச் செயல் என்பதோடு சுதந்திரம் அடைவதற்கு மதன்லால்திங்ரா தேர்ந்தெடுத்த வழிமுறையும் பழிவாங்கலும் இந்தியாவுக்கு அதிகத் தீங்கை ஏற்படுத்தியுள்ளன என்கிறார். மேலும் இது தூதுக்குழுவின் முயற்சிகளுக்குப் பின்னடைவை ஏற்படுத்திக் கொடுத்துள்ளதாகவும் கருதினார். காந்தி, தன் நண்பர் ஹென்றி போலக்குக்கு எழுதிய கடிதமொன்றில், பிரிட்டிஷார் இம்மாதிரியான படுகொலைகள் காரணமாக நாட்டை விட்டுச் சென்றுவிட்டாலும், அவர்களுக்கு பதில் ஆளப் போவது யார்? இதற்கான ஒரே பதில்.. கொலைக்காரர்கள் என்பதே. கொலைக்காரர்கள் ஆட்சியில் யார் மகிழ்ச்சியாக இருக்க முடியும்? ஆங்கிலேயர் ஆங்கிலேயராக இருப்பதாலேயே மோசமானவர்களாகிவிடுவரா? இந்தியர்கள் என்பதாலேயே அனைவரும் நல்லவர்களா? கொலைக்காரர்களின் ஆட்சியால் இந்தியாவுக்கு எந்த நன்மையும் வந்துவிடாது - அவர்கள் வெள்ளையர்களாக இருந்தாலும் சரி... கருப்பர்களாக இருந்தாலும் சரி.. இதைத்தான் இந்நூலிலும் எழுதுகிறார்... புலி வேண்டாம். புலியின் தன்மை மட்டும் வேண்டியிருக்கிறதா என்று. இலட்சியத்துக்கும் அதை அடைய வேண்டிய வழிமுறைக்கும் நிச்சயம் தொடர்புண்டு. விஷப்பூண்டை விதைத்துவிட்டு ரோஜா மலரை அடைய முடியாது என்கிறார். இந்நூலின் குஜராத்தி பதிப்பு ஜனவரி 1910இல் ஹிந்த் ஸ்வராஜ் என்ற பெயரில் வெளிவருகிறது. அதன் ஆங்கில வடிவைக் காந்தி கூற ஹெர்மான் காலன்பாக் எழுதிக் கொள்கிறார். ஹோம்ரூல் என்ற பெயர்கொண்ட அந்தப் பதிப்பு இரு மாதங்களுக்கு பின்னர் வெளியானது. இரண்டுமே இந்தியன் ஒப்பீனியன் இதழை அச்சிட்டு வந்த ஃபீனிக்ஸ் அச்சகத்திலேயே அச்சிடப்பட்டது.

இது ஒருபுறமிருக்க, சத்தியாகிரகிகள் சிறைக்கும் வீட்டுக்குமாக இருப்பதால் அவர்களின் குடும்பங்கள் பராமரிக்க ஆளின்றி இருந்தனர். காந்தியின் நண்பரான ஹெர்மன் காலன்பாக், ஜோஹானஸ்பர்க்குக்கு அருகே ஆயிரம் ஏக்கர்களுக்கு மேற்பட்ட நிலத்தை இந்தியர்களுக்கு அளித்தார். போராட்டம் தொடரும் வரை சத்தியாகிரகிகளும் அவர்களது குடும்பமும் வாடகையோ வேறு கட்டணமோ ஏதுமின்றி அந்தப் பண்ணையில் வசித்துக்கொள்ள

முடிவாயிற்று. காந்தி, தன் நண்பரின் ஒப்புதலோடு அந்தப் பண்ணைக்குத் தன் அபிமானத்துக்குரியவரான டால்ஸ்டாயின் பெயரைச் சூட்டினார். ஃபீனிக்ஸ் குடியிருப்பைப் போலவே டால்ஸ்டாய் பண்ணையும் சமத்துவமும் கூட்டுறவும் இணைந்ததொன்றாக இருந்தது.

1909 மார்ச் 27இல் நடந்த ஸ்மட்ஸ் - காந்தி சந்திப்பின் முடிவில், காந்தி பணத்துக்காக வழக்கறிஞர் தொழில் செய்வதில்லையாதலால், ஸ்மட்ஸ் காந்தியிடம் என்ன செய்துகொண்டிருக்கிறீர்கள் என்று வினவினார். காந்தி, தன் நண்பரின் உதவியால் அமைக்கப்பட்ட டால்ஸ்டாய் பண்ணையில் சத்தியாகிரகிகளின் குடும்பங்களைத் தங்க வைத்து கவனித்துக் கொள்வதாகக் கூறுகிறார். ஸ்மட்ஸ், இவர்களைச் சிறை வைப்பது உங்களை விட எனக்கு அதிகம் துன்பம் தருவதாக இருக்கிறது. தன் மனசாட்சிக்காகக் கஷ்டங்களை அனுபவிப்பவர்களைச் சிறை வைப்பது என் வாழ்வின் மிகக் கசப்பான கட்டமென்று பதிலளிக்கிறார். எதிரிகளால் கூட அவரிடம் பகைமை பாராட்ட முடிவதில்லை. பின்னாட்களில் கூட அவர் எம்.ஏ.ஜின்னா, வின்ஸென்ட் சர்ச்சில் உட்பட யாரையுமே தனது எதிரிகளாகக் கருதிக் கொண்டதில்லை. அவரைப் பொறுத்தவரை அவர்கள் கருத்தியல்ரீதியாக எதிர்நிலையில் இருப்பவர்கள் மட்டுமே. போலவே, அவர் ஒருபோதும் தன்னால் கடைப்பிடிக்க முடியாத அல்லது செய்ய முடியாத எந்தவொரு கருத்தையோ செயலையோ முன் வைப்பதில்லை. உயர்த்திச் சொல்லுவதுமில்லை.

அரசியல் சூழலில் தென்னாப்பிரிக்கக் குடியேற்றச் சட்ட நீக்கம் குறித்த எந்த முன்னேற்றமும் ஏற்படவில்லை. இந்நிலையில், காந்தியின் வேண்டுகோளை ஏற்று இந்தியாவின் மிக முக்கியமான மனிதரும் திரு.காந்தியின் அரசியல் குருவுமான கோபாலகிருஷ்ணகோகலே தென்னாப்பிரிக்கா செல்கிறார். அவர் பிரதம மந்திரி ஜெனரல் போத்தா, ஜெனரல் ஸ்மட்ஸ் உட்பட அரசு உயரதிகாரிகளை அங்கு சந்திக்கிறார். இச்சந்திப்புகளின்போது கோகலேக்கு காந்தியையும் தன்னுடன் அழைத்துச் செல்ல விருப்பம் என்றாலும் அரசாங்கம் அதை விரும்பவில்லை. சந்திப்பின் முடிவில், ஆசியர்களுக்கெதிரான கருப்புச்சட்டத்தை ரத்து செய்வதாகவும் குடியேற்றச் சட்டத்திலிருந்த நிறத்தடையும் மூன்று பவுன் வரி விதிப்பும் அகற்றப்படும் என்றும் அவர்கள் கோகலேயிடம் வாக்குறுதி அளிக்கின்றனர். தங்களது கோரிக்கை ஏற்றுக்கொள்ளப்பட்டு விட்டதால் காந்தி உடனே இந்தியா

திரும்பிவிடலாம் என்றும், இந்தியா அவரது பணிக்காகக் காத்திருக்கிறது என்றும், கோகலே மகிழ்ச்சி தெரிவிக்கிறார். ஆனால், ஏற்கனவே இதில் அனுபவம் கண்டவரான காந்தி, அந்த வெள்ளையர்களின் பேச்சை நம்பவில்லை. இறுதியில் காந்தியின் கணிப்புதான் ஜெயிக்கிறது. இப்போது அவர்கள் மற்றொரு தீர்ப்பின் வழியே இந்திய திருமணங்களையே செல்லாமல் ஆக்கியிருந்தனர்.

11

அணிவகுப்பு

இந்தியர்களை கேப் பிராந்தியத்திற்குள் முன்பு போல வர அனுமதிப்பது, நேட்டாலில் மூன்று வருடக்காலம் வசித்திருக்கக் கூடிய முன்னாள் பிணைத்தொழிலாளர்களை, அவர்கள் இந்தியாவுக்குச் சென்றிருந்தாலும் மீண்டும் பிராந்தியத்துக்குள் நுழைய அனுமதிப்பது, எல்லா இந்தியத் திருமணங்களையும் சட்டப்படி செல்லுபடியாக்குவது என்ற கோரிக்கைகளை முன் வைப்பதற்காக காந்தி ஜெனரல் ஸ்மட்ஸுடன் சந்திப்பைக் கோரினார். ஆனால் அரசாங்கம் அவரை அழைப்பதாகவோ அவரது கோரிக்கைகளுக்கு பதில் கூறுவதாகவோ இல்லை.

இறுதியில் கிளர்ச்சி செய்வதென்று முடிவானது. அதன் ஆரம்பக்கட்ட நடவடிக்கையாக 1913 செப்டம்பர் மாதத்தின் பதினைந்தாம் தேதியன்று ஃபீனிக்ஸ் குடியிருப்பிலிருந்து கஸ்தூர், ராமதாஸ், ருஸ்தம்ஜி, ஜெக்கி, மேத்தா, சக்கன்லால், மக்கன்லால் உள்ளிட்ட பதினாறு பேர்கள் அடங்கிய சத்தியாகிரகிகளின் படை சட்டவிரோதமாக டிரான்ஸ்வாலுக்குள் நுழைவதற்காகப் புறப்பட்டுச் சென்றது. அவர்கள் வோல்க்ஸ்ரஸ்ட்டில் தடுத்து நிறுத்தப்பட்டு நீதிமன்றம் அழைத்துச் செல்லப்பட்டனர். அங்கு, அவர்களுக்கு மூன்று மாத சிறைத் தண்டனை அளிக்கப்பட்டு மாரிட்ஸ்பர்க் சிறைச்சாலைக்குக் கொண்டு செல்லப்பட்டனர். அதைத் தொடர்ந்து காந்தியும் 1913 செப்டம்பர் 25 அன்று ஃபீனிக்ஸ் குடியிருப்பிலிருந்து டிரான்ஸ்வால் நோக்கி புறப்படுகிறார். அவர் டிரான்ஸ்வாலுக்குள் நுழைந்திருப்பினும் கைது செய்யப்படவில்லை. அங்கிருந்து நேட்டாலுக்குப் பயணிக்கிறார். முன்பிருந்தது

போல அவருக்கு நேட்டாலில் ஆதரவாளர்கள் அதிகமில்லை. அவரின் வழிமுறைகள் அண்மைக்காலத்தில் கடுமையான விமர்சனங்களுக்கு உள்ளாகியிருந்தன. நேட்டால் இந்திய காங்கிரஸ் அமைப்பு அவருடைய தலைமையானது திறமையற்றது என்றது. காந்தியைத் தீவிரமாக எதிர்க்கும் பி.எஸ்.ஐயர் என்பவர் சாத்விகமான எதிர்ப்புமுறை உபயோகத்தை இழந்துவிட்டது, இங்கு உரிமைக்காகப் போராடுவதை விட இந்தியர்கள் ஒட்டுமொத்தமாகத் தங்கள் சொத்துகளை விற்றுவிட்டு இந்தியாவுக்குச் சென்றுவிடலாம் என்கிறார். டர்பன் ஹிந்துஸ்தானி சங்கமும் இஸ்லாமிய வியாபாரிகள் குழுவும் அவருக்கு ஆதரவு தெரிவித்தாலும் டிரான்ஸ்வால் லீடர் இதழ், 'நெருக்கடியில் சத்தியாகிரகிகள், இந்திய வியாபாரிகள் இயக்கத்துக்கு எதிர்ப்பு' என்ற தலைப்பில் இந்தியர்களின் சாத்விக எதிர்ப்பு நொறுங்கிப் போகும் ஆபத்தில் இருக்கிறது, அதை வழிநடத்துவதற்குத் தேவையான பணம் அவர்களிடமில்லை. பொதுமக்களின் ஆதரவும் வெகு குறைவே என்று கட்டுரை எழுதியது. காந்திக்குத் தியாகியாக வேடம் தரிக்கும் ஆசை வந்து விட்டது. இந்தப் போராட்ட இயக்கத்துக்குப் பின்னே நிஜமான ஆர்வமோ பொருளாதாரமோ இருப்பதாகத் தெரியவில்லை. இது விரைவில் பிசுபிசுத்துவிடும் என்று ஸ்மட்ஸ் கவர்னர் ஜெனரலின் செயலாளருக்கு தகவல் அனுப்புகிறார்.

திரு.காந்தி இதை அறிந்திருந்தாலும் ஏதோ ஒன்றின் வழி நடத்தலில் முன்னேறிக் கொண்டிருந்தார். அவரிடம் அணிவகுப்பு குறித்த பயணத்திட்டமும் தொண்டர்களுக்கு உணவு மற்றும் தங்குமிடத்திற்கான ஏற்பாடும் அணிவகுப்பின் ஒழுக்கம் குறித்த தெளிவான திட்டமிடலும் இருப்பினும் போராட்டத்தின் போக்கு எவ்விதம் இருக்கும்... வியாபார வர்க்கம் எந்தளவுக்குப் போராட்டத்தில் கலந்து கொள்ளும்... இரண்டு மாகாணங்களிலும் வசிக்கும் இந்தியர்கள் எந்தளவுக்குக் கைதாகத் தயாராக இருப்பார்கள்... பணத் தேவைகளை எங்ஙனம் பூர்த்தி செய்வது... போன்ற விடை தெரியாத கேள்விகள் அவரைச் சூழ்ந்து கொண்டிருந்தன. அவர் பதற்றமுறுகிறார். பின் பதற்றத்துக்கான காரணிகளை நிதானமாக யோசிக்கிறார். 'நான் தேவையில்லாமல் எல்லாச் சுமைகளையும் என் மீது ஏற்றிக் கொள்வதால்தான் நிதானமிழந்து போகிறேன். ஆன்மிக நோக்கம் கொண்டவர்கள் இங்ஙனம் தன்னிலை இழப்பதில்லை. இப்படி நடப்பது முதன்முறை அல்ல. ஆனாலும் நான் படிப்பினையைக் கற்றுக் கொள்ளவில்லை. கீதை ஜீவசக்தி நிறைந்த வழிக்காட்டி. அது என்னை எக்காலத்திலும்

வழிநடத்திச் செல்லும்'. அமைதி கிடைத்த உள்ளத்திற்குச் சிறு ஒளி தென்படுகிறது. நியூகாஸில் அருகே சுரங்கத் தொழிலாளிகள் போராட முன்வருவதாகத் தகவல் வருகிறது. அவர் உடனே நியூகாஸிலுக்குப் புறப்படுகிறார். அங்கு போராட்டக்காரர்கள் மத்தியில் போராட்டத்தின் கடுமையை குறித்துப் பேசினார். "வேலைநிறுத்தம் எதுவரை நீடிக்கும் என்பதைக் கூற முடியாது. இப்போதிருக்கும் நிலவரப்படி கணித்தால் அது முடிவின்றி தொடரவே வாய்ப்புகள் அதிகம். ஆகவே சத்யாகிரகிகள் தங்களின் முதலாளிகள் அளித்த வீடுகளிலிருந்து வெளியேற வேண்டும். போராட்டக்காரர்கள் உடையும் கம்பளியையும் தவிர வேறெதையும் கொண்டு வரத் தேவையில்லை. விற்கக் கூடியவற்றை விற்றுவிட்டு மற்றவற்றை வீட்டிலேயே விட்டுவிட்டு வர வேண்டும். முதலாளிகள் சாதாரணமாகப் பொருள்களைத் தொட மாட்டார்கள். அப்படியே அவர்கள் வஞ்சம் கொண்டு வீசியெறிந்தாலும் அதற்கும் தயாராக இருக்க வேண்டும். இதற்குத் தைரியம் இல்லாதவர்கள் திரும்பச் சென்றுவிடலாம். அவர்களை நகைப்பிற்கிடமாகவோ கேலியாகவோ யாரும் அணுகமாட்டோம்."

காந்தியின் பேச்சை நிதானமாகக் கேட்ட சுரங்கத்தொழிலாளிகள், தங்கள் முடிவிலிருந்து பின் வாங்காமல் மனைவி மக்களோடு தேவையான ஆடைகளைச் சுமந்துகொண்டு அணியணியாக வரத் தொடங்கினர். அவர்களுக்குச் சமையலுக்கான பாத்திரங்களும் அரிசி பருப்பு மூட்டைகளும் உதவிகளாகக் குவிந்தன. ஆயினும் டிரான்ஸ்வாலை நோக்கி போராட்டத்தை முன்னெடுக்கக் காத்திருந்த அவர்களைப் புகைவண்டியில் பயணிக்க வைக்குமளவுக்கு திரு. காந்தியிடம் நிதிவசதியோ, வேறு பொருளாதார உதவிகளோ இருக்கவில்லை. ஆகவே, அவரது தலைமையில் சுமார் ஐயாயிரம் சத்தியாகிரகிகளைக் கொண்ட அணிவகுப்பு தனது போராட்டத்தை நடைப் பயணமாகவே துவக்கியது.

செய்தித்தாள்கள் இந்த அணிவகுப்பைக் கடுமையாக விமர்சித்தன. காந்தி தன் நாட்டினரை சிறைகளை நிரப்புமாறு தூண்டி விடுகிறார். அவரது போராட்டமுறைகளையும் ஒன்றுக்குமாகாத கோரிக்கைகளையும் நூற்றைம்பது பேர் கூட ஏற்கப் போவதில்லை. ஜோஹானஸ்பர்க்கில் கூட மிஞ்சிப்போனால் ஐம்பதுபேர்தான் இவரின் போராட்டத்தை நம்புபவர்கள் என்பது போன்ற எதிர்மறை செய்திகளே அதிகமும் வெளியாகின. சத்தியாகிரகிகள் தங்களின் துன்பங்களுக்கு விலையாகப் பணம் கேட்கிறார்கள் என்று பரப்பட்ட

செய்தியை மறுத்து காந்தி கடிதம் எழுதினார். அதற்கு ஆதாரமாக சத்தியாகிரகிகளுக்கான கூட்டத்தில் எண்ணற்ற வியாபாரிகள் கலந்து கொண்டதைக் குறிப்பிட்டார். பொய்ச் செய்திகளை வெளியிடுவதென்பது சென்ற போராட்டங்களின்போது துன்பங்களை அனுபவித்தவர்களுக்கும், இப்போது துன்பங்களைத் தைரியமாக எதிர்கொள்ள முன்வந்திருக்கும் ஆண், பெண், குழந்தைகளுக்கும் இழைக்கப்படும் குரூரமான அநீதி என்றார்.

இதற்கிடையே சுரங்க முதலாளிகள் தங்களது தொழிலாளிகளை ஈர்த்துக் கொண்ட காந்தியை டர்பனுக்கு அழைத்துத் தொழிலாளிகள் வேலைக்குத் திரும்ப வேண்டுமாய்க் கேட்டுக் கொண்டபோது அதில் மிரட்டலுமிருந்தது. டர்பனிலிருந்து திரும்பிய காந்தி போராட்டக்காரர்களிடம் “இது வாழ்வாதாரம் பறிபோய்விடும் நிலை” என்று பட்டவர்த்தனப்படுத்துகிறார். அவர்களோ வாழ்க்கை நெடுக இதுபோன்று நிறைய துயரங்களைக் கடந்திருக்கிறோம் என்றனர். “மீளத் திரும்பல் கேலிக்குரியதல்ல” என்றார். அவர்கள், துணிந்தபின் துக்கமில்லை என்றனர். கிட்டத்தட்ட ஆறாயிரம் போராட்டக்காரர்கள் திரண்டுவிட்டபோது அவரால் ரொட்டியும் சர்க்கரையும் தவிர வேறு எதையும் ஏற்பாடு செய்து தர முடியவில்லை. போராட்டத்தின் நிலைகளை ஆல்பர்ட் வெஸ்ட் உடனுக்குடன் கோகலேக்குத் தகவல் அனுப்பிக் கொண்டிருந்தார். காந்தியின் மூன்றாவது மகன் ராமதாஸ் தன் தாயாரோடு சிறையிலிருக்க, இந்தியன் ஒப்பீனியன் இதழ் வேலைகளில் ஈடுபட்டுக்கொண்டிருந்த காந்தியின் இரண்டாவது மகன் மணிலாலும் ஜோஹானஸ்பர்க்கில் உரிமம் இல்லாமல் தெரு வியாபாரத்தில் ஈடுபட்டு கைதாகிச் சிறைக்குச் செல்கிறார்.

கீதை கோரும் பக்தி, உணர்ச்சிப்பெருக்கால் உண்டாவதல்ல. பக்தன் தான் செய்யும் தீர்மானங்களை உறுதியுடன் நிறைவேற்றும் வலிமையான மனம் படைத்தவன். தன்னைக் கடவுளிடம் அர்ப்பணித்துக் கொண்ட அப்பக்தனுக்கு யாரையும் எவரையும் கண்டு அச்சம் தோன்றுவதில்லை. ஆனந்தம், துக்கம், பயம் ஆகியவற்றிலிருந்து விடுபட்ட தூய்மையாளன், நற்பணிகள் செய்பவன். ஆனால் அப்பணிகளின் வழியே பெறக்கூடிய பலாபலன்களைப் பொருட்படுத்துபவன் அல்ல. கீதை அவருக்குக் குருவாகியது.

சார்லஸ்டவுனில் இரவு உறக்கத்துக்கு முன்பான ஓய்வின்போது அவர் போராட்டக்காரர்களிடம் பேசினார்.

“அரசாங்கம் வேண்டுமென்றே நமது எதிர்ப்பைக் கண்டுகொள்ள மறுக்கிறது. அதற்காக நாம் சோர்ந்துவிடக் கூடாது. அவர்கள் நம்மைக் கைது செய்யும்வரை அணிவகுப்பைத் தொடர வேண்டும். நமது கடைசி இலக்கான டால்ஸ்டாய் பண்ணையை அடைய இன்னும் நெடுந்தொலைவு கடக்க வேண்டும். நாம் எட்டுப் பகுதிகளாகப் பிரிந்துகொண்டு ஒவ்வொரு நாளும் இருபத்து நான்கு மைல்கள் நடந்து செல்ல வேண்டும். சுமைகளைச் சேர்க்க வேண்டாம். இனி தேவைக்கு அதிகமான உடுப்புகள் கூடக் கூடுதல் சுமையாகிவிடும். தங்கும் வீடுகளிலோ பொது இடங்களிலோ நமக்கு உரிமையில்லாத எவற்றையும் தொட வேண்டாம். எந்த அதிகாரியோ அல்லது அதிகாரியல்லாத ஐரோப்பியரோ அடித்தாலோ துன்புறுத்தினாலோ பொறுமைகாக்க வேண்டும். போலீசார் கைது செய்தால் பொறுமையாக அதற்கு உடன்பட வேண்டும். இடையில் நான் கைது செய்யப்பட்டாலும் கூட இதே கண்ணியமும் கட்டுக்கோப்பும் பொறுமையும் உங்களிடம் இருக்க வேண்டும். எனக்கடுத்த தலைமைகளை நான் இப்போதே நியமித்துவிடுகிறேன். நீங்கள் அவர்களின் கட்டளைகளுக்கேற்ப அணி வகுப்பைத் தொடர வேண்டும்.”

காந்தியின் பேச்சைக் கூட்டம் ஏற்றுக்கொண்டது.

அன்றிரவு உறக்கத்திற்காக வெட்டவெளியில் துணியை விரித்து படுத்தபோது அவர் மனம் சலனமற்றிருந்தது. மனதில் அமைதியான சிந்தனைகள் ஓடியது. இம்மாதிரியான புயலின் மத்தியில் மீராபாயைப் போன்ற ஒரு பக்தையால் மனநிறைவுடன் விஷத்தைக் கூடப் பருகமுடியும். சமாதானத்தைக் கோருபவன் அதைத் தன் உள்ளத்திலேயே காண முடியும் என்பதைத்தான் சாக்ரடீஸ் இருட்டுச் சிறையில் அமைதியாக மரணத்தைத் தழுவுவதன் மூலம் நமக்கு உணர்த்துகிறார் போலும். அவருக்கு இயல்பாக உறக்கம் வருகிறது.

அதிகாலையில் அவர் விழித்துக்கொண்டதும் முதல்வேளையாக அரசாங்கத்துக்குக் கடிதம் எழுதத் தொடங்கினார். ‘நாங்கள் டிரான்ஸ்வாலுக்குக் குடியேறும் எண்ணத்தில் வரவில்லை. மந்திரியவர்கள் தாம் கொடுத்திருந்த வாக்குறுதியை மீறியதற்கு எங்களின் எதிர்ப்பைத் தெரிவித்துக்கொள்ளவும் அதனால் எங்கள் சுயமரியாதை குறைந்து போனது குறித்த எங்களின் துன்பத்தைப் பகிரங்கமாகக் காட்டவுமே இந்த சாத்விக எதிர்ப்பைத் தொடருகிறோம். ஒருவேளை நீங்கள் சார்லஸ்டவுனிலேயே

எங்களைக் கைது செய்துவிட்டால் எங்கள் கவலைகளிலிருந்து விடுதலை பெற்று விடுவோம். அப்படிக் கைது செய்யாமல் எங்களில் யாராவது டிரான்ஸ்வால் புக நேரிட்டால் அதற்கு நாங்கள் பொறுப்பல்ல.'

பொழுது புலரத் தொடங்கியிருந்தது. குழந்தைகள் அங்குமிங்குமாகக் கிடைத்த இடத்தில் உருண்டு கிடந்தனர். தாய்மார்கள் உறக்கமும் களைப்பும் கண்களில் தேங்கிக்கிடக்க உணவு தயாரிப்புக்கான பணிகளில் ஈடுபடத் தொடங்கியிருந்தனர். ஆண்கள் காலைக்கடன்களை முடித்துவிட்டுப் பெண்களிடம் வேலைகளைக் கைமாற்றிக் கொள்வர். கழிவுகள், குப்பைகள், மலஜலங்கள் குழிகளில் இட்டு மூடப்பட்டன. சமையல் தயாரானதும் அதனைப் பங்கீடு செய்து பரிமாறும் பொறுப்பில் காந்தி தன்னை ஈடுபடுத்திக் கொண்டார். ஆட்களின் எண்ணிக்கையைப் பொறுத்து உணவின் அளவைக் கூட்டவும் குறைக்கவும் வேண்டியிருக்கும். இம்முக்கியமான பணியில் தன்னுடன் திறமையான சிலரை உதவிக்கு அழைத்துக் கொண்டார்.

அணிவகுப்புக்கு முன்பாக அவர் பிரிட்டோரியாவிலிருந்த ஜெனரல் ஸ்மட்ஸின் காரியதரிசியைத் தொலைபேசியில் தொடர்பு கொண்டார். "எங்கள் அணிவகுப்பு வோல்க்ஸ்ரஸ்ட் நகரை நோக்கி தயார் நிலையில் உள்ளது. அங்கிருக்கும் ஐரோப்பியர்கள் கோபம் மிகுந்தவர்கள். அவர்களால் எங்கள் உயிருக்கு ஆபத்து வரலாம். சட்டத்தை மீற வேண்டும் என்பதற்காக நாங்கள் இச்செயலில் ஈடுபடவில்லை. நீங்கள் மூன்று பவுன் வரியை ரத்து செய்துவிட்டால் நாங்கள் அணிவகுப்பு யாத்திரையை நிறுத்திவிடுகிறோம்."

"ஜெனரல் ஸ்மட்ஸ்க்கு உங்களுடன் பேசுவதற்கு எதுவுமேயில்லை. நீங்கள் என்ன செய்ய நினைக்கிறீர்களோ அதைச் செய்து கொள்ளுங்கள்" உடனடியாக வந்த அவமதிப்பான பதிலை அவர் எதிர்பார்த்தேயிருந்தார்.

எப்போதும் பலனைப் பற்றியே சிந்தித்துக் கொண்டிருப்பவர்கள் தன் கடமையைச் செய்வதற்கான உறுதியை இழந்துவிடுகிறார்கள். பின்னர் பொறுமையிழந்து கோபத்துக்கு இடம் கொடுப்பதுடன் தகுதியற்ற காரியங்களைச் செய்யத் தொடங்குகிறார்கள். அவர்களின் மனம் ஒரு காரியத்தைவிட்டு மறு காரியத்துக்கும் அதையும் விடுத்து மற்றொன்றுக்குமாகத் தாவி நிலையழியும். எதிலும் உறுதியும் நம்பிக்கையும் இருப்பதில்லை. நியாயம்...

அநியாயம், தருமம்... அதருமம் என்ற பாகுபாடுகள் மறைந்து, கருதுவன யாவற்றையும் நியாயம் என எண்ணிக்கொள்ளும். அவர்கள் தங்களது லட்சியத்தை அடைவதற்கு அநியாயமான வழிகளைக் கைக்கொள்ள அஞ்ச மாட்டார்கள். கீதை அவருக்குப் பாதை காட்டிக்கொண்டிருந்தது.

வோல்க்ஸ்ரஸ்டில் காலன்பாக்கின் உதவியால் தொந்தரவுகள் அதிகமின்றி படை புறப்பட்டது. பாம்போர்ட் நகரில் தங்கிய அன்றைய பிந்திய இரவில் மோகன்தாஸ் கைது செய்யப்பட்ட போது அவர் தன் அருகில் உறங்கிக்கொண்டிருந்த பி.கே.நாயுடுவிடம், தான் கைதான தகவலைத் தற்சமயம் யாரிடமும் கூற வேண்டாம் என்றும் மறுநாள் சூரிய உதயத்துக்கு முன்பாக அணிவகுப்பை துவக்கிவிட வேண்டும் என்றும் கேட்டுக்கொண்டார். அவர் வோல்க்ஸ்ரஸ்ட் நீதிமன்றத்தில் ஆஜர்படுத்தப்பட்டபோது சாட்சிகள் தயாராகும்வரை அவரைக் காவலில் வைக்குமாறு நீதிமன்றம் உத்தரவிட்டது. ஆனால் காந்தியவர்கள் ஐம்பது பவுன் பிணைத் தொகையைச் செலுத்தித் தன்னை விடுவித்துக்கொண்டு மீண்டும் அணிவகுப்பில் கலந்து கொண்டார். ஆனால் மீண்டும் அவர் ஸ்டாண்டர்டன்னில் கைது செய்யப்படுகிறார். இப்போது அவருடன் பி.கே.நாயுடு உட்பட மேலும் ஐந்து ஊழியர்களும் கைது செய்யப்பட்டனர். மீண்டும் ஐம்பது பவுன் பிணைத்தொகையைச் செலுத்திவிட்டு அணிவகுப்பில் சேர்ந்து கொள்கிறார். கைது செய்யப்படுவதும் விடுவித்துக் கொள்வதுமாக இருந்த விபரீத விளையாட்டு தொடர்ந்தாலும் அது அணிவகுப்பை எந்த வகையிலும் கட்டுக்குலைய விடவில்லை.

“சமாதானமாகச் செல்லும் மனிதர்களை எப்படித்தான் வதைப்பது? தாமாக இறக்க முன்வருபவர்களை எப்படித்தான் கொல்வது?” என்று ஸ்மட்ஸ் கூறியதாகச் சேதி வந்த போது காந்தி, “மரணத்தை வரவேற்பவரைக் கண்டால் கொல்லுவதற்கு ஆர்வம் பிறக்காது. அதனால்தான் போர்வீரர்கள் எதிரிகளை உயிரோடு பிடிக்க முயல்கிறார்கள். சுண்டெலி பூனையைக் கண்டதும் ஓடவில்லையெனில், பூனை வேறொரு இறைச்சியைத்தான் கண்டுபிடிக்க வேண்டியிருக்கும். ஆடுகள் சிங்கத்தினெதிரே படுத்துவிட்டால் சிங்கம் ஆடுகளை உண்ண விரும்பாது. சிங்கங்கள் சாத்விக எதிர்ப்பை மேற்கொண்டால், வேட்டைக்காரர்கள் தம் வேட்டைத்தொழிலைக் கைவிட வேண்டி வரும். அகிம்சை, மனவுறுதி ஆகிய இரண்டு பண்புகளை ஒருங்கே கொண்டுள்ள

போராட்டத்தில் எங்களுக்கு வெற்றி கிடைப்பது திண்ணம்" என்றார் காந்தி.

ஆனால், அவர் மீது விமர்சனங்களும் எழுந்து கொண்டேயிருந்தன. கூட்டமொன்றில் 'கூலித் தொழிலாளிகளை இழுத்துக்கொண்டு நடைப்பயணம் செய்து கொண்டிருக்கும் காந்தி அரசாங்கத்துக்கு இப்போது எரிச்சல்தான் கொடுத்துக்கொண்டிருக்கிறார். அவரது ஆத்திரமூட்டும், திறமையற்ற தலைமையை உணர்ந்து கொண்டவர்கள் அவரிடமிருந்து விலகி வந்துவிட்டார்கள். காந்தியின் வழிமுறைகள் இந்தியர்களின் பாதுகாப்புக்கு உத்தரவாதம் அளிப்பதோ அவர்களின் அந்தஸ்தை உயர்த்தவோ போவதில்லை. அவரைப் பின்பற்றும் முட்டாள்கள் தமது அரசியல் விவகாரங்களின் தலைவராக ஒரு தொழில்முறை அரசியல் கிளர்ச்சியாளரை ஏற்றுக் கொள்ளும் வரை தென்னாப்பிரிக்க அரசாங்கத்திடமும் அதன் ஐரோப்பியர்களிடமும் வெற்றி கிடைக்கப் போவதில்லை. பேசாமல் இவர்கள் ஒட்டுமொத்தமாக இந்தியாவுக்கே திரும்பி விடலாம். அரசாங்கம் இவர்களது சொத்துக்களைச் சந்தை விலைக்கு எடுத்துக்கொண்டு பயணச் செலவுக்குப் பணம் கொடுத்துத் திருப்பி அனுப்பிவிட்டால் நல்லது' என்று பேசப்பட்டபோது காந்தியின் ஆதரவாளர்கள் அதற்கு எதிர்ப்பாகப் பேச எழுந்தனர். எதிர்ப்பாளர்கள் அவர்களின் வாயை அடைப்பதிலேயே குறியாக இருக்க, இருதரப்பிலும் அனல் வார்த்தைகள் எழுந்து கூட்டம் அமைதியின்றி முடிந்து போனது.

அவர் கீதையுடன் ஒன்றுகிறார். பலனில் ஆசை வைப்பதால் ஏற்படும் விபரீதங்களைக் கொண்டே பகவான் கிருஷ்ணர், பலனைத் துறக்கும் வழியை எல்லோருக்கும் திருப்தியளிக்கும் வகையில் உலகத்தின் முன்பாக வைத்தார். ஸ்தூல நன்மைகள் மத விரோதமானவை என்ற நம்பிக்கை பொதுவாக நிலவி வருகிறது. வியாபாரம் போன்ற பணம் பண்ணும் விஷயங்களில் மதத்திற்கோ தர்மத்திற்கோ இடமில்லை. மோட்சம் அடைவதற்கு மட்டுமே தருமம் ஒரு கருவியாகச் செயல்படுகிறது என்பது லௌகீக மனம் கொண்டவர்களின் கருத்து. பகவான் கிருஷ்ணர், மோட்சத்துக்கும் உலகாயுத விவகாரங்களுக்குமிடையே எல்லைக்கோடு எதையும் கிழிக்கவில்லை. மாறாக, நமது உலகியல் நடவடிக்கைகளில் கூடத் தர்மமே ஆட்சி புரிய வேண்டும். அன்றாட வாழ்க்கையில் எதை நடைமுறையில் அனுசரிக்க முடியவில்லையோ அதைத் தருமம் என்று கூறமுடியாது என்கிறார். பற்றுதலின்றி செய்ய முடியாத

எல்லா நடவடிக்கைகளையும் தவிர்க்க வேண்டும். பொன்னான இந்த விதி, எல்லாப் படுகுழிகளிலிருந்தும் மனிதவர்க்கத்தைக் காப்பாற்றுகிறது என்ற முடிவுக்கு வருகிறது அவரது மனம்.

அணிவகுப்பு யாத்திரை டீக்ஸ்வொர்த்தை கடந்து கொண்டிருந்தபோது அங்கு நேரிலேயே வந்த பிரதம குடியேற்ற அதிகாரி சாம்னி சட்டத்தை மீறியதற்காகக் காந்தியைக் கைது செய்கிறார். அந்நேரம் அங்கு வந்திருந்த போலாக்கிடம் பொறுப்பை ஒப்படைத்துவிட்டு காந்தி அவர்களுடன் புறப்பட்டார். இம்முறை தொழிலாளிகளை நேட்டால் மாகாணத்திலிருந்து வெளியேறச் சொல்லி கிளப்பி விட்டதாக அவர் மீது குற்றம் சாட்டப்பட்டிருந்தது. அவர் பிணையில் வெளிவரவியலாத அதே சூழலில் அணிவகுப்பிலிருந்த சத்யாகிரகிகள், தலைவர் வரும் வரை கைதாக மாட்டோமென மறுப்புத் தெரிவித்துக்கொண்டிருந்தனர். இறுதியில், சிறைதான் சத்யாகிரகிகளின் இலக்கு. கைதாகி சிறைக்குச் சென்றால்தான் போராட்டக்காரர்கள் தங்கள் பண்புநலன்களை வெளிப்படுத்திப் போராட்டத்தை வெற்றிகரமான முடிவை நோக்கிச் செலுத்த முடியும் என்ற ஹென்றி போலாக் செய்த சமாதானத்தை அடுத்து சத்யாகிரகிகள் கைதாகத் தொடங்கினர். காந்திக்கு ஒன்பதுமாதக் கடுங்காவல் தண்டனை வழங்கப்பட்டு சிறையில் அடைக்கப்பட்டபோது போலாக்கின் இந்தியப் பயணத்தைத் தடுத்து நிறுத்தும் பொருட்டு அவரையும் அவரைத் தொடர்ந்து காலன்பாக்கையும் அரசு கைது செய்திருந்தது.

12
போராட்டத்தின் முடிவு

இப்போது போராட்டத்தின் தலைவர் சிறையில் இருந்தாலும் போராடுவோரின் துன்பங்கள் அதிகரித்த போதிலும் போராட்டம் தொடர்ந்து கொண்டேயிருந்தது. போராட்டம் குறித்த தகவல்கள் உலகெங்கிலும் பரவத் தொடங்கியது. சாத்வீகம், தலைவர் இல்லாத போதும் கடைப்பிடிக்கப்படும் ஒழுங்கு, துன்பத்தைக் கண்டு அஞ்சாத மனப்போக்கு போன்றவையெல்லாம் உலகின் கண்களுக்கு ஆச்சர்யமாகவும் அதிசயமாகவும் தோன்றின. அதோடு போராடுவோரின் தரப்பிலிருக்கும் நியாயத்தைப் புரிந்து கொண்டதன் அடையாளமாக உதவிகளும் குவிந்தன. 1913 செப்டம்பர் பதினைந்தில் தொடங்கிய போராட்டம் டிசம்பர் மாதத்தை எட்டியிருந்தது.

இருப்பினும் நிலைமை சீரடைவதாகத் தெரியவில்லை. சத்தியாகிரகிகளின் எண்ணிக்கை அதிகரித்துக் கொண்டே போனது. அரசு வன்முறையைக் கையாளத் தொடங்கியிருந்தது. சிறைப்பிடிக்கப்பட்ட சத்தியாகிரகிகள் சுரங்கங்களில் வேலை செய்ய வலியுறுத்தப்பட்டனர். அவர்களைக் கண்காணிக்க சுரங்க முதலாளிகளுடைய ஐரோப்பிய சிப்பந்திகள் சிறையதிகாரிகளாக நியமிக்கப்பட்டனர். வேலை செய்ய மறுத்த கைதிகள் பலமாகத் தாக்கப்பட்டனர். புதிதாக வேலைநிறுத்தம் செய்வோரைப் பிடித்து வந்து மீண்டும் அவர்களின் பணியிடத்தில் சேர்த்து வேலை செய்ய கட்டாயப்படுத்தினர். எதிர்ப்போர் மீது துப்பாக்கிச் சூடு நடந்தது. வேலை நிறுத்தம் செய்வோரில் சிலர் காவல்துறை மீது கற்களை எறிந்தனர். ஜெனரல் லுக்கின் அவர்கள் மீது துப்பாக்கிப் பிரயோகம் செய்ய ஆணையிட்டபோது ருஸ்தம்ஜியின் மகனான ஸோராப்ஜி

என்ற பதினாறு வயதுச் சிறுவன் போராட்டக்காரர்களைப் பணிக்குத் திருப்பியனுப்பும் பொறுப்பை தான் ஏற்றுக்கொள்வதாகக் கூறி அதனைத் தடுத்து நிறுத்தினான்.

அந்நேரம் சென்னைக்கு வருகைபுரிந்த வைஸ்ராய் ஹார்டிங் தென்னாப்பிரிக்காவில் நடந்து கொண்டிருக்கும் போராட்டத்திற்குத் தனது ஆதரவைத் தெரிவித்தார். கூட்டமொன்றில் உரையாற்றிய அவர், "தென்னாப்பிரிக்காவில் நியாயமற்றதும் வெறுப்பை வளர்ப்பதுமான சட்டங்களுக்கு எதிராக இந்தியர்கள் போராடி வருகிறார்கள். இந்தியாவின் பார்வையிலும் உலகத்தின் பார்வையிலும் தென்னாப்பிரிக்கா தன்னை நியாயப்படுத்திக்கொள்ள விரும்பினால் அதன் முன்னாலிருக்கும் ஒரே வழி, பாரபட்சமற்ற, அதிகாரபலம் பொருந்திய குழுவை நியமித்து அதன் முன் இந்தியர்களின் நலன்களை வைக்க வேண்டும். நடந்து விட்டவைகள் குறித்து முறையான விசாரணை நடத்த வேண்டும்" என்று பேசியது இங்கிலாந்தில் சலசலப்பை உண்டாக்கியது. ஆனால், வைஸ்ராயின் யோசனையைத் தென்னாப்பிரிக்காவின் கவர்னர்-ஜெனரலான கிளாட்ஸ்டோன் ஒப்புக்கொள்கிறார். அவருடைய அறிவுறுத்தலின்பேரில் ஜெனரல் ஸ்மட்ஸ் மூன்று அங்கத்தினர்கள் கொண்ட கமிஷன் ஒன்றை நியமித்தார். கமிஷனின் பரிந்துரையின்படி காந்தியும் காலன்பாக்கும் ஹென்றிபோலக்கும் ஆல்பர்ட் வெஸ்ட்டும் விடுதலை செய்யப்பட்டனர்.

"ஆங்கிலேய சட்டத்தில் அரசர்கள் ஒருபோதும் தவறிழைக்க மாட்டார்கள் என்ற பழமொழி ஒன்றுண்டு. வேலைநிறுத்தம் சட்டவிரோதமாக இல்லையென்றாலும், சர்க்காரின் அதிகாரத்தினால் அது குற்றமென மாறிவிடுகிறது. எந்தக் காரணமும் காட்ட முடியாதபோது சட்டத்தின் இடத்தை அதிகாரம் ஆக்கிரமித்துக்கொள்கிறது. கடைசியில் அதிகாரத்தில் இருப்பவர்களுடைய சௌகரியங்கள்தான் சட்டமாக மாறி விடுகின்றன" என்று போலாக் கூறியபோது காந்தி "தவிர்க்கவியலாத சூழலில் குடிமக்களின் உரிமைகளும்" என்றார். அவர் கண்களில் நம்பிக்கை ஒளியென மின்னியது.

காந்தி, கமிஷன் அங்கத்தினர்களில் நடுநிலை உறுப்பினர் இருவரைச் சேர்க்க வேண்டுமென்பது உட்பட மேலுமிரு கோரிக்கைகள் அடங்கிய மனுவை ஜெனரல் ஸ்மட்ஸ்க்கு அனுப்பி வைக்கிறார். ஆனால், மனு நிராகரிக்கப்படுகிறது. இது குறித்து திரு.காந்தியின்

தலைமையில் கூடிய கூட்டத்தில், யாரும் கமிஷன் முன்பாக சாட்சியம் அளிக்க வேண்டாமென்றும் கோரிக்கைகளை நிறைவேற்றுமாறு டர்பனை நோக்கிப் புதிதாக அணிவகுப்பு ஒன்றைத் தொடங்க வேண்டுமென்றும் தீர்மானிக்கப்பட்டது. ஆனால், இத்தகவல் கோகலேவுக்கு அனுப்பி வைக்கப்பட்டபோது, அவர், இந்த அணிவகுப்பு தன்னையும் இந்தியர்களுக்கு ஆதரவளித்த வைஸ்ராயையும் சங்கடப்படுத்தும் என்றார். கூறுவது தன்னுடைய அரசியல் குரு என்றாலும் காந்தியால் அதனை ஏற்றுக்கொள்ள முடியவில்லை. அவர், வைசிராய் செய்த உதவியை நாம் மறக்கக் கூடாது என்றாலும் நம் போராட்டமென்பது ஆயிரக்கணக்கானோர் சேர்ந்து எடுத்துக்கொண்ட பிரதிக்ஞையின் அஸ்திவாரத்தில் நிற்பது. இதற்கு எந்த விதிவிலக்கும் போட முடியாது. இந்தப் பிரதிக்ஞையில், கட்டுப்பாடு என்ற ஒரு சக்தி மட்டும் இல்லாதிருப்பின், இந்நேரம் எத்தனையோ பேர் இலக்கிலிருந்து பின்வாங்கியிருப்போம். கடவுளை சாட்சியாகவும் அவருடைய உதவி ஒன்றையே பற்றுக்கோடாகவும் கொண்டு துவங்கியுள்ள இப்போராட்டத்தில் பிரதிக்ஞையிலிருந்து தவறுதல் என்பது எல்லாத் தார்மீகக் கட்டுத்திட்டங்களையும் பாழ்ப்படுத்திவிடும் என்கிறார்.

கஸ்தூர் உட்பட கைது செய்யப்பட்ட சத்தியாகிரகிகள் விடுதலை செய்யப்பட்டனர். விடுதலை கிடைத்திருந்தாலும் சிறையின் விதிமுறைகளும் கடும் வேலைகளும் தரமற்ற உணவும் அவர்களின் உடல்நிலையைப் பெரிதும் தளர வைத்திருந்தது. கஸ்தூர் கூட மிகவும் நலிந்திருந்தார். ஆனால் அவரால் தாக்குப் பிடித்துக்கொள்ள முடிந்தளவு அங்கிருந்த வள்ளியம்மை என்ற இளம் பெண்ணால் தாக்குப் பிடிக்க இயலவில்லை. சிறையிலிருந்து விடுதலையானவர்களுக்கான பாராட்டுக்கூட்டம் முடிந்த பிறகு காந்தி வள்ளியம்மையின் வீட்டுக்குச் செல்கிறார். அவளது பெற்றோரும் உறவினர்களும் வயதானவர்களும் அவளைச் சுற்றிலுமிருக்க அந்த இளம்பெண் தனது இறுதிப்படுக்கையில் எலும்புக்கூடாகக் கிடந்தாள். அவளது ஜீவன் கண்களில் தொற்றிக்கொண்டிருந்தது. காந்தி அருகில் வந்தபோது ஆச்சர்யத்தால் புருவத்தை உயர்த்தி இமைகளால் அமருமாறு சைகை செய்தாள்.

"வள்ளியம்மா... நீ சிறைக்குச் சென்றதற்காக வருந்துகிறாயா?"

"வருத்தமா? இப்போது கூட இன்னொரு முறை கைது செய்தால் நான் சிறைக்குப் போகத் தயார்" தனித்தனியாக வந்து விழுந்த வார்த்தைகளை ஒழுங்கு கூட்டியபோது அவரின் கண்கள் பனித்தன.

நிரந்தரமான சீர்த்திருத்தங்களை அடைவதற்குச் சரியான மார்க்கம் துன்பங்களைத் தாமே அடைவதற்குத் தயாராக இருப்பதுதான்.

"அதனால், நீ இறந்து போய்விட்டால்?"

"அதனாலென்ன? தாய்நாட்டுக்காக உயிரைக் கொடுக்க விரும்பாதவர்கள் யார்தான் இருப்பர்?" இன்னும் சிறிதுகாலம் கூட உயிர் தரித்திருக்க முடியாத உடலிலிருந்து உறுதியான குரல் வெளிப்பட்டது.

வள்ளியம்மை இறந்து போன தினத்தன்று ஸ்மட்ஸ் காந்தியைச் சந்திக்க விரும்பினார். "மிஸ்டர். காந்தி... கமிஷனில் இந்திய அங்கத்தினர் ஒருவர் அமரும் வரை சாட்சியம் கூறுவதில்லை என்று உறுதி செய்திருக்கிறீர்கள். நீங்கள் சாட்சியம் கூறாவிட்டாலும் நான் அதைப் பொருட்படுத்தப்போவதில்லை. ஆனால் நீங்கள் சாட்சியம் கூற விரும்புபவர்களைத் தடுக்க எந்தப் பிரச்சாரமும் பண்ணக்கூடாது. உங்கள் சத்தியாகிரகத்தையும் அதுவரை நிறுத்தி வைக்க வேண்டும். அதேசமயம் நீங்கள் சாட்சியம் கூறவில்லையெனில், போராட்டக்காரர்களுக்கு நிகழ்ந்த கொடுமைகளை நீங்கள் எடுத்துக் கூற முடியாமல் போய் விடுமே?" என்று நிறுத்தினார்.

"நீங்கள் கூறுவது உண்மைதான் மிஸ்டர். ஸ்மட்ஸ். நாங்கள் சாட்சியம் கூற வரவில்லையெனில், இந்தக் கொடுமைகள் பொதுவிவாதத்துக்கு வராமலே போய் விடக்கூடும். ஆனால் சத்தியாகிரகிகள் சாகுமளவுக்குத் துன்பப்படுவதற்குத் துணிந்திருக்கும் போது இவ்வாறாக கஷ்டப்பட்டார்கள் என நிரூபணம் செய்வதில் அர்த்தமேதுமில்லை. வஞ்சம் தீர்த்துக்கொள்வது என்ற போக்கு சத்தியாகிரகத்துக்கு எதிரானது."

"நீங்கள் ஆங்கிலேய வேலை நிறுத்தக்காரர்களைப் போல இம்சையான வழிகளைக் கையாளக்கூடாதா திரு.காந்தி? துன்பத்தை அனுபவித்தே வெற்றி காண விரும்பும் உங்களை எப்படிக் கையாளுவதென்றே எங்கள் ஜெனரலுக்குத் தெரியவில்லை" சார்ஜெண்ட் ஒருவர் காந்தியிடம் சொன்னபோது அவர் "நாங்கள் மௌனமாக இருப்பது தவறான கருத்தை உண்டாக்காமல் இருந்தால் சரி" என்று சிரித்தார்.

பிறகு நடைபெற்ற நண்பர்களின் ஆலோசனைக் கூட்டத்தில், ஜெனரல் ஸ்மட்ஸ் ஏற்கெனவே நம்மை ஏமாற்றி நம் மக்களை எல்லையில்லாத துன்பத்திற்கு ஆளாக்கியிருக்கிறார். நீங்கள் அவரை நம்பி சத்தியாகிரகத்தை நிறுத்தி வைப்பது சரியான செயல் அல்ல.

அவர் மறுபடியும் உங்களை மோசம் செய்வார். நீங்கள் மீண்டும் சத்தியாகிரகத்தை ஆரம்பிக்க நினைப்பீர்கள். ஆனால் அப்போது உங்கள் பேச்சை யார் கேட்பார்கள்? நினைத்தபோதேல்லாம் சிறைக்குச் செல்லவும் தோல்வியை ஏற்றுக் கொள்ளவும் மக்கள் தயாராக இருக்க முடியுமா? என்றெல்லாம் விவாதிக்கப்பட்டது.

"சத்தியாகிரகி தன் சுயபலத்தில் நம்பிக்கையுடையவன். எதிராளி துரோகமே செய்தாலும் அதைப் பொருட்படுத்தாமல் அவனைத் தொடர்ந்து நம்புவதில் தயக்கம் காட்டுவதில்லை. அதன் மூலமாகச் சத்தியத்தின் சக்திகளை வலுப்படுத்தி வெற்றியை விரைவில் கொண்டு வருவான்" என்றார் காந்தி முடிவாக.

தொடர்ந்து நடத்திய பலக்கட்ட பேச்சு வார்த்தைகளுக்குப் பிறகு விசாரணைக் கமிஷன் வெளியிட்ட அறிக்கை இந்தியர்களுக்குச் சாதகமானதாக இருந்தது. அது இந்தியாவின் எந்த மதக்கொள்கைகளின்படியும் நடைபெற்ற ஒருதார மணங்களையும் அதன் விளைவாகப் பிறந்த குழந்தைகளின் உரிமைகளையும் அங்கீகரித்தது. மூன்று பவுண்ட் வரியை ரத்து செய்தது. இதற்கு முன்பு செலுத்த வேண்டிய அந்த வரி தொடர்பான நிலுவைத் தொகைகளை வசூலிக்கும் அதிகாரத்தையும் அது விலக்கிக் கொண்டது. இந்தியாவுக்கு நிரந்தரமாகத் திரும்பிச் செல்ல விரும்பும் யாரையும் இலவசமாக அனுப்பி வைக்கவும் அரசாங்கத்துக்குப் பரிந்துரை செய்தது. சத்தியாகிரகிகள் அனைவரும் விடுதலையாகியிருந்தனர். இது சம்மந்தமாக 1914 மே மாதக் கடைசி வாரத்தில் தாக்கல் செய்யப்பட்ட மசோதாவுக்கு நாடாளுமன்ற உறுப்பினர்களிடையே ஆதரவு திரட்டுவதற்கும் அமைச்சர்களைச் சந்திப்பதற்காகவும் காந்தி ஜூன் மாதம் முழுவதும் கேப்டவுனிலேயே தங்கியிருந்தார். இறுதியில் நாடாளுமன்றத்தில் பல கட்டங்களையும் கடந்து மசோதா நிறைவேறுகிறது. பிறகு அது அரசிதழிலும் வெளியிடப்படுகிறது.

காந்தி இப்போது நிரந்தரமாக இந்தியா வர முடிவெடுக்கிறார். கேப் டவுனிலிருந்து 'கின்பான்ஸ் காஸில்' என்ற கப்பல் அவரையும் குடும்பத்தாரையும் ஏற்றிக்கொண்டு 1914 ஜூலை 18ஆம் தேதி இங்கிலாந்து புறப்படுகிறது. பின்னர் அங்கிருந்து மனைவியுடன் டிசம்பர் 19ஆம் தேதி புறப்பட்டு 1915, ஜனவரி 9ஆம் தேதியன்று பம்பாய் துறைமுகத்தில் வந்திறங்கினார். அப்போது அவருக்கு வயது நாற்பத்தாறாகியிருந்தது. இனிமேல் அவர் இந்தியாவுக்காகப் பாடுபட வேண்டும்.

13
வலிமையான அடித்தளம்

சிறு வயதில் அடிக்கடி அவர் காதில் விழுந்து கொண்டிருந்த குஜராத்திப் பாடலின் அர்த்தம் இப்போது அவருக்குப் புரியத் தொடங்கியிருந்தது.

தாகத்துக்கு நீர் கொடுத்தவருக்கு நீ திரும்ப
நீர் கொடுத்து விடுவதில் பெரிது ஏதுமில்லை
தீமை செய்தவருக்கு நன்மை செய்வதிலேயே
உண்மை பெருமை உண்டு
உண்மை பெருமை உண்டு

அவர் தென்னாப்பிரிக்காவில் வாழ்ந்து பணியாற்றிய நேட்டாலின் டர்பன், டிரான்ஸ்வாலின் ஜோஹானஸ்பர்க் ஆகிய இரண்டு நகரங்களுமே வெள்ளையர்களின் ஈர்ப்புக்குள்ளான நகரங்கள். ஜோஹானஸ்பர்க் அப்போதுதான் புதிதாக உருவாகிக் கொண்டிருந்தது. தொழில் வாய்ப்பு, இதமான தட்பவெப்பம் போன்ற காரணிகள் அந்நகரங்களை நோக்கி ஐரோப்பியர்களோடு ஆசியர்களையும் புலம் பெயர வைத்துக் கொண்டிருந்தது. அதிகாரத்திலிருந்தே பழகிவிட்ட வெள்ளையர்கள் அங்கிருந்த பூர்வக்குடிகளோடு சைனா, இந்தியா உள்ளிட்ட ஆசிய நாடுகளிலிருந்து வந்தவர்களையும் அடக்கியாள முயன்றனர். அச்சந்தர்ப்பத்தில்தான் காந்தி அங்கே நுழைகிறார்.

அவர் பொருளீட்டுவதற்காகவே தென்னாப்பிரிக்காவுக்குச் செல்லுகிறார். அது நடக்கவும் செய்தது. இந்தியாவில் வழக்கறிஞராக வெற்றி பெற முடியாத அவரால் தென்னாப்பிரிக்காவில் அதை முறியடிக்க முடிந்தது. சட்டத்தொழிலின் மூலம் பெரும் பணம் ஈட்டிச் செல்வந்தராக ஆகியிருக்கக் கூடிய அத்தனைச் சூழல்களும்

அவருக்கிருந்தன. ஆனால், அவர் தேர்ந்தெடுத்துக் கொண்ட பாதை, அதிலிருந்து முற்றிலும் விலக்கியதோடு, அதுவரை தான் ஈட்டிய பொருளைக் கூடத் தன்னுடைய உடமையாக்கிக்கொள்ள அவரை அனுமதிக்கவில்லை. பதிலாக வெற்றிகளையும் பெருமையையும் புகழையும் அவர் பெற்றுக்கொண்டார். கூடவே உடல் மற்றும் மனரீதியாக தாக்குதல்களையும் சில நம்பிக்கை துரோகங்களையும், சில நல்ல நண்பர்களையும்.

ஆசைகள் பெருக்கெடுக்கும் வசந்த பருவமான வாலிப வயதில் அவர் தன்னுள் பெருகி வரும் மானுட அன்பையும் காருண்யத்தையும் உணர தலைப்படுகிறார். அந்த முயற்சியில் அவரிடம் எழும் இயல்பான விருப்பங்கள் அவரை மானுட நிலையிலிருந்து மேலெழும்ப வைக்கின்றன. அவருள் சத்தியம் அகிம்சை என்ற கோட்பாடுகள் வேரூன்றத் தொடங்குகின்றன. பல்வேறு சமய நூல்கள் வாசிப்பு, கீதை மீதான பக்தி, ஆன்மீக குரு, அரசியல் குரு போன்றோரின் வழிகாட்டல்கள், ரஷ்ய எழுத்தாளர் லியோ டால்ஸ்டாய் மீதான பற்று போன்றலெல்லாவற்றின் வழியாகவும் அவர் தன்னை வடிவமைத்துக் கொள்கிறார்.

அவருக்குக் கீதையின் பற்றற்ற... என்ற நிலையின் மீது பற்று வரத் தொடங்கியிருந்தது. 1901ஆம் ஆண்டு அக்டோபரில் அவர் இந்தியா திரும்பியபோது அவருக்கு நடத்தப்பட்ட பிரிவுபசார விழாவில் அளிக்கப்பட்ட விலையுயர்ந்த பரிசுகளை அவர் நேட்டால் இந்திய காங்கிரஸிடம் ஒப்படைத்துவிடுகிறார். அப்போது அவருக்கு வயது வெறும் இருபத்தியிரண்டு மட்டுமே. இது பற்றறுக்கும் மனநிலையை அவர் கூடிய சீக்கிரம் அடைந்துவிடுவதன் முன் நடவடிக்கையாக இருக்கலாம்.

அவர் தென்னாப்பிரிக்காவுக்குச் சென்ற புதிதில் ரயில் பயணம் ஒன்றின்போது மூன்றாம் வகுப்புப் பெட்டியில் அமர மறுத்தவரை வலுக்கட்டாயமாகக் கீழிறக்கிய நிகழ்விலாகட்டும், 1896இல் தன் குடும்பத்தை அழைத்துக்கொண்டு திரும்பிய அவரை தவறாகப் புரிந்துகொண்ட வெள்ளையர்கள் அவர் மீது தாக்குதல் நடத்திய போதாகட்டும், அவர் சோர்ந்தோ உடைந்தோ போய்விடவில்லை. விருப்பப்பதிவு விவகாரத்தில் தாக்குதலுக்குள்ளானபோது கூட அவர் திடமாகவும் தைரியமாகவும் இருந்தாக அதை நேரில் பார்த்தவர்கள் கூறியிருந்தனர். அவர் தன் இறுதி வரை இம்மாதிரியான தாக்குதல்களைச் சந்தித்துக் கொண்டேதானிருந்தார், அச்சமேதுமின்றி.

தென்னாப்பிக்கப் போராட்டங்கள் வெற்றி முகம் காணுவதற்குத் தாயகத்தின் ஆதரவு அவசியம் என்று தொலைநோக்குப் பார்வையும் திட்டமிடலும் அவரிடம் இருந்தது. அவர் இந்தியாவில் வடக்கிலிருந்து தெற்காகவும் மேற்கிலிருந்து கிழக்கிலும் பயணித்து தென்னாப்பிரிக்க இந்தியர்களின் நிலைமையை எடுத்து வைக்கிறார். அது கோபாலகிருஷ்ண கோகலே உட்பட இந்திய முக்கியஸ்தர்கள் மற்றும் சாதாரண மக்களின் ஆதரவைப் பெற்றுத் தந்தது. போராட்டத்தின் இறுதிக்கட்டத்தில் இந்திய வைஸ்ராயின் ஆதரவுக் கரம் நீளலுக்கும் இதுவே முக்கியக் காரணியாகவும் அமைந்தது.

மனிதர்களிடம் எவ்வித பேதமுமற்றுப் பழகி விடும் சுபாவம் அவருக்குச் செல்லுமிடமெங்கும் நண்பர்களைப் பெற்றுத் தருகிறது. ஹெர்மன் காலன்பாக், ப்ரன்ஜீவன் மேத்தா, ஹென்றி போலாக், மிலி, ஆல்பர்ட் வெஸ்ட், மதகுரு ஜோசப் டோக், எல்.டபிள்யு. ரிட்ச், ஏ.எம்.காச்சாலியா. அவரது செயலாளர் சோன்யாஸ்லேஷின், தம்பி நாயுடு போன்றோருடனான நட்பு இருதரப்பிலும் பெருந்தன்மையுடன் பேணப்படுகிறது. விருப்பப்பதிவுக்கு எதிராக 1908 பிப்ரவரி மாதம் பத்தாம் தேதியன்று காந்தியின் மீது சொந்த நாட்டினர் தாக்குதல் நடத்த பிரிட்டனைச் சேர்ந்த மதகுரு ஜோசப்டோக் அவர்களோ தன் வீட்டில் வைத்து அவருக்குச் சிகிச்சை அளிக்கிறார். இந்த மாதிரியான அபூர்வங்கள் அவருடைய வாழ்க்கை முழுக்கவுமே நடக்கின்றன. அவரின் இயல்பான நற்தன்மையோடு ஆன்மிக குருவும், சமய நூல்கள் வாசிப்பு அளித்த அனுபவங்களும் அவரை மேலும் செம்மையுறச் செய்கிறது. வெறுப்பை அன்பினால் வெற்றிகொள்ளும் அவரது நடவடிக்கைகள் அவரை நோக்கி எதிரிகளின் சுபாவங்களையும் கூட மென்மையாக்குகிறது.

உலகப்புகழ் பெற்ற டிரான்ஸ்வால் அணிவகுப்பின்போது அவரைப் பின்னிழுக்கும் சக்திகள் அனேகம் இருந்தபோதிலும் அதனைக் கடந்து முன்னேறி வெற்றிகாண்பது அவருக்கு இந்திய விடுதலைப் போராட்டத்தின் ஒரு வெள்ளோட்டமாக இருந்திருக்கும். ஆனால், தென்னாப்பிரிக்காவில் கிடைத்த மக்களின் அபரிதமான ஒத்துழைப்பு, இந்தியா சுதந்திரத்தை நெருங்கிக் கொண்டிருந்தபோதும் அதன் பிறகான காலங்களிலும் அவருக்குக் கிடைக்கவில்லை. 1906 செப்டம்பர் 11 எம்பயர் தியேட்டரில் என் நாட்டு மக்கள் மேல் எனக்கு முழு நம்பிக்கை உள்ளது. தீரம் நிறைந்த இச்செயலைச் செய்வதற்கு அவர்கள்

ஒவ்வொருவரும் நிச்சயம் முன் வருவார்கள் என்று உறுதியாக நம்புகிறார். அதே நம்பிக்கைதான் அவருக்கு இந்தியர்கள் மீதும். ஆனால், அவரின் இந்த நம்பிக்கையை இந்தியர்களின் மனதின் ஆழம் வரை பாய்ந்திருந்த மதம் வெற்றி கொண்டிருந்தது. தன் எழுச்சியையும் வெற்றியையும் பார்த்த அவருக்கு வீழ்ச்சியையும் விரக்தியையும் அனுபவிக்கும் வாய்ப்பு கிடைக்கிறது. அதோடு வயது மூப்பும் சேர்ந்து கொண்டிருந்தது. இருப்பினும் அவர் தளரா உறுதியோடு இறுதி வரை களத்தில் நின்றிருந்தார்.

அவர் ஒரு நிகழ்வைக் குறிப்பிட்டு சில கருத்துகளைத் தெளிவுபடுத்துகிறார். கலிஃபோர்னியாவில் குறிப்பிட்ட ஓரிடத்தில் ஜப்பானியர்கள் அதிகப்படியாகக் குடியேறியது வெள்ளையர்களைக் கோபம்கொள்ள வைக்கிறது. அது சம்மந்தமாகக் கூட்டங்கள் நடக்கின்றன. முடிவாக, முக்கியமான தெருவின் முனையில் ஒரு பெரிய பலகையில், 'ஜப்பானியர் யாருமே இங்கே வேண்டாம்' என்று எழுதி வைக்கப்பட்டது. அங்கு ஏற்கெனவே இருந்த ஜப்பானியர்கள், வெள்ளையருடன் நல்ல முறையில் வாழ்ந்து வருகிறவர்கள். அவர்கள் வெள்ளையர்களிடம் சென்றனர். இருதரப்பாரும் கலந்தாலோசித்தபோது, ஜப்பானியர் ஜனத்தொகை அங்கே மேற்கொண்டு பெருகுவது நல்லதல்ல என்று இருதரப்புமே ஒப்புக்கொண்டது. இப்போது பலகையில் எழுதியிருந்த வாசகத்தை மாற்றி 'மேற்கொண்டு ஜப்பானியர் இங்கே வேண்டாம்' என்று எழுதுகிறார்கள். அச்செய்கை சமூகத்தில் ஒற்றுமையை வளர்த்தது. வெள்ளைக்காரருக்கும் ஜப்பானியருக்கும் இடையேயான உறவை அதிகரித்தது. அதோடு ஜப்பானியர்கள் அங்கிருந்த கிறிஸ்துவாலயம் பணக்கஷ்டத்தில் இருக்கிறது என்பதையறிந்து அதற்குப் பண உதவியும் செய்கிறார்கள். இது சம்பவம்.

காந்தி இதனைக் கோழைத்தனம் இல்லையென்றாலும் சுயநலமானது என்கிறார். அங்கே குடியேறியிருந்த ஜப்பானியர் தங்களுடைய உடைமைகள் போய்விடாமல் இருப்பதற்காக மேற்கொண்டு ஜப்பானியர்கள் வருவதைத் தடுப்பதற்கு உடன்பட்டனர். இது சமயோசிதமானதாக இருக்கலாம். ஆனால் சாத்விக எதிர்ப்பாகாது. தனக்கென வாழாத பண்பின் மீதான நெடுநாள் பயிற்சியும் நம்முள் மறைந்து கிடக்கும் சக்திகளை அறியும் ஆற்றலும் கொண்டிருப்பவரால்தான் சாத்விக எதிர்ப்பினை உணர முடியும். அது சமூகத்தின் நன்மையை முன்னிட்டு வலிய மேற்கொள்ளும் ஒரு கட்டுப்பாடான நிலை. அது ஆன்மபலத்தை வேராகக்

கொண்டது. அவர்கள் அளித்த பணம் கூட லஞ்சமே அன்றி, எந்த வகையிலும் நல்லெண்ணத்தின் அறிகுறியோ தாராளமான தானமாகவோ ஆகாது என்று கொள்கை விளக்கம் அளிக்கிறார்.

இதுதான் அவர் தென்னாப்பிரிக்காவில் செய்ததும்.

அவர் நிரந்தரமாக இந்தியா திரும்ப முடிவெடுத்துவிட்டார். அதற்கென அவருக்கு நடத்தப்பட்ட பிரிவுபசார விழாக்களில் இனம், நாடு என்ற பிரிவினையின்றி வர்க்க பேதமின்றி அனைத்துத் தரப்பினரும் கலந்து கொண்டனர். பத்திரிகைகளில் அவரே முக்கியச் செய்தியாக இருந்தார். அப்போது பத்திரிகையொன்றில் வெளியான கட்டுரையின் முக்கியமான சில வரிகள் காந்தியை எடுத்துக்காட்டுவனவாக இருந்தது.

வாள் ஏதும் உருவப்படவில்லை. துப்பாக்கி தூக்கப்படவில்லை. திரு.காந்தி தென்னாப்பிரிக்க அரசின் நியாயமற்ற சட்டங்களை வெறுமனே மீறினார். அவற்றின் நீக்கத்துக்காக சத்தியாகிரகப் போராட்டம் செய்தார். அவரும் சத்தியாகிரகிகளும் சிறைக்குச் செல்வதும் வருவதுமாக இருந்தனர். கடைசியில் அரசைச் சரியான வழிக்குத் திரும்பச் செய்துவிட்டார். வரலாறு மகா அலெக்ஸாண்டர் போன்றவர்களை நாயகர்களாகக் கொண்டாடுகிறது. அவர்களது புகழ் அவர்கள் விளைவித்த வன்முறையையும் பேரழிவையும் கொண்டு மதிப்பிடப்படுகிறது. ஆனால், திரு.காந்தி அநீதியைத் தோற்கடிப்பதில் வெளிப்படுத்தியிருக்கும் வீரம் இணையற்றது.

அவர் இந்தியா திரும்புகிறார்.

14
இந்தியாவில்...

இந்தியாவோ தென்னாப்பிரிக்காவோ பிரிட்டிஷாருக்கு மனிதர்களை அராஜகத்தின் வழியே அடிமை செய்யும் அதிகாரப் போக்கு இயல்பாகவே வாய்த்திருந்தது. அதிலும் இந்தியாவின் சுரண்டச் சுரண்ட தீராத வளங்கள் அவர்களுக்கு ஒரு பெருங்கஜானாவைப் போலத் தோன்றியிருக்க வேண்டும். தனித்தனியான பிரதேசங்கள், மன்னர்கள், அவர்களுக்குள் நிலவாத ஒற்றுமை, மக்களிடம் அடிமைத்தனம் குறித்துப் போதிய விழிப்புணர்வின்மை, போராட்ட ஒருங்கிணைப்புக்கு ஆளற்ற நிலை போன்ற ஒட்டுமொத்த இந்தியாவின் நிலை ஆள்பவர்களுக்கு ஏற்ற சூழலை உருவாக்கியிருந்தது. மூன்று நூற்றாண்டுகளைக் கடந்த அதன் அதிகாரத்தை யாராலும் பறித்து விட முடியாது.

காந்தி நிரந்தரமாக இந்தியாவுக்குத் திரும்புகிறார். அவருக்கு இப்போது ஆன்மிக குருவும் இல்லை. அரசியல் குருவும் இல்லை. தனது சீடரின் வருகையை ஆவலுடன் எதிர்பார்த்துக் கொண்டிருந்த கோகலே அதற்காகவே காத்திருந்தது போல இறந்து போகிறார். தென்னாப்பிரிக்காவில் தனக்குக் கொடுக்கப்பட்ட அன்பளிப்புகளை மறுத்தவர் இப்போது தனது பரம்பரை சொத்துகளின் மீதான உரிமையை விரும்பித் துறக்கிறார். கோகலேயின் அறிவுரையின்படி இந்தியாவைக் குறுக்கும் நெடுக்குமாக ஆய்கிறார். அவர் புத்திக்கூர்மையுள்ள அரசியல் ஞானி. கூடவே தென்னாப்பிரிக்க அனுபவமும் அவருக்குள்ளது. நிலைமையைக் குறித்த அவரது புரிதலின் கோணம் வேறுபாடானது. ஆங்கிலேயர்கள் இந்தியாவைப் பிடித்து வைத்திருக்கவில்லை. அவர்களின் வாள்வீச்சு நம்மை அடக்கவுமில்லை. நாம்தாம் அவர்களை

வைத்துக் கொண்டிருக்கிறோம். அவர்களுடைய வர்த்தகம் நமக்குப் பிடிக்கிறது. தங்களுடைய சூட்சுமமான முறைகளால் அவர்கள் நம்மைத் திருப்தி செய்கிறார்கள். நம்மிடமிருந்து தங்களுக்கு விருப்பமானவற்றைக் கிரகித்துக் கொள்கிறார்கள். நமக்குள் நாம் சண்டையிட்டுக் கொண்டு நம் மீதான உரிமையை நாமே அவர்களின் கையில் கொடுத்து விடுகிறோம் என்கிறது அவரது புரிதல்.

மீண்டுமொரு முறை அவர் பிரிட்டிஷாருடன் மோத வேண்டும். இம்முறை தாயகத்திலிருந்து அதனைச் செயல்படுத்த வேண்டியிருக்கும். அவருக்கு ஏற்கெனவே பாதை இருந்தது. அது அவராக அமைத்துக்கொண்ட பாதை. அதற்குத் துணை சேர்ப்பதாக நேர மேலாண்மை, கடின உழைப்பு, தெளிவான திட்டமிடல், எண்திசைகளிலும் கவனக்குவிப்பு போன்ற இயல்புகளும் அவரிடம் கூடுதலாகவே இருந்தன. அவர் ஒழுங்கோடு கூடிய எல்லாச் சமூகங்களும் அகிம்சை நியதியின் அடிப்படையில்தான் அமைந்திருக்கின்றன என்றும் அழிவிற்கிடையே வாழ்வும் இருந்து கொண்டுதானிருக்கிறது எனில் அழிவிற்கும் மேலானதொரு நியதி இருக்கத்தானே வேண்டும் என்றும் யோசிக்கிறார். அன்பு-பகை, இன்பம்-துன்பம் கோபம்-துவேஷம் இவற்றிலிருந்து முற்றிலும் விடுபடுவதே சத்தியத்தைத் தேடும் வெற்றிகரமான பாதை என்பதில் அவருக்குத் தெளிவும் நம்பிக்கையும் இருந்தது. இனி போராட வேண்டியது மட்டுமே மீதம்.

அவர் போட்டு வைத்துக்கொண்ட அகிம்சையின் பாதையில் சிறு பிசகும் அவருக்குப் பெருந்தடைதான். 1922இல் நடந்த சட்டமறுப்புப் போராட்டத்தின்போது உத்தரப்பிரதேசத்தில் கோரக்பூர் மாவட்டத்திலுள்ள சௌரிசௌரா என்னும் கிராமத்தில் காங்கிரஸ் சார்பில் தடையை மீறி நடத்தப்பட்ட ஊர்வலத்தில் போராட்டக்காரர்களுக்கும் காவல்துறையினருக்குமிடையே கலவரம் மூள்கிறது. போராட்டக்காரர்களால் காவல்நிலையம் தீ வைக்கப்பட்டு அதில் 23 காவலர்கள் உயிரிழந்துவிடுகின்றனர். அதையடுத்து அவர் பொதுஜனச் சட்ட மறுப்பை உடனடியாக நிறுத்தியது பலருக்கும் அதிர்ச்சியளித்தது. முன்னெப்போதும் இல்லாத அளவில் அவர் கடுமையான எதிர்ப்பைச் சந்திக்க வேண்டியிருந்தது.

அவர் தளரவில்லை. தெளிவாகத் தன் தரப்பை எடுத்து வைக்கிறார்.

"மனிதர்களின் பொது இயல்புகளாக நாம் எண்ணுபவை முற்றிலும் மனிதருக்குரியதல்ல. பதிலுக்குப் பதில் செய்வதும் அதற்கேற்ப கோபத்தை வளர்த்துக்கொள்வதும் மனிதப் பண்புகளே அல்ல. இதன் மூலம் மனித இனத்தின் செயல்பாடுகளைப் பூரணப்படுத்துவதாக எண்ணிக்கொள்வது நம் அறியாமை மட்டுமே. நாம் எவ்வளவுக்கெவ்வளவு முன்னேற்றம் அடைகிறோமோ அவ்வளவுக்கவ்வளவு நம் தகுதியின்மையையும் ஒப்புக்கொள்ள வேண்டியிருக்கிறது. அகிம்சை என்பது பதிலுக்குப் பதில் செய்வது என்பதை விடக் கொடுமையை எதிர்த்து மிகத் தீவிரமாகவும் உண்மையாகவும் போராடுவதாகும். அகிம்சையைச் சரியாக உணர்ந்து கொண்டால் அதுவே இவ்வுலகைப் பற்றியதும் இவ்வுலகிற்கு புறம்பானதுமான எல்லாத் தீமைகளுக்கும் நிகரற்ற மருந்து. கெட்ட எண்ணம், பொய் கூறல், அனாவசிய அவசரம், பிறருக்குத் தீங்கு இழைப்பது போன்றவற்றால் அகிம்சா தருமம் பாதிக்கப்பட்டு விடும். லட்சியம் நம்மிடமிருந்து எட்டாத் தொலைவுக்குப் போய் விடும்."

"நீங்கள் என்ன சொன்னாலும், நாட்டில் விடுதலை எழுச்சி உண்டாகிக் கொண்டிருக்கும் இந்நேரத்தில், காங்கிரஸ் தலைவர்கள் அநேகர் கைதாகிச் சிறையிலிருக்கும் இந்நேரத்தில், எழுச்சி திரண்டு வரும் இந்நேரத்தில், நீங்கள் போராட்டத்தை நிறுத்தச் செய்தது இமாலயத் தவறு. பஞ்சாப் படுகொலையின்போதும் நீங்கள் இதையேதான் செய்தீர்கள்."

"சத்தியத்தின் பாதையைப் போலவே அகிம்சையின் பாதையும் நேராகவும் குறுகலாகவும் இருப்பதால் அதை அனுசரிப்பது கடினமானதுதான். இந்தப் பாதையில் நடப்பதென்பது வாளின் முனையில் நிற்பதைப் போன்றது. கயிற்றின் மீது நடப்பவர் அதன் மீது கொண்டிருக்கும் கவனத்தை விட அகிம்சையின் பாதையில் நடப்பதற்கு அதிக கவனம் தேவைப்படும். அது தவறும்போது போராட்டத்தை நிறுத்தி வைப்பதில் தவறேதும் இல்லை."

அவர் அகிம்சையின் மீதான தெளிவான புரிதலுக்கு முயன்று கொண்டிருந்தார். சத்தியமே கடவுள் என்பதை உணர்வதே பற்றற்று பெறுகின்ற விடுதலை. இந்த உடலுக்குள் அடைப்பட்டிருக்கும் வரையில் நம்மால் பரிபூரண சத்தியத்தை அடைந்துவிட முடியாது. நம்பிக்கையின் மீது நின்றே பயணிக்க வேண்டியிருக்கிறது. அவர் அறிந்தே துன்பங்களை அனுபவிப்பது என்பதே அகிம்சையின் பொருளெனக் கருதினார்.

"கொடுமை செய்பவனின் வாளை ஆன்ம எதிர்ப்பின் மூலம்தான் மழுங்கச் செய்ய வேண்டுமே தவிர வன்முறையினால் அல்ல."

அவருடைய விளக்கம் யாருடைய கோபத்தையும் தீர்த்து விடவில்லை.

"முயற்சியில்தான் திருப்தி இருக்கிறதே தவிர அதை அடைவதில் அல்ல. முழு முயற்சியே முழு வெற்றி. கடமையை அறிந்து ஊனைத் துறக்கும் பற்றற்ற மனமே விடுதலைக்கான வழி என்பதை ஆய்ந்து செல்லும் எனது லட்சியப் பயணத்தில் நான் எவ்வளவு தூரத்திற்கு அப்பால் இருக்கிறேன் என்பதை முன்பை விட இப்போது அதிகமாக உணர்கிறேன். ஒவ்வொரு முறை தோல்வியடையும்போதும் அந்தத் தோல்வியினால் என்னுடைய முயற்சி இன்னும் வலிமை பெறும்." அவர் அமைதியாகப் பதிலளிக்கிறார்.

"நீங்கள் வெண்ணெய் திரளும் நேரத்தில் தாழியை உடைக்கிறீர்கள்."

"போராட்டத் திட்டத்தை அடியோடு மாற்றிவிடுவது அரசியல்ரீதியாகப் பொருத்தமற்றதாக இருக்கலாம். ஆனால் அகிம்சையின் அடிப்படையில் இதுவே பொருத்தமானது. அகிம்சையோடு இருப்பதாக இந்தியா சொல்லிக் கொள்ளும்போது, அகிம்சை முறையில் பெற்ற விடுதலையின் மூலம் அரியாசனத்தில் அமர நம்பிக்கை கொள்ளும்போது, என்னதான் ஆத்திரமூட்டும் செயல்கள் நடந்திருப்பினும், அவர்களைக் காட்டுமிராண்டித்தனமாகக் கொலை செய்வது அகிம்சையாகாது."

அவர் பிடிவாதமாக இருந்தார்.

"இந்தியா அகிம்சையின் மூலம் சுதந்திரம் பெற்றுவிட்டால், அகிம்சை முறையைக் கொண்டே அதை நம்மால் நிர்வகிக்கவும் முடிய வேண்டும். இறையருளால் பர்டோலி சட்டமறுப்பு வெற்றி பெற்று, பிரிட்டிஷ் சார்க்கார் தங்களது அதிகாரத்தை ஒப்படைத்து விட்டுச் செல்வதாக வைத்துக்கொள்வோம். அப்போது கட்டுத்திட்டம் இல்லாத இக்கூட்டத்தை யார் அடக்க முடியும்? அகிம்சையின் மூலம் சுயராஜ்ஜியம் என்பது நன்றாக வளர்ந்த மரத்திலிருந்து முற்றிலும் பழுத்த பழம் எவ்விதம் இயற்கையாக விழுமோ அதுபோல இயல்பாக நடக்க வேண்டியது."

இன்றும் கூட அவரைக் குறித்து விமர்சனம் செய்பவர்கள் இந்நிகழ்வைத் தவறாமல் எடுத்து வைப்பார்கள். பொதுவாக அவர்

தன் கருத்துகளில் மாற்றம் ஏற்படாமல் பார்த்துக்கொள்வதில் அக்கறை கொள்வதில்லை. அவை சத்தியத்துக்கு முரணின்றி இருப்பதில்தான் அவருக்குக் கவனமிருந்தது. கருத்து மாற்றங்கள் என்பது ஒரு சத்தியத்திலிருந்து மறு சத்தியத்துக்கு வளர்ந்திருக்கிறேன் என்பதற்கான அடையாளம். ஆகவே காலத்தால் பிந்தியதே இப்போதைய நிலைப்பாடு என்று எடுத்துக்கொள்ள வேண்டும் என்று பொதுவான தெளிவளிப்பவர், தனது இச்செயல் குறித்து பின்னாட்களிலும் கூட மாறுபட்ட கருத்துகளைக் கொண்டிருக்கவில்லை.

15

அகிம்சையின் துறைரீதியான செயல்பாடு

“முழுமையான அகிம்சையை யாராவது அறிவார்களா?” அவருக்கு முன்பாக இந்தக் கேள்வி வைக்கப்பட்டது.

“யாருக்குமே அது தெரியாது. ஏனெனில் குறையில்லாத அகிம்சையை யாராலும் அனுசரிக்க முடியாது. அப்படிக் குறையேதுமின்றி ஒருவர் வந்தால் நாம் அவரை ஏற்றுக் கொள்ளாமல் மலைக்குகைக்கு விரட்டிவிடவும் வாய்ப்புண்டு,” இது அந்த அகிம்சையாளரின் பதில்.

தான் இன்னும் பூரண அகிம்சையைக் கடைப் பிடிக்கவில்லை என்கிறது அவரது மனம். அகிம்சையைப் புத்திப்பூர்வமாக அனுசரிக்க முற்படுகையில் எத்தனையோ இடையூறுகளும் ஏமாற்றங்களும் ஏற்பட்டு மனவுறுதியைச் சோதனைக்குள்ளாக்கலாம். அதில் தவறி விழுந்து சுயநலம் மேலெழும்பி நாம் இம்சை வழிக்கு மாறிவிடுகிறோம். பரஸ்பர நடவடிக்கைகளில் தூய்மை, எவருக்கும் தீமையைச் செய்யாதிருத்தல், கெடுதலே இழைத்திருப்பினும் அவர்களுக்குத் தீமை நேர வேண்டுமென்று மனதால் கூடக் கருதாமை என்ற அகிம்சையின் கூறுகளை இன்னும் தீவிரமாகப் பின்பற்ற வேண்டும். மனதால் கூடத் தீமையை எண்ணாதிருப்பது மிக மிக சிரமமானது என்றாலும் அதுவே அகிம்சையின் உரைகல். அவர் தன்னை மேலும் உறுதியாக்கிக் கொள்கிறார்.

அகிம்சையின் வழியில் விடுதலை என்ற வெற்றியை அடைந்துவிட முடியும் என்பதில் அவருக்கு மாற்றுக் கருத்தில்லை. ஆனால் அதன் பிரயோகம் அதோடு முடிந்துவிடக் கூடாது என்ற நோக்கோடு எல்லாத்

துறைகளிலும் அதனைச் செயல்படுத்திவிட முனைகிறார். அனைத்துமே பரிசோதனை முயற்சிகள்தான். சத்தியத்தின் மீதெழும்பி நிற்கும் நம்பிக்கையே அதன் விசை. வெற்றி தோல்விகள் குறித்து அவர் அச்சம் கொண்டிருக்கவில்லை. பரிசோதனை முயற்சிகளில் தோல்வியே கிட்டினாலும் வன்முறையைக் கைக்கொள்ளாதிருந்தோம் என்றளவில் அது வெற்றி பெற்றதாகி விடும். பிறகு அத்தோல்வியிலிருந்து வெற்றிக்கான வழிகளை நம்மால் கற்றுக்கொள்ள முடியும் என்று நம்புகிறார்.

அவர் பூஞ்சையான உடலும் ஒளி வீசும் கண்களும் கொண்டவர். எலும்புகளில் ஒட்டிக்கிடக்கும் தோல் போன்றிருக்கும் தன் கைகளால் அவர் நூற்றுக் கொண்டேயிருந்தார். அவரைச் சந்திப்பதற்கு உள்நாட்டு வெளிநாட்டு அபிமானிகள், தலைவர்கள், எதிர்ப்பாளர்கள், காங்கிரஸ்காரர்கள், முஸ்லிம்கள், சனாதனிகள், நாத்திகர்கள் என அனைத்துத் தரப்பினரும் வந்து கொண்டேயிருந்தனர். எல்லோருக்குமே அகிம்சை குறித்து நிறைய முரண்களும் கேள்விகளும் கேலிகளும் இருந்தன. அவர் நேரிலும் கட்டுரைகள், கடிதங்கள் உரைகள் வழியாகவும் இது குறித்து உரையாடிக் கொண்டேயிருந்தார்.

"நீங்கள் கூறும் ஜனநாயகத்தில் அகிம்சை என்ற கருத்தியல் பழங்காலத்தில் எங்கேயாவது கடைப்பிடிக்கப்பட்டிருக்கிறதா திரு.காந்தி?"

தன் மக்கள் மீது குறைவான அதிகாரத்தைச் செலுத்துவதன் மூலம் நிறைவான ஆட்சியை நடத்துவதே அவர் வரையறுக்கும் ஜனநாயகத்தில் அகிம்சை என்ற கருத்தியல் ஆகும். அத்தகைய அரசாங்கம் உருவாக்கும் சட்டங்கள் சாத்தியமாகுமளவுக்கு அகிம்சையானவையாக இருக்கும் என்பது அவரது நிலைப்பாடு.

"எனக்குத் தெரியாது. அப்படியே இல்லையென்றால் நம்மிடமிருக்கும் உயர்வான பண்பை அடைவதற்கு நாம் முயற்சி செய்யவில்லை என்று கருதிக்கொள்ள வேண்டியதுதான். இதுவரையில் அனுசரித்த முறைகள் தோல்வியடைந்திருக்கிறது எனில், இதற்காக முயற்சிகளை எடுத்துக் கொண்டவர்களிடம் இருக்கும் ஆழ்ந்த பற்றின்மைதான் காரணமேயன்றி அது அகிம்சைத் தத்துவத்தின் குறைபாடு அல்ல."

அவர் செயல்படுத்த எண்ணும் 'அகிம்சை ராணுவத்துக்கு'ப் படைக்குரிய வசதியோ படைத்தலைவனுக்குரிய நுண்ணறிவோ

தேவையில்லை. படையினருக்குத் தலைவனின் கட்டளைகளை விசுவாசத்துடன் நிறைவேற்றும் சிறந்த கட்டுப்பாட்டுணர்ச்சியும் படைத்தளபதிக்கு அவர்களிடமிருந்து எதிர்ப்பில்லாத பணிவை பெறக் கூடிய தகுதியும் இருந்தாலே போதுமானது. அப்படியான அவருடைய சிந்தனையாக்கத்தில் உருவானதுதான் தண்டி யாத்திரை.

1940இல் சேவாகிராமில் இருந்த சமயத்தில் அமெரிக்கர் ஒருவர் இந்தியாவுக்குச் சுதந்திரம் கிடைத்துவிட்டால் பிறகு அது தனது பாதுகாப்புக்கு சத்தியாகிரகம் என்ற முறையை நம்பியிருக்குமா என்று கிட்டத்தட்ட இதே கேள்வியை காந்தியடிகளின் பதில்களைக் கோரி அனுப்பிவைக்கிறார்.

காந்தியைப் பொறுத்தவரை அகிம்சை தத்துவத்தில் தான் தேர்ந்தவர் அல்ல, நடப்பவைகளெல்லாம் சோதனைகளே என்று கருதுபவர். சுதந்திரத்திற்கான நடவடிக்கைகள் கூட கலப்படமற்ற அகிம்சையுடன்தான் நடைபெறுகிறது என்று அவரால் உறுதிப்படக் கூற முடியவில்லை. நாடு அகிம்சையின் வழியே விடுதலையடைந்தாலும் சுதந்திர இந்தியாவில் அகிம்சை அரசாங்கக் கொள்கையாக ஏற்றுக் கொள்ளப்படும் வாய்ப்பு குறைவே. இருப்பினும் பெருவாரியான மக்கள் அகிம்சையை அனுசரிப்பவர்களாக இருந்துவிட்டால் அந்த அடிப்படையில் அரசாங்கத்தை நிர்வகிக்க முடியுமென்று நம்புகிறார்.

அமெரிக்கரின் கேள்விக்கு அவர் இப்படியாகப் பதிலளிக்கிறார். அகிம்சையை கடைப்பிடிக்கும் தனிநபரோ சமுதாயமோ தாக்குதல்களை எதிர்பார்த்து முன்னேற்பாடுகள் எதையும் செய்து கொள்வதில்லை. எதிர்பாராதவிதமாகத் தாக்குதல் நடைபெற்று விட்டால், அதைத் தடுத்துக்கொள்ள அகிம்சையில் இரண்டு மார்க்கங்கள் உள்ளன. ஒன்று உடைமைகளைக் கொடுத்துவிடுவது. ஏனெனில் அகிம்சையாளர்கள் சொத்துடைமைகளுக்கும் தம் ஆன்மாவுக்கும் சம்மந்தமே இல்லையென்ற நிலையிலிருப்பவர்கள். இரண்டாவது ஒத்துழையாமை. ஆக்கிரமிப்பவர்களுடன் ஒத்துழைக்க மறுத்துவிடுவது. பிரிட்டன் தன்னுடையதாக இருக்க வேண்டும் என்பதை விட அவர்கள் தோல்வியை ஒப்புக்கொள்ள வேண்டும் என்பதையே ஹிட்லர் விரும்பினார். தோல்வியை ஒப்புக் கொள்ளாதபட்சத்தில் தன் விரோதியைக் கொல்லும் வரை எதிரி போராடுவான். ஆனால் ஒரு சத்தியாகிரகி, எதிரி கொல்லும் முன்பே தன் உடலைப் பொறுத்தவரை இறந்தவராகிறார். அதாவது

தன் உடல் பற்றிய பற்றைத் துறந்துவிட்டு சுயேச்சையாகத் தனது ஆன்மாவின் வெற்றியில் மட்டுமே வாழ்கிறார். கொல்லப்படும் முன்பே இறந்து விட்ட ஒருவரைக் கொல்வதில் எதிரிக்கு என்ன ஆர்வம் இருந்து விடப் போகிறது? கொல்லப்பட்டு மடிவது உண்மையில் தோல்வியுற்று மடிவதாகும். ஏனெனில் நாம் உயிரோடு இருக்கும்போது பெற முயல்வதைத் தான் அடைய முடியவில்லையாயின், எதிரிகள், நம்மைக் கொன்றுவிட்டாவது அதைப் பெற முயற்சிக்கிறார்கள். அவர்களுக்கு எதிராகக் கையைத் தூக்கும் எண்ணம் கூட நமக்குக் கிடையாது என்பதை அவர்கள் அறிந்து கொள்வார்களேயானால் நம்மைக் கொல்ல அவர்களுக்கு உற்சாகம் இல்லாமல் போகும். பசுவை வேட்டையாடி யாரும் கேள்விப்பட்டதில்லை.

மேலும் தமக்கு வேண்டியவற்றைத் தாமே தயாரித்துக்கொள்ளும் சுதந்திர இந்தியாவின் உள்நாட்டுப் பொருளாதாரக் கட்டமைப்பு அந்நிய ஆக்கிரமிப்புக்கு எதிரான பெரிய பலமாக அமைந்துவிடும். நமது சுதந்திரத்தை அகிம்சையால் பெற வேண்டும் என்பதோடு அகிம்சை முறைகளால் சர்வதேச உறவைப் பேணி வருவதே இதற்கான தீர்வாக இருக்க முடியும் என்கிறார். சமுதாயத்தில் அகிம்சையின் முதற்படி என்பது ஒவ்வொரு தனி மனிதரும் தமக்குத் தாமே உண்மையாக இருப்பதன் மூலமும் சகிப்புத்தன்மையையும் அன்பையும் வளர்த்துக் கொண்டு முடிந்தளவு தன்னைத் தூய்மையாக வைத்துக் கொள்வதன் மூலமுமே தொடங்குகிறது. வேறுபட்ட மதத்தினரும் மனதால் ஒன்றிணைந்திருக்க வேண்டும். சமூக விரோதிகளாகக் கருதப்படும் கொள்ளைக்காரர்கள் திருடர்கள் போன்றோர் எந்தச் சமூகத்திலிருந்து அதிகம் கிளம்புகிறார்களோ அவர்களிடம் நட்பு பாராட்டுவதன் மூலம் அவர்களை நேர்மையான சமுதாயத்தோடு கலக்கச் செய்ய முடியும் என்கிறார்.

அவருடைய போராட்ட முறைகளுள் உண்ணாநோன்பும் ஒன்று. பட்டினி என்பது செய்கையளவில் பெரிது ஏதுமில்லை. உயிர் நிமிடத்துக்கு நிமிடம் துடித்துக் கொண்டிருக்கும்போது நம்பிக்கை மாத்திரம் மங்காமல் இருக்க வேண்டும். என் வாழ்நாள் முழுக்கவும் நான் வெற்றி பெறாது போனாலும் அகிம்சையின் மீது நான் கொண்டிருக்கும் நம்பிக்கை எந்நாளும் மங்காது. அறிவிழந்த ஒருவனை அவன் இஷ்டம் போல விட்டுவிட்டு அவனைத் தடுக்க யாரும் முயற்சிக்காமல் இருந்தால் அவனே களைத்து ஓய்ந்துவிடுவான். பலர் அன்போடு செய்யும் தியாகம்

அறிவிழந்தவனை நிதானத்துக்குக் கொண்டு வந்துவிடும் என்பது நம்ப முடியாத அதிசயமல்ல என்கிறார். நாள்கணக்கில் உண்ணாமல் நோன்பிருக்கும்போது அதற்கான ஊக்கத்தை அவர் இப்படியாகத்தான் பெற்றிருக்க வேண்டும்.

ராணுவத்துறையைப் பொறுத்தவரை, சிப்பாய்கள் இந்தியாவுக்குச் சுதந்திரம் கொண்டு வரவும் அதைக் காப்பதற்காகவும் மட்டுமே சிப்பாய்களாக இருப்போமேயன்றி வயிற்றுப் பிழைப்புக்காக இப்பணியில் ஈடுபட மாட்டோம் என்றும் தன் சொந்த மக்களின் சுதந்திரத்தை நசுக்குவதற்காகத் தாம் ஆயுதம் ஏந்த முடியாது என்றும் தம் மேலதிகாரிகளிடம் கூறிவிட வேண்டும். இதற்காகப் பதவி நீக்கம் செய்யப்பட்டாலும் தண்டனை விதிக்கப்படுவதன் மூலம் அவர்கள் தீப்பொறியை ஏற்றியவராகி விடுவர். ரத்தம் சிந்தாமலே சீக்கிரத்தில் இந்திய ராணுவம் முழுவதும் தேசாபிமானத்தில் நிரம்பிவிடும். சத்தியாகிரகத் தளபதி தம்முடைய படையைச் சரிவர நடத்துவதன் மூலம் எதிரியின் பலம் ஒன்றுமில்லாததாகிவிடும். இதையே தொடர்ந்து செய்து வரும்போது எதிரி முற்றிலும் மாற்றமடைந்து விடுவார் என்கிறார்.

கல்வியைப் பொறுத்தவரை அதில் கடைப்பிடிக்கப்படும் அகிம்சையானது மாணவர்களுக்குள்ளிருக்கும் உறவு நிலையை மேம்படுத்துவதோடு பெற்றோர், ஆசிரியரிடம் பரஸ்பர மரியாதையையும் நம்பிக்கையையும் முகிழ வைக்கும். அகிம்சை சூழலில் வளரும் மாணவர்கள் பின்னாட்களில் குடும்பத்தில் பெண்களை அடிமையாக்கும் எண்ணமோ, பொதுச் சமூகத்தில் பிற மதத்தவரை எதிர்த்துப் போராட வேண்டும் என்ற உணர்வோ கொண்டவர்களாக இருக்கமாட்டார்கள் என்கிறார். போராட்டம் என்றாலே அவை ஆயுதங்கள் வழியாக மட்டுமே நிகழ்த்தப்படுவது என்றும் களத்தில் எதிர் நிற்பவர்கள் எதிரிகள் என்றும் பதிந்து கிடக்கும் மக்களின் உள்ளங்களில் அகிம்சையின் இழை மெலிதாக ஊடுருவத் தொடங்கினாலும் போதும் என்பவரிடம், இதனாலெல்லாம் அந்நியர் படையெடுப்பை முறியடித்துவிட முடியுமா? வாள் இன்றி சுதந்திர இந்தியாவைக் காத்துக்கொள்ள முடியுமா? என்ற கேள்விகள் சூழ்ந்தன.

“வாளினால் பெற்றது வாளினாலே போய்விடும். நிரந்தரமான சமாதானம் ஏற்பட்டுவிடும் என்பதை நம்பாமலிருப்பது மனித சுபாவத்தில் தெய்வத்தன்மை உள்ளது என்ற கருத்தின்மீது அவநம்பிக்கை கொள்வதைப் போன்றது. இவ்வுலகு

எங்ஙனம் ஆகர்ஷண சக்தியால் கட்டுண்டு இருக்கிறதோ அதைப்போலவே சமூகங்களும் அகிம்சையால் பிணைவுண்டு இருக்கின்றன. அகிம்சையின் வழியே இந்தியா சுதந்திரம் பெற்றுக்கொள்ளும்போது அந்த ஆன்ம உணர்வு இயல்பாகவே அண்டை நாடுகளுக்கும் பிரதிபலிக்கும். அகிம்சையோடு கூடிய ஒத்துழையாமை இயக்கம் வெற்றி பெற்று ஆங்கிலேயர்கள் இங்கிருந்து வெளியேறினால் நண்பர்கள் என்ற முறையில் இரு கூட்டாளிகளுக்குள் ஏற்படக்கூடிய ஒரு நியாயமான ஒப்பந்தத்தின் அடிப்படையில்தான் வெளியேறுவார்கள்."

இந்து முஸ்லிம் பிரச்சினை போன்ற உள்நாட்டுக் குழப்பங்கள் அல்லது வகுப்புக் கலவரங்கள் நிகழும் சூழலில் அகிம்சையைப் பேணுவோர் யாரையும் கொல்லாமல் தங்கள் உயிரைக் கொடுப்பதன் மூலம் நிலைமையைச் சமாளிக்க முயல வேண்டும். யாரொருவர் எவ்வித பதில் தாக்குதலுமின்றி மரணத்தை ஏற்கின்றாரோ அவர் தம் கடமையை நூற்றுக்கு நூறு நிறைவேற்றியவர் ஆவார். பலனைக் கடவுளின் கையில் விட்டுவிட வேண்டும். தருமமே நிறைந்தவராக, எதிராளியும் தானும் ஒன்றே என்று எண்ணுபவரால் மட்டுமே அடிகளை மலர்களாக ஏற்றுக்கொள்ள முடியும். இதற்கு உயர் வகையான ஆன்மீக சக்தியும் தார்மீகத் தீரமும் வேண்டும். இந்தத் தீரம் கொண்டவர்களால் அந்நியநாட்டு படையெடுப்பை எளிதாக எதிர்த்து நிற்க முடியும் என்றார்.

அவர் அகிம்சை சமுதாயத்தை வளர்த்தெடுப்பது குறித்து இங்ஙனம் சித்தித்துக் கொண்டிருக்கையில் அவர் கூறிய கருத்து ஒன்று சர்ச்சையாகிறது. 1926இல் அகமதாபாத் மில் விடுதிக்குள் வெறிப்பிடித்த நாய்கள் கொல்லப்பட்ட விவகாரம் அது. வெறிப்பிடித்த நாய்களைக் கொன்றுவிடுவது இம்சையாகாது என்ற அவரின் கருத்துக்கு எதிராகப் பல தரப்பினரிடமிருந்தும் கடிதங்கள், எள்ளி நகையாடல்கள், கேலிகள் வந்தன. சிலருக்கு அவர் நடத்தை புதிராகவும் தோன்றியது. அவர் தனக்கு எதிர்ப்பாக வந்த கடிதங்களைத் தான் நடத்தி வந்த ஹரிஜன் மற்றும் யங் இந்தியா இதழ்களில் பிரசுரித்து அதற்குத் தன்னிலை விளக்கமும் அளிக்கிறார்.

தெருநாய்கள் பெரும்பாலும் யாராலும் வளர்க்கப்படுவதோ பராமரிக்கப்படுவதோ இல்லை. அரசாங்கம், தனியார் தொண்டு நிறுவனங்கள் உட்பட யாரும் அவற்றின் மீது பெரிதாகக் கவனம் செலுத்துவதுமில்லை. தெருவில் எறியப்படும் எச்சில் உணவை

உண்டு வாழ்வைக் கழித்துக் கொண்டிருக்கும் அவற்றுக்கு வெறிபிடித்து துன்பம் ஏற்படும்போதும் யாரும் கவனிப்பதில்லை. ஆனால், வெறிபிடித்த நாய்களால் மனிதர்களுக்குத் துன்பம் ஏற்படும்போது அவை விவாதப்பொருளாகின்றன. என்னைப் பொறுத்தவரை பராமரிப்பின்றி வளரும் அவை வெறிபிடித்து துன்பத்தோடு துளித்துளியாக இறப்பதை விட அவற்றைக் கொன்று அவற்றுக்கு விடுதலையளிப்பதே சிறந்ததாக இருக்குமென்று எழுதுகிறார்.

சம்பவங்கள் தொடர்கின்றன. அடுத்த இரண்டாம் வருடத்தில் மீண்டும் இதே போன்றதொரு சம்பவத்தில் கடுமையாக விமர்சிக்கப்படுகிறார். அவரது ஆசிரமத்திலிருந்த கன்றுக்குட்டியொன்று விபத்தில் அடிபட்டு சாகும் தருவாய்க்குச் சென்றுவிட்டது. விலங்கு மருத்துவராலும் எதுவும் செய்ய இயலாத நிலை. காந்தி அதன் உயிரைப் போக்கி அதன் மூலம் கன்றின் துன்பத்தைத் தீர்ப்பது என்று முடிவெடுக்கிறார். அம்முடிவு செயலானபோது அது அகமதாபாத்தில் ஒரு சாராரிடம் மிகுந்த ஆத்திரத்தை உண்டாக்கிவிட்டது. அவர் நவஜீவன் இதழில் அக்கினிப்பரீட்சை... என்ற பெயரில் எழுதிய கட்டுரையில் இதற்கான விளக்கத்தை அளிக்கிறார்.

என்னைப் பொறுத்தவரை எப்படியாவது உயிரைப் பிடித்து வைத்திருக்க வேண்டும் என்ற கருத்தே கோழைத்தனமானது. நம்மைச் சுற்றிலும் இம்சை மிகுந்திருப்பதற்குக் காரணமே இதுதான். இந்த எண்ணம் மோட்சத்தை அடைவதற்கு இடையூறானது. நோயாளியின் உடலில் அவரின் நன்மைக்காக வைத்தியர் கத்தியை உபயோகிப்பது எங்ஙனம் இம்சை இல்லையோ, போலவே, தவிர்க்க முடியாததான சில சந்தர்ப்பங்களில் இன்னும் சொல்லப்போனால் துன்பப்படுவரின் நன்மைக்காக அவருடைய உடலிலிருந்து உயிரைப் போக்குவதும் இம்சையாகாது. ஆழ்ந்து ஆராய்ந்து பார்த்தால் இந்த இரண்டு செயல்களிலும் நோக்கம் என்பது உள்ளிருக்கும் ஆன்மாவைத் துன்பத்திலிருந்து மீட்பதே. ஒன்றில் உடலிலிருந்து நோயுற்ற பகுதியை வெட்டி எடுப்பதன் மூலம். மற்றொன்றில் துன்பம் இழைக்கும் உடலை ஆன்மாவிலிருந்து துண்டிப்பதன் மூலம் என்கிறது அவரது விளக்கம்.

அவரிடம் அறிவுரைகள் கேட்டும் விளக்கங்கள், தெளிவுரைகள் கேட்டும் நிறைய கடிதங்கள் வருகின்றன. தனிப்பட்ட வாழ்வில் அகிம்சையைக் கடைப்பிடிப்பது குறித்து தனக்கு வந்த

கடிதமொன்றுக்கு அவர் இப்படியாகப் பதிலளிக்கிறார். நான் ஒரு நீக்ரோ என்று வைத்துக் கொள்வோம். ஒரு வெள்ளையன் என் சகோதரியை மானபங்கப்படுத்தி விடுகிறான். இப்போது நான் என்ன செய்வது? அவர் கூறுகிறார், "முதலில் நாம் அவர்களுக்குத் தீமையை உண்டாக்கும் எண்ணத்தை எண்ணக்கூடாது. அதேநேரம் அவர்களுடன் ஒத்துழைக்கவும் கூடாது, நம் பிழைப்புக்காக அவர்களை அண்டியிருந்தாலும் கூட. போலவே, இந்த அநியாயத்தை சகித்துக்கொண்டிருக்கும் என் சகோதர நீக்ரோக்களுடனும் நான் ஒத்துழைக்க மறுக்க வேண்டும். இந்நிலைதான் தன்னைத்தானே மாய்த்துக்கொள்வது என்பது. இதையேதான் என் வாழ்வில் நான் செய்து வருகிறேன்.

அகிம்சையின் மீது அவர் இத்தனை திடமான தீவிரமான நம்பிக்கை கொண்டிருந்ததால்தான் அத்தத்துவத்தைத் தனிப்பட்ட, சமூக, அரசாங்க, தேசிய, சர்வதேச வாழ்க்கைத் தருமமாக ஓயாது பிரச்சாரம் செய்து கொண்டேயிருந்தார். முற்றிலும் தருமத்தின் மீது நிற்கும் இந்த இயக்கத்தின் விளைவு என்னவாக இருக்குமென்று சிந்திப்பதை விட, சத்திய வழியில் நடப்பதால் உயிருக்கே ஆபத்து நேர்ந்தாலும் நல்ல காரியத்தைச் செய்வதால் நன்மையே என்பதில் நம்பிக்கை கொண்டு அகிம்சையின் பாதையில் ஒரு அடி முன்னால் எடுத்து வைத்தால் கூடப் போதுமானதே என்று பயணிக்கிறார். எங்கெங்கெல்லாம் சச்சரவுகள் இருக்கின்றதோ, எங்கெல்லாம் எதிரிகளைச் சமாளிக்க வேண்டியிருக்கிறதோ அங்கெல்லாம் அவர்களை அன்பினால் மட்டுமே வெற்றிகொள்ள வேண்டும். அழிவினால் செய்ய முடியாத ஒன்றை அன்பு செய்துவிடும் என்கிறார். அவர் பிரிட்டிஷாருடன் மட்டுமல்ல... ஜின்னா என்ற கடினமான விரோதியைக்கூட அன்போடுதான் அணுகி வந்தார்.

அவர், தான் இந்தியாவில் பரீட்சிப்பது உலகளவில் பரவ வேண்டும் என்று விரும்பினார். உலக நாடுகள் எல்லாமே சுதந்திர நாடுகளாக இருக்க வேண்டும். அதுவும் அகிம்சை வழியில் அவை காலனியாதிக்கத்திலிருந்து மீண்டிருக்க வேண்டும் என்பது அவர் விருப்பம். ஒரு நாடு அடைந்திருக்கும் சுதந்திரத்தின் தன்மையானது அது கைக் கொண்டிருக்கும் அகிம்சையின் அளவைப் பொறுத்தே அமைந்திருக்கும். அகிம்சையால் உயர்ந்த சமூகம் பெற்றிருக்கும் உயர்வைத் தாங்களும் எட்ட வேண்டும் என்று மற்ற நாடுகளும் முனையும்போது உயர்வு, தாழ்வு என்ற எண்ணங்களே ஏற்படாது என்கிறார்.

அவருக்கு 1917இல் சம்பாரணில் கிடைத்த வெற்றியைப் போல 1922இல் சட்டமறுப்புப் போராட்டத்தில் வெற்றி கிட்டவில்லை. அவர் தன்னுடைய சோதனைகளின் வெற்றியை எப்படி அறிவாரோ அதுபோலவே தோல்விகளையும் அறிகிறார், அணுகுகிறார். இராட்டை, கிராமப்புற தொழில்கள், கைத்தொழில்கள் மூலம் ஆரம்பக்கல்வி, சமூக ஒற்றுமை, மது விலக்கு, அகிம்சையோடு கூடிய தொழிற்சங்கம் போன்றவற்றின் வழியே வெளிக்காட்டப்படும் சத்தியாகிரகமே எங்கள் ஆயுதம் என்று செயலூக்கம் கொள்கிறார். அகிம்சையின் மீது தான் கொண்டுள்ள அழியாத நம்பிக்கைக்கு அடைந்திருக்கும் வெற்றிகளே போதுமானவை என்ற திருப்தியோடு உள்ளுணர்வு வழி நடத்த முன்நகர்கிறார்.

அவருடைய உள்ளுணர்வு அவரை ஏமாற்றிவிடவில்லை.

1920இல் அகில இந்திய காங்கிரஸ் கமிட்டிக் கூட்டம் நடந்த இருபத்துநான்கு மணி நேரத்துக்குள் ஒத்துழையாமை தீர்மானம் எனக்குள் தோன்றியது. தண்டி யாத்திரையும் அவ்வாறு தோன்றியதுதான். சாத்விக எதிர்ப்பு என்று அழைக்கப்பட்ட முதல் சட்ட மறுப்புக்கான அஸ்திவாரம் 1906இல் ஜோஹனஸ்பர்க்கில் கூட்டப்பட்ட இந்தியர்களின் கூட்டத்தில் தற்செயலாகப் போடப்பட்டதுதான். முன்தீர்மானம் ஏதுமின்றி அக்கூட்டத்திலேயே அது வடிவும் கொண்டது. தற்போது அதன் உருவம் இன்னும் விசாலமாகிக் கொண்டே போகிறது. அகிம்சை மெதுவாக வளரும் செடி. அந்த வளர்ச்சி நம் கண்ணுக்குப் புலப்படாது. ஆனால், நிச்சயமாக வளர்ந்து வருகிறது என்ற முழு நம்பிக்கை எனக்குண்டு என்று 26.9.39இல் சிம்லாவுக்குச் செல்லும் ரயில் பயணத்தின்போது எழுதுகிறார்.

தண்டி யாத்திரையின் போது ஆங்காங்கே நடைபெற்ற கூட்டங்களில், இப்போராட்டத்தின் வெற்றியென்பது நாட்டு மக்களின் சிந்தனையிலும் சொல்லிலும் செயலிலும் அகிம்சையைப் பூரணமாகத் தழுவுவதைப் பொறுத்திருக்கிறது என்று உரையாற்றியபடியே செல்லுகிறார். அதேசமயம் பகத்சிங்கின் இறப்புக்குப் பிறகு மக்களின் குறிப்பாக இளைஞர்களின் சிந்தனையிலும் செயலிலும் வன்முறை மேலோங்கியிருப்பதையும் உணர்ந்து கொள்கிறார். எல்லா அநீதிக்கும் போராட்டமே நிரந்தரமான தீர்வு என்பது போல அதனை அரியாசனத்தில் அமர்த்த இன்று உலகளவிலும் காரியங்கள் நடக்கின்றன. சத்தியாகிரகத்தின் வெற்றி நாடு முழுவதிலும் கண்கூடாகத்

தெரியும்போது அதை உலகம் உணரத் தொடங்கும். அதனைச் சிரமமின்றி ஏற்றுக்கொள்ளும் என்று கூறினாலும் அவருக்குமே மக்களை எற்றுக்கொள்ள வைப்பதும் பயிற்றுவிப்பதும் பெருஞ்சிரமம் தரும் காரியமாகவே இருக்கிறது.

காங்கிரஸ் கட்சியினருக்குச் சிறிதளவாவது அகிம்சை குறித்த புரிதல் உள்ளதா எனப் பின்னாட்களில் அவருக்குச் சந்தேகமே ஏற்படுகிறது. காங்கிரஸ் தலைமை அலுவலகம் இருக்கும் அலகாபாத்தில் 1938இல் வகுப்புக் கலவரங்கள் நடக்கின்றன. அதனை அடக்க காவல் மற்றும் ராணுவத்தாரின் உதவியைக் கோர வேண்டியிருந்தது. காங்கிரஸ் தலைவரை வைஸ்ராய் அழைத்து சமரசத்துக்கான காங்கிரஸின் நிபந்தனைகளைக் கேட்கிறார் எனில், நிர்வாகம் செய்யக் கூடிய திறனோ பிரிட்டிஷார் போகலாம் என்று சொல்லக்கூடிய திறனோ காங்கிரசுக்கு இருக்கிறதா? போலிஸ், ராணுவத்தினர் இல்லாமலேயே எங்களால் சமாளித்துக்கொள்ள முடியும். சுதேச மன்னர்கள், ஜமீன்தார்கள், முஸ்லிம்கள் என எல்லோரிடமும் எங்களால் சமரசம் செய்துகொள்ள முடியும் என்று காங்கிரஸால் கூற முடியுமா? ஆனால் நம்முள் அகிம்சையை உண்மையாகக் கடைப்பிடித்தால் இதைச் சொல்லவும் செய்துவிடவும் முடியும். 1921இல் எண்ணம், செயல், சொல் என எல்லாவற்றிலும் காங்கிரஸ் தொண்டர்கள் அகிம்சையோடு இருக்க வேண்டும் என்று பிரதிக்ஞை எடுத்துக் கொண்டோம். ஆனால் அதற்கென சேனைகளை உருவாக்குவதில் யாரும் அக்கறை காட்டவில்லை. அகிம்சை சேனையைக் கொண்டு இம்மாதிரியான கலவரங்களை அடக்க நம்மால் முடியாது என்று கருதிக் கொண்டால் சுயராஜ்ஜியத்தையும் நம்மால் அகிம்சையின் மூலம் அடைய முடியாது என்று வருந்துகிறார்.

1939, ஆகஸ்ட் 9இல் வார்தாவில் கூடிய காங்கிரஸ் காரியக்கமிட்டி கூட்டத்தில் காந்திக்கும் காங்கிரஸுக்கும் அகிம்சை சம்மந்தமாக கருத்து வேற்றுமை ஏற்படுகிறது. அகிம்சை முறையில் போராடி சுயராஜ்ஜியம் பெறுவோம் என்ற காந்தியின் கொள்கையில் காங்கிரஸுக்கு உடன்பாடிருந்தாலும் போர் விஷயத்திலும் நாட்டின் தற்காப்புக்கும் பூரண அகிம்சையை அனுசரிக்க வேண்டும் என்ற காந்தியின் வாதத்தை அவர்களால் ஏற்றுக்கொள்ள முடியவில்லை. நான் எந்த சத்தியத்தை வலியுறுத்தி வருகிறேனோ அதை இந்தியா முற்றிலும் ஏற்றுக்கொள்ளவில்லை என்பதை நான் அறிவேன். சத்தியத்தைத் தவிர எந்த ராஜதந்திரமும் எனக்குத் தெரியாது. அகிம்சையைத் தவிர வேறு எந்த ஆயுதமும்

என்னிடமில்லை. அகிம்சையை வெறும் கொள்கையாக மட்டுமின்றி உண்மையான சக்தியாகவும் மீற முடியாத லட்சியமாகவும் ஒப்புக் கொள்ளாதவரையில் ஜனநாயக ஆட்சி என்பது அகிம்சையில் பிணைந்துள்ள என்னைப் போன்ற ஒருவருக்கு இப்போதைக்கு நிறைவேற முடியாத ஒரு கனவே என்கிறார் ஆதங்கத்தோடு.

அவர் அடிக்கடிச் சொல்லிக் கொள்வதுபோல இப்போது தனியராய் நிற்கிறார்.

முற்றும் முழுதாக அகிம்சையை நம்புவதில் என்னுடன் யாரும் துணை நிற்கவில்லை. நான் மட்டும் தனியாக என் வழியில் போய் கொண்டிருக்கிறேன். அகிம்சையின் விரிவை என் சகாக்களால் பின்பற்ற முடியவில்லை என்பதற்காக அவர்களைக் கைவிட்டுப் போய் விடுவேனானால் நான் அகிம்சையாளனாக இருக்க முடியாது. கடவுள் சக்தியற்றவர் அல்ல. அகிம்சையும் சக்தியற்றதல்ல. மனிதர்களே சக்தியற்றவர்களாக இருக்கிறார்கள். என் நம்பிக்கையை இழக்காமல் மேலும் முயன்று கொண்டேயிருக்க வேண்டியதுதான்.

அவர் முயற்சியைத் தொடர்கிறார்.

16

அகிம்சையின் மீதான நம்பிக்கையின்மை

1942 ஆகஸ்ட் 8ஆம் தேதி நடந்த காங்கிரஸ் காரியக் கமிட்டி கூட்டத்தில் 'செய்... அல்லது செத்து மடி' என்ற தீர்மானம் நிறைவேற்றப்படுகிறது. அக்கூட்டத்திற்குத் தளும்பிய சுதந்திர உணர்வோடு நாடெங்கிலுமிருந்தும் மக்கள் திரளாகக் கலந்து கொள்கின்றனர். அவர்கள் எந்தவிதத் தியாகத்துக்கும் தயாரானவர்களாக இருந்தனர். நிலைமையைப் புரிந்துகொண்ட ஆங்கில அரசு கூட்டம் நடந்து முடிந்த மறுநாளே காந்தியடிகள் உட்பட காங்கிரஸ் காரியக் கமிட்டி உறுப்பினர்கள் அநேகரைக் கைது செய்தது. ஆகஸ்ட் 12ஆம் தேதி அகில இந்திய காங்கிரஸ் கமிட்டியும் அனைத்து மாகாணங்களின் காங்கிரஸ் கமிட்டிகளும் சட்ட விரோத அமைப்புகளாக அறிவிக்கப்பட்டன. கைதான தலைவர்கள் குறித்த தகவல்கள் ரகசியமாக்கப்பட்ட நிலையில் அவர்கள் அந்தமான் தீவுகளில் சிறைக்குக் கொண்டு செல்லப்பட்டு கொடுமைப்படுத்தப்படுவதாக வதந்திகள் பரவின. அதை மறுக்கவோ ஆமோதிக்கவோ எத்தரப்பிலும் யாருமில்லை. பத்திரிகைகளும் தடை செய்யப்பட்டிருந்தன. காங்கிரஸ் அலுவலகங்கள் சீல் வைக்கப்பட்டன. அங்கு பறந்து கொண்டிருந்த தேசியக்கொடிகள் இறக்கப்பட்டு யூனியன் ஜாக் கொடிகள் பறக்கவிடப்பட்டன. நிர்மாணப் பணிகளில் ஈடுபட்டு வந்த ஸ்தாபனங்களின் பணிகள் நிறுத்தப்பட்டு அவற்றின் நிதியை அரசு கைப்பற்றியிருந்தது.

இங்கிலாந்தின் இந்தியாவுக்கான அமைச்சர் அமெரி, லண்டன் பி.பி.சியில், காங்கிரஸ் ரகசியமாகத் தயாரித்து வைத்திருந்த நாசவேலைத் திட்டம் தம் கைக்குக் கிடைத்து விட்டதாகவும் தந்திக் கம்பங்களை வெட்டுவது, தண்டவாளங்களைப் பெயர்ப்பது, தொலைபேசித்

தொடர்புகளைத் துண்டிப்பது, காவல் நிலையம் அஞ்சல் நிலையம் போன்ற அரசு கட்டடங்களைத் தீயிட்டுக் கொளுத்துவது போன்ற திட்டங்களெல்லாம் அதிலிருப்பதாகவும் இந்த நாச வேலைக்கு காந்தியின் ஆதரவு இருந்திருக்க வேண்டுமென்றும் நிகழ்த்திய சொற்பொழிவு பத்திரிகைகளிலும் வானொலியிலும் திட்டமிட்டு பரவலாக்கப்பட்டது. இரண்டாம் உலகப்போர் நடந்து வரும் அச்சூழலில் தனது ஆதரவு நாடுகளான ருஷ்யா, அமெரிக்கா, பிரான்ஸ், சீனா ஆகியவற்றின் ஆதரவோடு காங்கிரஸை நசுக்கி விட வேண்டும் என்பது பிரிட்டிஷாரின் எண்ணம்.

வழிகாட்டுவோரின்றி செயலற்றிருந்த மக்கள் அமெரியின் மூலம் வெளியான நாசவேலைத் திட்டம் காங்கிரசினுடையதாகவும் காந்திஜியின் அனுமதி பெற்றதாகவும் இருக்கும் என்று எண்ணிக் கொண்டனர். அகிம்சையில் நம்பிக்கை இருப்பதாகக் கூறுபவர்கள் கூட அகிம்சை பொதுமக்களை எழுப்புவதாகிய தன் வேலையைச் செய்து விட்டது. சுதந்திரத்திற்கான போராட்டத்தின் இறுதிக்கட்டத்தையும் அது வகுத்துவிட்டது. அக்கொள்கையில் இனி மாறுதல் செய்வதற்கோ விரிவுபடுத்துவதற்கோ இடமேதுமில்லை. போராட்டத்தின் அடுத்தக் கட்டம் என்பது பெரியளவில் செய்யப்படும் நாசவேலையே என்று உறுதியாக நம்பினர். நாடெங்கிலும் வன்முறைகள் பரவின. அதற்கான பழியை அரசு காந்தியின் மீது சுமத்தியது.

காந்தி சிறையிலிருந்தார். அகிம்சை எங்கோ காணாமல் போயிருந்தது. ஆயினும் அகிம்சையின் மீதோ மக்களின் மீதோ தான் கொண்டிருக்கும் நம்பிக்கையை அவர் தளர விடவில்லை. அவர் மக்களுக்கு விடுத்த செய்தியில், அகிம்சைக்கு அமோக சக்தியிருப்பதை நாம் உணர்ந்திருந்தாலும் அதன் முழு உருவத்தையும் அழகையும் இன்னும் காணவில்லை. அகிம்சை ஒரு கொள்கை மட்டுமல்ல. அது ஒரு தருமம், ஒரு வேட்கை. அகிம்சையால் ஆட்கொள்ளப்பட்டவர்கள் தனது குடும்ப வட்டாரம், தொழில், அக்கம்பக்கம், காங்கிரஸ் கூட்டங்கள், எதிராளிகளிடம் நடந்து கொள்ளும் விதம் என அனைத்து நடவடிக்கைகளிலும் அதை உறுதி செய்வார்கள். இவ்விதம் செய்துகாட்டப்படாததால்தான் காங்கிரஸ்காரர்கள் உள்நாட்டுக் குழப்பங்கள், வெளிநாட்டுப் படையெடுப்பு போன்றவற்றை அகிம்சை முறையில் சமாளிக்க முடியுமென்ற நம்பிக்கை இல்லாதவர்களாகி விட்டனர். இன்று நாம் நடத்தி முடித்துவிட்ட வன்செயல்கள் ஆங்கிலேயர்களைப் பீதியடைய வைத்துவிட்டது. அவர்கள் தோல்வி என்பதையே

அறியாதவர்கள். அடிப்படையில் கோழைகளுமல்ல. நம்முடைய வன்முறை நடவடிக்கைகளை அவர்கள் விட்டு வைத்திருப்பதே தங்களை ஒழுங்குபடுத்திக் கொள்ளும் வேலையை செய்வதற்குதான். அதைச் செவ்வனே பயின்றுவிட்டு முழுவீச்சில் நம்மைப் பழி வாங்கத் திரும்பி வருவார்கள். இந்த வழியில் சுதந்திரத்தை அடைந்துவிட முடியாது. இதைத் திரும்பச் செய்யவும் கூடாது. தீமை மனிதர்களிடம்தான் இருக்கிறதே தவிர பாலங்களிலும் தண்டவாளங்களிலும் இல்லை. அவற்றை நாசப்படுத்துவதன் மூலம் எந்தத் தீமையை ஒழிக்க முயல்கிறோமோ அதை விட அதிகத் தீமையை அது விளைவித்துவிடும் என்று பதறுகிறார்.

அவரைப் பொறுத்தவரை அகிம்சை புரட்சியென்பது அதிகாரத்தைக் கைப்பற்றும் செயல்திட்டம் அல்ல. உறவுகளில் மாறுதல் உண்டாகும்படி செய்து அமைதியான முறையில் அதிகார மாற்றம் ஏற்படும்படிச் செய்யும் வேலைத்திட்டமே அது. இத்தனை ஆண்டுகளுக்கு பிறகும் காங்கிரஸின் கொள்கை என்ன என்பதை மக்கள் அறியவில்லை. கொல்லுவது அல்லாத மற்றவைகள் அகிம்சையோடு கூடியதே என்று மக்கள் எண்ணிவிட்டார்கள். சில நேரங்களில் கொல்லுதல் கூட அகிம்சையின் ஒரு பகுதியே. கொடுமை செய்கிறவனை உடனே கொன்றுவிட்டால் அவனைப் பொறுத்தவரை அதோடு முடிந்து போய் விடுகிறது. தொந்தரவு இழைத்துக் கொண்டேயிருப்பதுதான் மோசமானது. அது கொடுமையைப் போக்கிவிடாது என்கிறார். தனது ஆசிரமத்துக் கன்றுக்குட்டியின் உயிரை எடுக்க அனுமதித்ததும் இந்த வகையான நிலைப்பாட்டில்தான். ஒருமுறை அவரது ஆசிரமத்துக்குள் நுழைந்துவிட்ட திருடனை ஆசிரமவாசிகள் பிடித்துக் கட்டிப் போட்டுவிடுகின்றனர். ஆசிரமத்திலிருந்த காந்திக்குத் தகவல் தெரிவிக்கப்பட்டது. காந்தி அந்த மனிதனைக் கண்டித்து விடுவித்து அனுப்பிவிடுகிறார். அந்நிலையில் அவர் அகிம்சையின் தீர்வாக மூன்று வழிகளை எடுத்து வைக்கிறார். முதலாவதாகப் பொருளை உடைமையாக்கிக் கொள்ளல் மற்றும் சுகபோகப் பற்றில்லாதிருத்தல். அவ்வாறிருக்கும்பட்சத்தில் திருடனுக்கு இங்கிருந்து எடுத்துச் செல்ல ஆசையே எழாமல் போய்விடும். இரண்டாவதாக அக்கம்பக்கத்து கிராமங்களில் நல்ல நடத்தையைப் பிரச்சாரம் செய்வது, மூன்றாவதாக ஆசிரமம் பரந்தளவில் செய்யும் சேவையால் நல்லவர் கெட்டவர் என்ற பாகுபாடின்றி எல்லோருக்கும் ஆசிரமம் நம்முடையதே என்ற எண்ணம் உருவாகும் படி செய்து அதன் மூலம் திருட வேண்டுமென்ற ஆசையை நிராசையாக்குதல். மாற்றங்கள் நம்மிலிருந்து தொடங்க வேண்டும் என்பதை அவர் வாழ்ந்து காட்டியவர்.

இரண்டாம் உலகப் போர் நடந்த சமயத்தில் இந்திய இளைஞர்களை சுபாஷ் சந்திரபோஸின் இந்திய தேசிய ராணுவம் வெகுவாக வசியம் செய்துகொண்டிருந்தது. காந்தி நேதாஜியின் தேசாபிமானத்தை ஒருபோதும் குறைத்து மதிப்பிட்டவரல்ல. நேதாஜி இந்தியர்களிடையே ஜாதி, மத பேதங்களற்று ஒரே உணர்வின் கீழ் ஒன்று திரளும் ஒற்றுமையுணர்வை உருவாக்கியிருக்கிறார் என்றும் அவருடைய எல்லா செயல்களிலும் வீரம் பிரகாசிக்கிறது என்றும் கூறுமவரே, அவர் உயர்வான செயல் புரிய முயன்றார், தவறிவிட்டார் என்பதைத் தாண்டி அவரை என்னால் பாராட்ட இயலாது என்றும் மறுதலிக்கிறார். அவரது செயல் தோல்வியடைந்தே தீரும் என்பதை அறிவேன். அவர் வெற்றியுடன் தனது இந்திய தேசிய ராணுவத்தை இந்தியாவுக்குக் கொண்டு வந்திருந்தால் கூட நான் இதையேதான் கூறியிருப்பேன் என்கிறார். இந்திய தேசிய ராணுவத்தின் தலைவர்கள் ஷாநவாஸ்கான், பி.கே.சேகல், தில்லான் ஆகியோரை ஆங்கில அரசு விடுவிக்கிறது. அவர்கள் மக்களைச் சந்திப்பதற்காக லாகூர், அலகாபாத், பம்பாய், கல்கத்தா போன்ற நகரங்களுக்குச் சுற்றுப்பயணம் மேற்கொள்கின்றனர். தீ பற்றியது போல இளைஞர்கள் மனதில் புரட்சி பற்றிக்கொள்கிறது. கல்கத்தாவில் தொடங்கிய கலவரம் பரவலாகிறது. பம்பாயில் கப்பற்படையைச் சேர்ந்த இந்திய ராணுவ வீரர்களுக்கும் ஆங்கிலேய ராணுவ வீரர்களுக்குமிடையே சண்டை மூள்கிறது. கலவரம் விமானப்படைக்கும் பரவுகிறது. இதனிடையே நாடெங்கிலும் இந்து முஸ்லிம் கலவரங்களும் அதிகரித்திருந்தன.

காந்தியடிகள், நாம் முற்றிலும் போலியானதும் விபரீதமுமான ஒரு நிலையில் இருந்துகொண்டிருக்கிறோம் என்று அஞ்சுகிறார். பம்பாயில் கலவரங்கள் யாரோ செய்தவை... நாம் அதற்குப் பொறுப்பாளி அல்ல என்று கருதுவதை அவரது அகிம்சை தருமம் ஏற்கவில்லை.

"கலவரக்காரர்களும் நம் நாட்டினரே. நம்மிடம் அமைதியும் கண்டிப்பான கட்டுப்பாடும் ஒத்துழைப்பும் நல்லெண்ணமும் ஏற்படாவிடில் சுயராஜ்ஜியத்தில் பிளவு ஏற்பட்டு விடும். நம் அகிம்சை நம்மைச் சுதந்திரத்தின் வாசலுக்கு அழைந்து வந்திருக்கிறது. இந்நேரம் நாம் அதைக் கைவிடலாமா? இந்திய தேசிய ராணுவத்தினர் தங்கள் கட்டுப்பாட்டையும் பயிற்சியையும் பயன்படுத்தித் தங்களை அகிம்சை போர்வீரர்களாக மாற்றிக்கொள்ளலாம். ஒருவர் தன்னைக் கொல்லுவதற்கு எதிரியிடம் கழுத்தைக் கொடுக்கிறார், ஆயினும் எதிரியின் விருப்பத்துக்குப் பணிய மறுக்கிறார் என்ற

நிலைக்கு கொல்லுவதை விட கொல்லப்படுவதை விட, அதிக வீரம் தேவைப்படும் அல்லவா?"

"அகிம்சையின் ஆழம் யாருக்குமே தெரியாமல் போய்விட்டது என்கிறீர்களா மகாத்மா?"

"உண்மையைக் கூற வேண்டுமெனில் நமது அகிம்சை நடவடிக்கைகள் அரை மனதுடன்தான் நடந்திருக்கிறது. பலர் இம்சை எண்ணத்தை மனதில் வைத்துக்கொண்டே அகிம்சையை உதட்டளவில் உபதேசித்து வந்திருக்கிறார்கள். ஆகையால்தான் அவரவர் உள்ளங்களில் எந்தவிதமான எண்ணங்கள் தோன்றியிருக்க வேண்டுமோ அவை ஏற்படவில்லை. அகிம்சை முறையில் இந்தியாவிலிருந்து வெளியேறு என்பது வெறும் கோஷமன்று. அது ஆன்மாவின் வீரியமிக்க அறைகூவல். முழுவதும் சத்தியத்துடனும் அகிம்சையுடனும் கூடிய முறையினால் அந்நிய ஆட்சியும் ஆதிக்கமும் முடிவடைவது என்பதையே இது குறிக்கும்."

ஒரு கணம் நிதானிக்கிறார். அவருக்குப் பொதுமக்களிடையே அகிம்சையின் மீதான பற்று குறைந்து வருவது புரிகிறது.

"'முடிவடைவது' என்பதற்கு எதிரிகள் நாசம் அடைந்துவிட்டார்கள் என்பது பொருளன்று. இந்தியரின் வாழ்க்கை முறைக்கு அவர்கள் விருப்பத்துடன் இணங்குகிறார்கள் என்று கூட அதனைப் புரிந்து கொள்ளலாம். அகிம்சையில் அந்நிய துவேஷம் என்பதற்கே இடமில்லை. நம்மைப் போன்று அவர்களும் மனிதர்களே. அவர்களைக் குறித்து நமக்கிருக்கும் பயமே அவர்கள் மீது வெறுப்பை உண்டாக்குகிறது. பயம் நீங்கிவிட்டால் வெறுப்பும் நீங்கி விடும். வெறுப்பற்ற சூழலில் அந்நிய ஆட்சியாளர் இந்தியாவின் கோடிக்கணக்கான மக்கள் அனுபவிக்க முடியாத சலுகைகளைத் தான் கொண்டிருப்பது தவறு என்பதைப் புரிந்து கொள்வர். எந்தத் தீயக்காரியம் நடந்தாலும் அது பிரிட்டிஷாரின் சதி என்று நாம் கூறிக் கொண்டிருக்கிறோம். இத்தன்மை அவர்கள் வெளியேறினாலும் வேறு ஒரு நாடு வந்து நம்மை ஆக்கிரமித்துவிடும் நிலைக்குத் தள்ளிவிட்டு விடும். ஆள்வோரும் ஆளப்படுவோருமாக நாம் இதுவரை இயல்பிற்கே ஒவ்வாததும் திணறச் செய்வதுமான சூழ்நிலையில் இருந்திருக்கிறோம். இப்போது திடீரென்று வீசப் போகும் சுதந்திரக்காற்று நம்மை மூச்சுத் திணற வைக்கும். இருதரப்பாரும் அகிம்சையே சரியென்று உணரும்போதுதான் நிலைமை ஒழுங்குபடும்."

அவர் தான் கனவு காணும் சுயராஜ்ஜியத்தில் அரசாங்கம், பொருளாதாரம், ஒழுக்கம் ஆகியவைகள் மீது சுதந்திரம் இருக்க வேண்டும் என்று தீர்மானிக்கிறார். அரசாங்கம் என்பது எல்லா வகையிலும் பிரிட்டிஷ் இராணுவத்தின் அதிகாரம் நீங்கியதாக இருக்க வேண்டும். பொருளாதாரத்தைப் பொறுத்தவரை மிகத் தாழ்ந்த நிலையிலிருப்பவர் உயர் நிலையிலிருப்பவருடன் தாங்களும் சமம் என்பதை உணர வேண்டும். முதலாளிகள் தங்கள் மூலதனத்தையும் திறமையையும் ஏதும் இல்லாதவர்களுடன் பகிர்ந்துகொள்ள வேண்டும் என்கிறார். ஒழுக்கம் என்பதை ஆயுதம் பூண்ட பாதுகாப்புப் படைகளிடமிருந்து சுதந்திரம் பெறுவது என்று வரையறுக்கிறார். இதனையே ராமராஜ்ஜியம் என்கிறார். பிரிட்டிஷ் ராணுவம் இருந்த இடத்தில் நம் தேசிய ராணுவம் இருப்பதை அவரெண்ணும் ராமராஜ்ஜியம் விலக்குகிறது. தேசிய ராணுவத்தால் ஆளப்படும் ஒரு நாடு ஒழுக்கத்தில் சுதந்திரமாக இருக்க முடியாது என்கிறது அவரது அகிம்சை.

போலவே, அகிம்சையின் கோட்பாட்டில் பலன்களை எதிர்பார்ப்பதற்கு இடமேயில்லை. ஆனால், காங்கிரஸ்காரர்கள் இதனை உணர்ந்து கொண்டவர்களாகத் தெரியவில்லை. அவர்கள் தங்களின் சேவைக்காகவும் தாங்கள் சிறைத்தண்டனையை அனுபவித்தமைக்காகவும் தேர்தலிலும் பதவியிலும் தங்களுக்கு முன்னுரிமை அளிக்க வேண்டுமென்று விரும்புகிறார்கள். வெகுமதியாகப் பதவிகளைப் பெற அவர்களுக்குள் வெறுக்கத்தக்க போட்டிகள் நடைபெறுகின்றன. அகிம்சையின் கோட்பாட்டில் சிறைவாசமே அதன் வெகுமதி. கொல்லப்படும் இடமே அதன் லட்சியம் என்பதெல்லாம் மறக்கப்பட்டுப் பதவியை அடைவதற்கு இன்று சிறைவாசம் என்பது அனுமதிச் சீட்டாக மாறிப் போயிருக்கிறது என்று வருந்துகிறார்.

சுதந்திரத்தையொட்டிய தருவாயில் போலந்து நாட்டைச் சேர்ந்த பெண்மணியொருவர் பிரிட்டிஷ் ராணுவம் அவர்களுக்கு இனிமேல் பாதுகாப்பு அளிக்க முடியாது என்பதால் இந்தியாவை விட்டு வெளியேறிவிட வேண்டுமென்று எல்லா ஐரோப்பியர்களுக்கும் ரகசிய அறிவிப்பு விடுத்திருப்பதாக காந்திக்குக் குறிப்புகள் அனுப்புகிறார். அக்கூற்று உண்மையாக இருக்கும்பட்சத்தில், நம் மத்தியில் அவர்களுக்குப் பாதுகாப்பின்றிப் போவதாக அவர்கள் நினைத்திருந்தால், நாம் சத்தியாகிரகி என்ற பெயருக்கே தகுதியற்றவர்களாகிவிடுவோம் என்ற அவரின் பதற்றம் அவர் எண்ணியிருக்கும் அகிம்சையின் ஆழத்தைக் கூறுகிறது. இந்தியாவை

விட்டு வெளியேறு என்ற நமது தீர்மானத்தில் பகையோ ஆத்திரமோ எதுவுமே இல்லை. இனியும் நாம் சுரண்டப்பட மாட்டோம் என்பதே இதன் பொருள். இதை இருதரப்பினரும் உணர்ந்து கொள்ள வேண்டும் என்று தனது பத்திரிகைகளில் எழுதுகிறார்.

இந்து முஸ்லிம் கலவரங்களை வளர்த்தெடுக்க அவரவர் தமக்கான நியாயத்தை வகுத்துக்கொண்டனர். அந்தக் கரிய வெளிச்சத்தில் விட்டில் பூச்சிகளாக மக்கள் விழுந்து போயினர். நாடு கடவுளால் கை விடப்பட்ட பூமியாகிப் போனது. பிரிவினை என்ற சொல் லட்சக்கணக்கான உயிர்களைப் பலி கேட்டது. அவர் கண்களை மூடிப் பிரார்த்தனையில் அமர்ந்தார். வழக்கம் போல எல்லா மதப் பாடல்களும் அடங்கிய பிரார்த்தனை. வழக்கம் போலக் கூட்டத்துக்கும் பஞ்சமில்லை.

"ஆனால் நாடு இன்றிருக்கும் நிலையை நீங்கள் அறிவீர்கள்தானே திருவாளர் காந்தி?"

கேள்வியிலிருந்த எள்ளல் உட்பட அவர் எல்லாமே அறிந்திருந்தார்.

"தன்னலத் தியாகக்கலையைக் கற்றுக்கொள்வதில் முதலாவதும் கடைசியுமாக இருக்கும் பாடம் பிரார்த்தனையே. அப்பாடத்தை நான் விடாமல் கற்றுக்கொண்டிருக்கிறேன்."

பற்களற்ற வாயிலிலிருந்து சொற்கள் காற்றுக்கிடையே ஒலித்தாலும் அதன் பொருள் நடுங்க வைக்கக் கூடியனவாக இருந்தன.

"இங்கு கடவுள் ஆட்சி ஏற்படும் என்பதற்கான அறிகுறி எதுவுமில்லை என்பதை நான் ஒப்புக் கொண்டுதானாக வேண்டும். நமது அகிம்சை பலவீனர்களின் அகிம்சையாகிவிட்டது. இது பலமுள்ளவர்களின் அகிம்சையாக இருந்திருப்பின், உயிரையும் சொத்துகளையும் அழித்த இத்தனை வெறியாட்டம் ஏற்பட்டிருக்காது. சத்தியமும் அகிம்சையும் செயலாகும் விதத்தை மக்கள் அறியவில்லை. அவர்களுக்கு அகிம்சையிலும் கதரிலும் உண்மையான நம்பிக்கை கிடையாது என நான் புரிந்துகொண்டேன். அந்நிய ஆட்சியை எதிர்த்துப் போராடுவதில் அனுசரித்து வந்த வெளித்தோற்றமான அமைதி கூட இப்போது தென்படவில்லை. காங்கிரஸ் ஆட்சி அதிகாரத்தை ஏற்றுக் கொண்டதும் விரும்பியே அகிம்சையிலிருந்து நகர்ந்துவிட்டது. நான் இன்று செல்லாத காசாகிவிட்டேன். என் குரல் காற்றில் கதறுவது போலத்தான் ஒலிக்கிறது."

17
திட்டமிட்ட கலவரம்

வன்முறையால் நிறைந்த ஒரு நூற்றாண்டுக்கு காந்தி தனது அகிம்சை கொள்கைகளின் வழியே மாற்று வழியைக் காட்டுகிறார். ஆயுதம் தாங்கிய கிளர்ச்சிக்குப் பதிலாக சாத்வீகம். துப்பாக்கிக்கு மாற்றாக வழிபாடு, கலவரத்துக்கு மாற்றாக நட்பான புன்னகை. அவரிடம் பகட்டான சொற்பிரயோகங்கள் இல்லை... வாய்ஜாலங்கள் இல்லை. அழைப்பு விடுக்கும் அங்க மொழிகளில்லை. வலுவான அகன்ற தோள்களில்லை. ஓங்கி ஒலிக்கும் குரல் வளமில்லை. அவர் தலைமையில் திரள்வோருக்கு அதிகாரம், பதவிகள் கிடைக்குமென்ற உத்திரவாதங்கள் இல்லை. அவரும்கூட எந்த அதிகாரப் பதவியையும் வகித்தவரில்லை. ஆனால் சுதந்திரப் போராட்டத்தின் மையம் அவராகவே இருந்தார்.

அவர் பணம் சம்பாதிக்கும் தொழிலை எப்போதோ துறந்துவிட்டார். சொத்துகள் ஏதும் அவர் வசமில்லை. மேல்சட்டை உட்பட எதுவுமே அவரிடமில்லை. அவர் பொது வாழ்க்கைக்குள் தனி வாழ்க்கையை நிறுவிக் கொள்கிறார். பதிமூன்று வயதில் தொடங்கிய தாம்பத்திய வாழ்க்கையைத் தனது முப்பத்தேழாவது வயதில் முடித்துக் கொள்கிறார். ஆசிரமமே வீடு... அது அவரது குடும்பத்தார் உட்பட எல்லோருக்குமானது. அதேநேரம் அங்கு தங்கியிருப்பது அத்தனை எளிதான விஷயமுமன்று. கட்டாந்தரையில் படுக்க வேண்டியிருக்கும். ருசியற்ற உணவு, சமையல் முதல் கழிப்பறையைச் சுத்தம் செய்தல் வரை எல்லா பணிகளையும் எல்லோரும் சுழற்சி முறையில் செய்ய வேண்டியிருக்கும். கழிப்பறையைச் சுத்தம் செய்தல் என்ற செயல் சாதியப் பின்னல்களால் கட்டப்பட்ட இந்தியாவில் சாதிப்

பாகுபாட்டுக்குள்ளிருப்பது என்பதையும் கருத்தில்கொள்ள வேண்டும். அவர் தென்னாப்பிரிக்காவில் உருவாக்கிய ஃபோனிக்ஸ், டால்ஸ்டாய் பண்ணை முதல் இந்தியாவில் நிறுவிய ஆசிரமங்கள் வரை அடுத்ததாக அவர் செய்யவிருந்த அரிசன முன்னேற்றப் பணிகளுக்கான முன்னோடி நடவடிக்கையாக அமைந்தன என்றும் கூறலாம். அவர் தொடங்கிய ஆசிரமங்கள் விவசாயம், கைத்தொழில் என்ற கடின உழைப்புக்கு அடிகோலின. அவை யாவும் அவர் கட்டமைக்க விரும்பிய இந்தியாவின் மாதிரி வடிவம். உலகம் இவற்றைக் கற்றுக் கொள்ளவேண்டும் என்று அவர் விரும்பினார்.

அவரைப் பின்பற்றுவோருக்குத் தாங்கள் உடுத்தும் கரடுமுரடான கதர் உடுப்பைப் போல வாழ்க்கையும் கடினமாகி விடலாம். அவர்கள் சிறைத் தண்டனை உட்பட எல்லாத் தியாகத்துக்கும் தயாராகிவிட வேண்டும். இயேசு கூறியதைப் போல ஒரு கன்னத்தில் அறை வாங்கிக் கொண்டால் மறு கன்னத்தை அடிப்பதற்கு வாகாகத் திரும்பி நின்று காட்ட வேண்டும். இது கடினமானது, நிதர்சனத்திலிருந்து விலகியிருப்பது என்றாலும் அவரிடம் மக்களைத் தன் பக்கம் திருப்பிக் கொள்ளும் மந்திரசக்தி இருந்தது.

அவர் பயணங்களின் வழியே இந்தியாவைக் குறுக்கும் நெடுக்குமாக அளக்கிறார். இதன் மூலம் இந்தியாவின் பல்வேறுபட்ட மதங்கள், மொழிகள், சாதிப் பின்னல்கள், வாழ்க்கை முறைகள், கலாச்சாரம், பழக்கவழக்கம், வழிபாடுகள் போன்றவற்றோடு இங்கு நிலவும் பொருளாதாரச் சூழல், சுகாதாரப் பிரக்ஞை போன்றவற்றையும் அறிந்து கொள்கிறார். செல்லுமிடங்கள்தோறும் அவருக்குப் பெருத்த வரவேற்பு. மக்கள் அவரை மகாத்மாவாக ஏற்றுக்கொள்கிறார்கள். மனிதனை அடுத்த நிலைக்கு எடுத்துச் செல்லும்போது வாழும் கடவுளாக வழிபடத் தொடங்கிவிடுவது இயல்பு. ஆனால், அவர் பிடிவாதமானவர். அதை முற்றிலுமாக நிராகரிக்கிறார். மாறாக, எளிய மக்களைத் தேடிச் செல்கிறார். யார் வேண்டுமானாலும் எப்போது வேண்டுமானாலும் அவரைச் சந்திக்கலாம். ஆலோசனை கேட்கலாம்... அது அரசியலாக இருந்தாலும் சரி, ஆன்மிகம், மருத்துவம், குடும்பம் என எத்துறை சம்மந்தப்பட்டதாக இருந்தாலும் சரி, அவரிடம் அதற்கான பதில்கள் இருந்தன. அவற்றைக் கைப்பட எழுதிய கடிதங்களாகவும் தனது பத்திரிக்கைகளில் செய்திகளாகவும் பயணங்களில் சொற்பொழிவுகளாகவும் ஆசிரமமோ, சிறையோ தங்குமிடம் எங்கிருப்பினும் தன்னால்

நடத்தப்படும் பிரார்த்தனையின் கூட்டங்கள் வழியாகவும் அவர் சொல்லிக்கொண்டேயிருந்தார். தகவல் தொழில்நுட்பம் பெரிதாகப் பெருகாத அக்காலக்கட்டத்திலும் அவரது செய்திகள் தேசம் முழுவதும் பரவின. சத்தியாகிரகம், உண்ணாவிரதம், ஒத்துழையாமை இயக்கம் என்று அவரது அணுகுமுறைகள் புதிதாகத் தோன்றின என்றாலும் எளிய வார்த்தைகளால் இந்திய மக்களின் ஆன்மாவைத் தொடும் திறன் அவருக்கிருந்தது.

அவரைப் பின்பற்றுவோர்க்கு அவர் ஒரு துறவி. அவரை விரும்பாதோர் அவரை இரட்டை நாக்குக்காரர் என்றனர். விடுதலைக்கான போராட்டத்தில் அகிம்சையேந்தி நின்ற அந்த வீரருக்கு ஆள்பவரின் மீது கூடத் துளியும் துவேஷமில்லை. தங்களின் வெளியேறும் நேரத்தைத் துரிதப்படுத்திய அவரை அவர்கள் தந்திரம் மிக்க அரசியல்வாதி, பிடிவாதக்காரர், கருத்தைத் திணிப்பவர் என்று நினைத்தனர். ஆனாலும் அவரை விரும்பவும் செய்தனர். அவரைப் புரிந்துகொள்ள முயன்றனர். வின்ஸ்டன் சர்ச்சில் தனது சிறு உடலாலும் பேரளவு இதயத்தாலும் தங்களின் சாம்ராஜ்ஜியத்தின் செருக்கைச் சிதைத்துக் கொண்டிருந்த காந்தியை உற்று நோக்குகிறார். அதனால்தான் அவரை அரை நிர்வாண பக்கிரி. போலியான தேவதூதர் என்று வசை மொழிகிறார். உலகம் அவரைக் கவனிக்கத் தொடங்குகிறது.

அவர் எல்லோரையும் ஒரே தட்டில் வைத்துப் பார்க்கும் திறன் கொண்டவர். அவரைப் பொறுத்தவரை வைஸ்ராயிலிருந்து சாதாரண மனிதன் வரை எல்லோருமே சமம்தான். போலவே, அவர் தன் வாழ்நாளில் மிக அரிதான பேருயர்வையும் இறுதிக் காலத்தில் தன் கொள்கைகள் மிக மோசமாகச் சரிந்து விழுவதையும் கிட்டத்தட்ட சமநிலையில் எதிர்க்கொள்கிறார். நாடு விடுதலையை நெருங்கிக் கொண்டிருக்கும் தருணத்தில் பிறப்பால் இந்துவான அவரை முஸ்லிம்கள் தன்னவராக ஏற்கவில்லை. இந்துக்களுக்கும் அவர் மீது முழு நம்பிக்கை இல்லை. ஆள்வோரையும் ஆளப்படுவோரையும் அவருடைய நீதிக்கொள்கைகளும் வித்தியாசமான அணுகுமுறைகளும் ஆச்சர்யப்படுத்திக் கொண்டேயிருந்தன. அவருடைய ஒத்துழையாமை இயக்கம் நாடு முழுவதும் பெரும் தாக்கத்தை விளைவித்துக் கொண்டிருந்தபோது அது தன் எல்லையை மீறுகிறது என்ற காரணத்துக்காக அதை அப்படியே நிறுத்திவிடுவதில் அவருக்கு எவ்வித மனச்சலனமும் இருந்ததில்லை. 1947 ஜுன் மாதம் நான்காம் நாள், கடைசி வைஸ்ராய் மவுண்ட்பேட்டனிடமிருந்து அழைப்பு. டெல்லியில்

ஒதுக்கப்பட்டோர்க்கான காலனிப் பகுதியொன்றில் தங்கியிருந்த அவர், அந்த அழைப்பை ஏற்று ஆறு மணிக்கு வைஸ்ராய் இல்லத்துக்குச் செல்லுகிறார். ஏழு மணிக்குப் பிரார்த்தனைக்கான நேரம் வந்துவிடும். பேச்சு வார்த்தையினிடையே வைஸ்ராயிடம் மன்னிப்பு கேட்டுக்கொண்டு பிரார்த்தனை மையத்துக்குத் திரும்பி விடுகிறார். ஆனால், அப்போது அவர் எல்லாமே கை மீறி விட்டதை உணர்ந்திருந்தார். பிரிவினையும் உறுதிப்பட்டுவிட்டது.

அவர் தன்னுள்ளிருந்து இயங்கும் ஆத்மாவின் குரலுக்குக் கட்டுப்பட்டவர். கீதையின் நெறிகளைப் பின்பற்றியவர். ராமராஜ்யம் விரும்பியவர். சாதாரணர் காணாத உச்ச நிலைகளைக் கண்ட போதிலும் அதற்கான செருக்கேதும் கொள்ளாமல் கடமைகளைச் செய்வதில் மட்டுமே ஆர்வம் கொண்டவர், பலன்களை எதிர்பாராதவர். ஒருவேளை இவையெல்லாவற்றுக்குமான சக்தியை அவர் சத்தியத்திலிருந்தும் அகிம்சையிலிருந்தும் பெற்றுக்கொண்டிருக்கலாம். ஏனெனில் அவர் சத்தியமே கடவுள் என்றார்.

எல்லாம் முடிந்திருந்தது. வெற்றி கிட்டும் தருவாயில் எந்தக் கொள்கைக்காக வாழ்ந்தாரோ அந்தக் கொள்கையை அவரது சொந்த மக்களே ஏற்க மறுக்கும் சூழல். எங்கும் திட்டமிட்ட வகுப்புவாத வன்முறைகள் தலைதூக்கியிருந்தது. அவர் தன் வாழ்நாளில் திருப்திப்படுத்த முடியாத இருவர் என்று வரையறுத்தவர்களில் ஒருவரான எம்.ஏ.ஜின்னாவின் தலைமையில் நேரடியான யுத்தம். நாடு சுதந்திரம் பெறுவதற்குச் சரியான ஒரு வருடத்திற்கு ஒரு நாள் குறைவான அத்தினத்தின் பெயரே நேரடி நடவடிக்கை தினம்தான். அது பாகிஸ்தானைப் பெற்றுக்கொள்ள தரையிறக்கப்பட்டு அரசின் முழு ஆசிர்வாதங்களையும் பெற்ற நேரடி வன்முறைத் திட்டம். H.S.சுஹுர்வர்த்தி தலைமையிலான முஸ்லிம் லீக் அரசு வன்முறைக்கு வசதியாக அன்று விடுமுறை அறிவித்திருந்தது. அது லீகர்கள் அல்லாத முஸ்லிம்கள் மனதில் இந்துக்களுக்கு எதிரான ஆழ்ந்த வெறுப்பை உருவாக்கும் திட்டம். அந்தத் திட்டம், திட்டமிட்டப்படி நிறைவேறுகிறது. அது குண்டர்களை வரவழைப்பது, தங்க வைப்பது, உணவளிப்பது, பின் இந்துக்களின் வாழ்வையழிப்பது என்று வரையறுத்துக் கொண்ட நிகழ்ச்சித் தொகுப்பு. தொகுப்பிலிருந்தவை நிரல் பிரகாரம் நிறைவேறுகிறது. கல்கத்தா ஸ்தம்பித்து நின்றது.

மதத்தால் சூடேற்றப்பட்டு கட்டுப்பாடிழந்த மக்கள், மனிதர்களுக்கான அடிப்படை நாகரிக எல்லைகளை முற்றிலும் தளர்ந்து தம் மதத்தைச் சாராதவர் யாராகிலும் அவர்களை யார் வேண்டுமானாலும் எப்படி வேண்டுமானாலும் கையாளலாம் என்று குற்றவுணர்வற்ற மனப்போக்கில் கொல்லப்பட்ட சவங்களும் புணரப்பட்ட உடல்களுமாக கல்கத்தா வன்முறையில் மூழ்கிக் கொண்டிருந்தது. ஆயிரக்கணக்கானோரின் வாழ்வாதாரங்கள் அழிக்கப்பட்டு நூற்றுக்கணக்கானோரின் உயிர்கள் பறிக்கப்பட்டிருந்தன. கொந்தளிப்பாளர்கள் கொதித்தெழ, தடுமாற்றம் கொண்டவர்கள் தத்தம் மதத்தாரோடு இணைந்துகொள்ள நடுநிலைமையாளர்கள் முடிவெடுக்கவியலாது தவிக்க, அறம் சார்ந்தவர்கள் மதம் துறந்தவர்களாக ரகசியமாக ஒருவருக்கொருவர் உதவிக்கொள்ள, வங்காளம் மதரீதியான விரிசலுக்கு ஆட்பட்டுப் போனது. 1905இல் கர்சன் வங்காளத்தைப் பிரிப்பதை எதிர்த்து ஒன்றாகக் குரலெழுப்பியவர்கள், இன்று வங்காளம் மதரீதியாக பிரிக்கப்பட வேண்டும் என்று ஒன்றாக குரலெழுப்பினர். அந்த இரைச்சலில் சாத்வீகக் குரல்கள் அமுங்கிப் போயின. கொன்று குவிக்கப்பட்ட பிணங்களின் மீது மதம் ஏறி நின்று எக்காளமிட்டது. மொத்தத்தில் நாடு இரண்டாகப் பிரிக்கப்பட வேண்டுமென்ற முஸ்லீம்களின் பிரிவினைக் குரல் வன்முறையால் அழுத்திப் பதிவு செய்யப்பட்டதோடு காங்கிரஸ் இந்துக்களுக்கானது என்ற கருத்தியலும் முஸ்லிம்களின் மனதில் தெளிவாகப் பதியப்பட்டது.

காந்தி, அப்போது டில்லியிலிருக்கிறார். சரிந்து கிடக்கும் அகிம்சையை நேரிடையாகப் பார்க்கும் வாய்ப்பு அவருக்கு. மேற்கொண்டு நகர்வதற்கான சக்தியை அவர் தன் அகத்திலிருந்து பெற்றுக்கொள்கிறார். சத்தியத்தின் ஒளியோ, அகிம்சா தருமம் என்ற கோட்பாட்டின் நெறியோ கீதையின் உபதேசங்களோ ஏசுவின் வாழ்வோ ஏதோ ஒன்று அவரைத் தளராமல் இயக்குகிறது. இந்தியா பிரிக்கப்படுவதோ ஒன்றாக இருப்பதோ பலாத்காரத்தினால் முடிவாகிவிடாது. பிரிவதோ, சேர்ந்திருப்பதோ எந்த முடிவு எடுத்தாலும் ஒருவரையொருவர் உணர்ந்து கொள்வதன் மூலமும் நல்லெண்ணத்தின் அடிப்படையிலும் சமரசமாகவும் அம்முடிவு எடுக்கப்பட வேண்டும் என்பது அவருடைய கருத்து. பம்பாயில் வெறிபிடித்த கூட்டமொன்று கொலைவெறியோடு தங்களிடம் வந்தபோது நண்பர்களான இந்துவும் முஸ்லிம் மதத்தைச் சேர்ந்த ஒருவரும் ஒருவரையொருவர் கட்டியணைத்துக்கொண்டு

இறந்து போன செய்தியை அவர் கேள்வியுறுகிறார். அது சூழ்ந்து கொண்டிருக்கும் அவநம்பிக்கை இருளில் நம்பிக்கையின் மினுங்கலான ஒளி. இச்செயலுக்கான பலனை நாம் உடனடியாக காண முடியாதிருக்கலாம். அதனால், அந்தத் தியாகம் வீணாகி விட்டதாகச் சொல்ல முடியாது. பாலில் பிரை மோர் கலந்ததுபோல அது தொடர்ந்து வேலை செய்து கொண்டுதான் வருகிறது என்கிறார் நம்பிக்கையோடு.

ஆனால் சூழல்கள் அவருக்கு விரோதமாக அணிவகுத்து நம்பிக்கை தளர்வதற்கான அத்தனை சாத்தியக்கூறுகளோடும் அவர் முன் எழுந்து நின்றன. ஏசுவோ புத்தரோ ராஜீயத் துறையில் அகிம்சையைச் சோதிக்கவில்லை. அவர்களுடைய காலக்கட்டத்தில் இன்றிருப்பதைப் போல அரசாங்கமும் இருந்ததில்லை. காங்கிரஸுக்கு அகிம்சை பரீட்சை புதிதானது. மேலும் அவர்கள் முழு நம்பிக்கையுடனும் முழு உணர்வோடும் உண்மைத் தன்மையோடும் இதனைப் பரீட்சிக்க முயற்சிக்கவில்லை. அவர்கள் கொண்ட கொள்கையில் பிடிப்போடு இருந்திருப்பார்களானால் நாம் இன்றிருப்பது போல இம்சையா அகிம்சையா என ஊஞ்சலாடிக் கொண்டிருக்க மாட்டோம். அகிம்சையின் விளைவு நன்றாக வெளிபட்டுமிருக்கும். வகுப்பு ஒற்றுமை இருந்திருக்கும். தீண்டாமை நீங்கியிருக்கும். பிரிட்டிஷார் வெளியேறவிருக்கும் இத்தருணத்தில் எல்லோருக்குமான நல்லதொரு சமுதாயத்தை உருவாக்கியிருக்கலாம். அதேசமயம் லீக் தலைவர்கள் கூறுவதைப் போல காங்கிரஸ் அன்று இந்து ஸ்தாபனம். அதில் இந்துக்கள் அதிகமிருப்பினும் அது எல்லா மதத்துக்குமானது. முஸ்லிம்கள் உட்பட அதில் எல்லா மதத்தவரும் உள்ளனர். இடைக்கால அரசாங்கத்தின் பிரதம மந்திரி முள் கிரீடத்தை அணிய வேண்டியிருக்கிறது என்றால் காங்கிரஸ் தலைவர் முள் படுக்கையிலேயே படுக்க வேண்டியிருக்கிறது. அகிம்சையானது காங்கிரஸின் கொள்கை. அதுவே, இன்றுள்ள பலத்திற்கு நம்மைக் கொண்டு வந்திருக்கிறது. பலமுள்ள பிரிட்டிஷார் விஷயத்தில் அதைச் செயல்படுத்திவிட்டு நம் சகோதரர்களிடம் இம்சையை பயன்படுத்தினால் அகிம்சை கோழையின் பரீட்சையாகிவிடும் என்கிறார்.

மதவெறிக் கூச்சல்களுக்கு முன்னால் அவரின் குரல் எடுபடவில்லை.

அவர் நிஜமாக்க விரும்பியது நிறைவேறாது போனாலும் அது குறித்து வருத்தப்படுவதை விட இப்போது விழித்துக்கொண்டாலும்

வெற்றி நமக்கே என்று யோசிக்கிறார். ஆனால் நிலைமையோ நேர்மாறாகப் போய்க் கொண்டிருந்தது. காங்கிரஸின் மீது முஸ்லிம் லீக் மட்டுமன்றி பெரும்பாலான சுதேச மன்னர்களும் நம்பிக்கையிழந்து கொண்டிருந்தனர். பிரிவினைக்கான கோஷங்கள் திட்டமிட்டு வலுப்படுத்தப்பட்டன. மக்களின் அன்பையும் மதிப்பையும் இழந்து அவர் பைத்தியக்காரர் போலக் குரலெழுப்பிக் கொண்டிருப்பதாக வரும் சேதிகளை அவர் பொருட்படுத்தவில்லை.

"நான் இது குறித்து சஞ்சலம் கொள்ளவில்லை. ஊடுருவ முடியாத இருளின் நடுவே என் நம்பிக்கை ஒளியுடன்தான் இருக்கிறது. கடவுள் என்னிடம் ஒப்படைத்திருக்கும் சத்தியத்தைப் பின்பற்றுவதற்கென்று என் வாழ்நாளை எப்போதோ அர்ப்பணித்துவிட்டேன்."

18

விடாப்பிடியான அகிம்சை

நேரடி நடவடிக்கை நாளின் தொடர்ச்சியாக கல்கத்தாவிலும் அதைத் தொடர்ந்து கிழக்கு வங்காளத்தில் நவகாளி ஜில்லாவிலும் பின் பீகாரிலும் வன்முறைகள் திறந்துவிடப்பட்ட அணையின் வெள்ளமென கட்டுக்கடங்காது போய்க் கொண்டிருந்தன. நவகாளியில் சிறுபான்மையினராக இந்துக்களுக்கு எதிராக நடத்தப்பட்ட மோசமான தாக்குதலில் பெண்கள் இழுத்து வரப்பட்டு மதமாற்றம் செய்யப்பட்டனர். மேலும் கற்பழிக்கப்பட்டனர். கதறியோடிய மக்களின் வீடுகள் சூறையாடப்பட்டன. தப்பியோடியவர்கள் தேடித் தேடி அழிக்கப்பட்டனர். ஒவ்வொரு தனியரும் தன்னளவில் கொண்டிருந்த மதிப்புமிக்க உயிரை, தாங்கள் பிறந்த மதத்தின் காரணமாக, கொடூரமாக இழந்து கொண்டிருந்தனர். அக்டோபர் 20, 1946 லக்ஷ்மி பூஜை நாளன்று இரவில் நடந்த இக்கொடூரங்கள் சற்றுத் தாமதமாகத்தான் வெளியுலகிற்குத் தெரிய வந்தது.

தொடர்ச்சியாக, அக்டோபர் 27, 1946இல் காங்கிரஸ் கட்சியின் ஆட்சி நடைபெறும் பீகாரில் சிறுபான்மையினரான முஸ்லிம்கள் மீது வங்கத்தில் நடந்த தாக்குதலுக்குப் பதிலடி கொடுக்கப்படுகிறது. காந்தியடிகள் இந்தியாவில் தன் அரசியல் வாழ்வைப் பீகாரிலிருந்துதான் தொடங்கியிருந்தார். சம்பாரண் போராட்டம்தான் ஆரம்பக் காலங்களில் அவரை இந்தியர்களுக்கு அறிமுகப்படுத்தியது. ஆனால் அன்றிருந்த நிலையில் இன்று பீகார் இருக்கவில்லை. அது மதவெறியின் கையில் தன்னை ஒப்புக்கொடுத்திருந்தது.

அவர் தவித்துப் போகிறார். இருதரப்பாரும் அவருக்கு ஒன்றுதான்.

இந்த அறிவுக்கெட்ட படுகொலைகளைக் காண்பதற்கு நீ உயிர் வைத்திருப்பானேன்? மக்கள், பட்டப்பகல் போல வெட்ட வெளிச்சமாகத் திகழும் அகிம்சையைப் பார்ப்பதற்கு மறுத்து நீ சொல்லுவதையும் பொருட்படுத்தவில்லை என்றால் உன் காலம் தீர்ந்துவிட்டது என்பதை அது காட்டவில்லையா என்று என் அந்தராத்மா எனக்குச் சொல்கிறது. நம் சொந்த நாட்டினரும் உற்றார் உறவினருமான முஸ்லிம்கள் கொல்லப்படுவதை என்னால் எப்படிப் பார்த்துக் கொண்டிருக்க முடியும்? வங்காளத்தில் நடந்ததற்குப் பதில்தான் பீகார் என்கிறார்கள். மன்னித்துவிடுவதுதான் மிக உயர்ந்த நற்குணம் என்று இந்து சாஸ்திரங்கள் போதிக்கின்றன. வாளின் வெற்றி வெற்றியே அல்ல. பாண்டவர்கள் பெற்ற வெற்றி வெறும் சூன்யம் என்பதையே மகாபாரதம் எடுத்துக் காட்டுகிறது. ஒருவரின் கெடு செயல்களை மற்றவரின் கெடுசெயல்கள் எங்ஙனம் நியாயப்படுத்தும்? சில நூறு பேரை ஆயிரக்கணக்கானவர்கள் கொல்லுவதுதான் வீரமா? அது கோழைத்தனத்திலும் கேவலமானது. தேசியத்துக்கும் கௌரவமானதல்ல. பீகார் மக்கள் தங்களைக் கேவலப்படுத்திக் கொண்டு இந்தியாவையும் கீழ் இழுத்துவிடும் வேலையைச் செய்திருக்கிறார்கள்.

முஸ்லிம் லீகர்கள் அப்பட்டமான வன்முறையில் இறங்கியிருக்கிறார்கள் என்பதில் மாற்றுக் கருத்தில்லை. ஆனால் எல்லா முஸ்லிம்களும் லீகர்கள் அல்ல. முஸ்லிம் பொதுமக்களோ அல்லது இஸ்லாமை நல்லறிவுடன் பின்பற்றுபவர்களோ நிச்சயமாக இதில் இலாபமடையப் போவதில்லை. ‘ஸலாம் அலைக்கும்’ என்று அவர்கள் ஒருவருக்கொருவர் வந்தனம் கூறிக்கொள்வதன் பொருளே “உங்களுக்கு அமைதி உண்டாவதாக...” என்பதுதான். பத்துக்கோடி இந்திய முஸ்லிம்களும் தனியான ராஜ்ஜியத்தை அமைத்துக் கொள்ளாவிடில் இஸ்லாம் அமுங்கி அழிந்துவிடும் என்று லீகர்கள் இடும் கூச்சல் வீண் பீதியைக் கிளப்புவதே தவிர வேறு எதுமில்லை. இந்தியாவின் ஜனத்தொகையில் முஸ்லிம்கள் நான்கில் ஒரு பகுதியினராக இருக்கின்றனர். அப்படியிருக்க அவர்களை யாரும் நிரந்தரமாக நசுக்கவோ அழித்து விடவோ முடியாது. இஸ்லாம் மனித வர்க்கத்தின் ஒற்றுமையையும் சகோதரத்துவத்தையும் போதிக்கிறதேயன்றி மனிதர்கள் ஒன்றாக இருப்பதைக் குலைப்பதைக் கோரவில்லை. ஆகவே முஸ்லிம் லீக்கின் பாகிஸ்தான் கோரிக்கை இஸ்லாமுக்கு விரோதமானது என்று நான் நிச்சயமாக நம்புகிறேன்.

முஸ்லிம்களிடம் வகுப்புவாதம் இருக்கிறது என்று காங்கிரஸ் சொல்கிறது. அப்படியானால் இந்துக்கள் பதிலுக்குப் பதில் செய்வதில் அந்த வகுப்புவாத வெறுப்பு அடங்கியிருக்கவில்லையா? பீகாரிலிருக்கும் முஸ்லிம்களை ஒடுக்கப் பார்ப்பதுதான் தேசியமா? பீகாரின் செயல்கள் காங்கிரஸ் ஒரு இந்து ஸ்தாபனமே என்று காயிதே ஆஸாம் ஜின்னா கூறி வருவதை நிரூபிப்பது போலிருக்கிறது. பதிலுக்குச் செய்வதற்காகக் கூடக் கொல்லுவதில்லை என்ற உறுதியும் வஞ்சம் தீர்த்துக் கொள்ளாமலேயே சாவதற்குத் துணிவதும் அகிம்சையைப் பற்றிய உபதேசம் மட்டுமன்று. இது உண்மையான பகுத்தறிவையும் பிரபஞ்ச தருமத்தையும் உபதேசிக்கிறது. அகிம்சா தருமத்தின் மீது அழியாத நம்பிக்கை கொண்டிருந்தால் சகிப்புத் தன்மையை ஆத்திரம் ஒன்றும் செய்துவிடாது. தற்காப்புக்காகத் தாக்குவது என்றாலும் கூட ஒளிவு மறைவு எதுவும் இருக்கக்கூடாது. பின்புறம் இருந்து குத்துவது இருக்கக்கூடாது. என்னை யாரோ கொன்று விடுகிறான் என்று வைத்துக்கொள்வோம். அதற்காக இன்னொருவனைக் கொன்றுவிடுவதனால் நீங்கள் அடையப் போகும் பலன் ஏதுமில்லை. ஆன்மாவை யாராலும் அழித்துவிட முடியாது. காந்தியைத் தவிர காந்தியை வேறு யாரால் கொல்ல முடியும்?

அவர் ஊடகங்கள், பேட்டிகள், சந்திப்புகள், பிரார்த்தனைக் கூட்டங்கள் போன்றவற்றின் வழியாக இடைவிடாது உரையாடினார். நாடு தன் சரித்திரத்தின் இருண்ட பக்கத்தை சந்தித்துக்கொண்டிருந்தது. அவரும்தான். பீகாரில் மட்டுமல்ல இந்தியா முழுவதிலும் நடக்கும் சட்ட விரோதமான செயல்களுக்கு அவரே பொறுப்பாளி என்று திட்டமிட்டுப் பரப்பப்பட்டது.

“நான் இதை ஒப்புக்கொள்ளப் போவதில்லை. என்னுடைய எதிர்ப்பு என்பது நியாயமில்லாத தீமையான சட்டத்திற்கு எதிராகச் செய்யப்படும் எதிர்ப்பு. எனது சட்ட விரோதச் செயல்பாட்டில் கட்டுத்திட்டமும் ஆக்கவேலையும் சமூகத்தின் நன்மையும் அடங்கியிருக்கின்றன. கடமையைச் சுயநலத்துக்காகத் தட்டிக் கழிக்கும் முறையை அது என்றுமே மேற்கொண்டதில்லை. மேலும், என்னுடைய வேலைத்திட்டத்தில் கொலை, கொள்ளை, தீயிடல்களெல்லாம் என்றுமே இடம் பெற்றதில்லை. பீகாரிகள் தங்கள் மத்தியில் வாழும் முஸ்லிம் மக்களுக்குத் தங்கள் உயிரைக் கொடுத்தேனும் முழுப் பாதுகாப்பு அளித்திருக்க வேண்டும். அதுவே கிழக்கு வங்காள இந்துக்களுக்கு அவர்கள் செய்திருக்க வேண்டிய மிகச் சிறந்த உதவி. பதிலுக்குப் பதில் செய்ய விரும்பினால் நவகாளி

வந்து கடைசி ஆள் வரை செத்திருக்க வேண்டும். அது நவகாளி முஸ்லிம்களுக்குச் சிறந்த படிப்பினையாகவும் இருந்திருக்கும். ஆனால் பீகாரிகள் கோழைகளைப் போல் நடந்து கொண்டு விட்டனர். அவர்கள் தாங்கள் செய்திருக்கும் செயல்களுக்காக வருந்தி தங்களைத் திருத்திக் கொள்வார்கள் என்று இப்போதும் நம்புகிறேன். நான் உயிரோடு இருக்க வேண்டுமென்று அவர்கள் விரும்பினால் நான் அதற்கு விதிக்கும் விலை இதுவேயாகும்."

அவர் பீகார் அக்கிரமத்தின் பிராயச்சித்தமாக ஆகாரத்தைக் குறைத்துக்கொள்கிறார். தவறு செய்து வரும் பீகார் மக்கள் புதிய ஏட்டைத் திருப்பினாலன்றி, இது சாகும் வரை உண்ணாவிரம் என்றாகிவிடும் என்கிறார். ஆனால் அவர் கூறுவதெல்லாம் வனாந்திரத்தில் போட்ட கூச்சலைப் போலாகிவிட்டது. அதை அவர் உணர்ந்தாலும் நம்பிக்கை இழக்கவில்லை. விழுந்து கொண்டிருந்த பிணங்களின் வழியே சரிந்துகொண்டிருந்த தன் அகிம்சை என்ற கோட்பாட்டை உற்று நோக்குகிறார். ஆழ்ந்த வேதனை, ஆழ்ந்த சிந்தனை, அதிக விவாதங்களுக்குப் பிறகு கிழக்கு வங்காள பூமிக்குச் சென்றாலன்றி தன்னால் அமைதியாக இருக்கமுடியாது என்பதை உணர்கிறார். அவருக்கு வயது எழுபத்தேழாகிறது. தொடர் உண்ணாவிரதங்களால் தேக ஆரோக்கியம் அத்தனை சிறந்ததாக இல்லை. நவகாளியும் கூட நினைத்ததும் வந்துவிடாத தொலைவிலிருக்கிறது. இவற்றையெல்லாம் அவர் அறிந்திருந்தாலும் தன் மனதில் எழுந்த குரலை அடக்க விரும்பவில்லை. யாரொருவரும் தமக்கு விதிக்கப்பட்ட கடமையைச் செய்தேயாக வேண்டும். அதற்குக் கடவுள் நல்வழி காட்டுவார் என நம்பவும் வேண்டுமென்று தனக்குள் கூறிக் கொள்கிறார். பரிசுத்தமான தீவிர எண்ணம் ஆழ்மனதில் எழுந்து தனித்த உத்வேகம் பெறும்போது அது சக்தியுள்ள கருவாகிவிடும் என்று தான் முன்னரே கூறியுள்ளபடி தன் எண்ணக் கருவுக்கு உயிருண்டாக்கி நவகாளிக்குச் செல்லும் முடிவெடுக்கிறார். ஆனாலும், அங்கு தன்னால் என்ன செய்ய முடியும், தான் என்ன செய்ய வேண்டுமென்பது குறித்து அவருக்கு எந்தத் திட்டமும் இல்லை.

அவர் நேரடியாக விமர்சனங்களைச் சந்திக்கிறார்.

"இந்த அறிவுகெட்ட படுகொலைகளைக் காண்பதற்காகவா நீங்கள் உயிரோடிருக்கிறீர்கள்? உங்கள் அகிம்சை ஒரு தவறான கற்பிதம். மக்கள் உங்களை மறுத்துவிட்டதையும் உங்களைப்

பொருட்படுத்தாததையும் நீங்கள் உணரவில்லையா? உங்கள் காலம் தீர்ந்துவிட்டது காந்தி.”

“ஆமாம். நீங்கள் கூறுவதில் இருக்கும் நியாயம் என்னை உண்ணாவிரதத்தை நோக்கித் துரத்துகிறது. அதேசமயம் என்னுடைய அகிம்சையை நான் தவறென்று ஒருபோதும் கூறமாட்டேன்.”

“அப்படியானால் இந்திய மக்களின் வாழ்க்கையில் அகிம்சை இன்னும் வேரூன்றவில்லை என்கிறீர்களா? அல்லது உங்களுடைய அகிம்தா தருமம் தோற்றுவிட்டது என்கிறீர்களா?”

“பொதுப்படையாக இதைச் சொல்ல முடியாது. அகிம்சை தோற்று விட்டதாகவும் நான் கருதவில்லை. இந்தியாவில் ஏழு லட்சம் கிராமங்களைச் சேர்ந்த கோடிக்கணக்கான மக்கள் வசிக்கின்றனர். அவர்களனைவருமா வன்முறையில் ஈடுபடுகிறார்கள்? பொதுமக்களின் உள்ளத்தை மாற்றுவதற்கான உபாயத்தை நான் இன்னும் கண்டுபிடிக்கவில்லை என்று வேண்டுமானால் சொல்லலாம். இந்திய வாழ்க்கையில் அகிம்சை வேரூன்றி இருக்கிறதா என்ற கேள்விக்கு நான் இறந்த பிறகே விடை கிடைக்கும்.”

அவரது அந்தராத்மா அவரை நவகாளியை நோக்கிப் பயணிக்கச் சொல்லுகிறது. ஆனால், அவர் மீது அன்பு கொண்டவர்கள் அது அபாயத்தை விளைவித்துவிடும் என்று அஞ்சுகின்றனர்.

அவர், அவர்களைச் சமாதானம் செய்கிறார்.

“என்னுடைய அகிம்சை இப்போது சோதனையில் இருக்கிறது. இந்த நெருக்கடியான நிலையில் அது என்ன செய்யப் போகிறது என்பது இனிமேல்தான் தெரிய வேண்டும். அதனால் ஒரு பயனுமில்லை என்றால் நான் பிரயோசனமற்றவன் என்று சொல்லிவிடுவதே மேல். நான் நவகாளிக்குச் சென்று இந்துக்களையும் முஸ்லிம்களையும் சந்திக்கப்போகிறேன். அங்கு நிலவும் குழப்பங்களின் கடைசி தீப்பொறி அணையும் வரையில் நான் அங்கிருந்து கிளம்பப் போவதில்லை. அவர்கள் என்னைக் கொலையே செய்தாலும் மகிழ்ச்சியாக அங்கு உயிரை விட்டுவிடுவேனே தவிர தோல்வியை ஏற்றுக்கொண்டு திரும்பமாட்டேன். இது அகிம்சை ஆயுதத்தைக் கொண்டு நான் நடத்தப்போகும் கடுமையான சோதனை.”

அவர் சோதனைக்கு முழு மனதுடன் தன்னை ஒப்புக்கொடுக்கிறார்.

19
செயல்களின் மீதான உறுதி

அவர் மதத்தால் பிணக்காடாகிப் போன முன்னாள் வாழிடமும் இந்நாளைய சமர்க்களமுமான நவகாளி ஜில்லாவை நோக்கிய கரடுமுரடான பயணத்துக்குத் தயாராகிறார். இந்துவான அவர் சினமுற்றிருந்த முஸ்லிம்களிடையே தங்கி தன்னைக் கொலை செய்யத் துணிபவர்களிடம் அன்பை யாசிக்கவும் போதிக்கவுமாக செல்கிறார். இது புராணங்கள், கதைகள் என்றளவில் இருந்தவற்றுக்கு உயிருண்டாக்கும் செயல். இது போன்ற நிகழ்வுக்கு வரலாற்றில் குறிப்பிடத்தக்க முன்னுதாரணங்கள் இல்லை.

நவகாளி என்பது வங்காளத்தின் கிழக்குப் பகுதியான இன்றைய பங்களாதேஷிலும், பிரிக்கப்படாத இந்தியாவில், பிரிவினையைக் கோரும் இடமாகவும் அமைந்திருக்கும் மாவட்டம் ஆகும். தென்னையும் கமுகும் நிறைந்த அந்த வளமான மண்ணில் விவசாயமே முக்கியத் தொழில். அங்கு கிராமங்களைக் குறுக்கும் நெடுக்குமாக ஓடும் சிறு சிறு வாய்க்கால்கள் பிரித்திருக்க, மூங்கில் பாலங்கள் வளமான அந்நிலவழிகளை இணைத்திருந்தன. கிராமங்களில் மாட்டு வண்டிகளும் படகுப் போக்குவரத்தும் இணை நிகழ்வுகளாக இருந்தன. வருடத்தில் ஏப்ரல் முதல் அக்டோபர் வரை மழைப் பொழிவிருக்கும் அம்மாகாணத்தில் சணலும் நெல்லும் வெற்றிலையும் முக்கியப் பயிர்களாக விளைந்தன.

அங்கிருப்போரில் முஸ்லிம்கள் எழுபது சதவீதமாக இருப்பினும் பொருளாதாரத்தில் முப்பது சதவீத இந்துக்களை விடப் பின்தங்கியே இருந்தனர். இந்துக்கள் நிலச்சுவான்தாரர்களாக இருக்க, நீர்வளமும் நிலவளமும்

மிக்க வயல்கள் பசேலென்று மரகதம் போல் ஜொலிப்பதன் பின்னணியில் இந்துக்களோடு முஸ்லிம் கூலிகளின் உழைப்பும் அபரிமிதமானது. அதுவும் நிகழாண்டு விவசாயம் கடந்த பன்னிரண்டு ஆண்டுகளில் கண்டறியாத விளைச்சலை அள்ளி வழங்கவிருந்தது. வயலில் கதிர்கள் முற்றி அறுவடைக்காகக் காத்திருக்க, கலவரமும் முற்றியிருந்தது. அறுப்போர் யாருமின்றி பயிர்கள் சாய்ந்து கிடக்க, இந்து விவசாயிகளும் நிலச்சுவான்தார்களும் கழுத்தறுபட்டு வயல்களிலும் வீடுகளிலும் சரிந்து கிடந்தனர். மீதமானவர்கள் விரட்டப்பட்டும் ஓடி ஒளிந்தும் கண்காணாது சிதறியும் மிச்சம் மீதியுமான உடல்களோடு தட்டுத்தடுமாறி அகதிகள் முகாமில் தஞ்சம் சேர்ந்தனர்.

அவர் அக்டோபர் 28, 1946 அன்று நவகாளி பயணத்தைத் தொடங்குகிறார். அதன் முதற்கட்டமாக கல்கத்தாவுக்கு ரயில் பயணம் மேற்கொள்கிறார். ரயில் பயணத்தின் வழியெங்கும் அவரைக் காணும் ஆவலில் மக்கள் வண்டிக் கூரையின் மீது கூட ஏறிக்கொள்கின்றனர். நிறுத்தத்துக்கு நிறுத்தம் மக்கள் கூடுவது ஒருபுறமிருக்க அவர்கள் அடிக்கடிச் சங்கிலியைப் பிடித்திழுத்து ரயிலை நிறுத்திவிடுவதால், ரயில் ஐந்து மணி நேரத் தாமதத்தில் கல்கத்தா வந்து சேர்கிறது.

அவர் மெல்லிய குரலில் பேசுகிறார்.

"யார் செய்தது தவறென்று தீர்ப்பு கூறுவதற்காக நான் நவகாளிக்குச் செல்லவில்லை. மக்களின் ஊழியனாகவே போகிறேன். இதுவரை எண்ணாத அளவுக்குச் சில முஸ்லிம்கள் என்னை விரோதிகளாகக் கருதுகின்றனர். அவர்களுடைய கோபத்தைக் குறித்து கவலைப்படவில்லை. இந்துக்கள் என் மீது கோபப்படவில்லையா? எந்தத் தேசமோ இனமோ மதமோ எதுவாக இருப்பினும் மனிதர்கள் எல்லாமே என் உற்றார் உறவினர் என்று என் பதினேழாவது வயதிலிருந்தே கற்றுக்கொள்ளத் தொடங்கி விட்டேன். இந்துக்களும் முஸ்லிம்களும் ஒருவருக்கொருவர் எதிரிகளாக இருக்க முடியாது என்பதை அவர்களிடம் சொல்லுவேன். அவர்கள் யாவரும் இந்தியாவில் பிறந்து வளர்ந்தவர்கள். இங்கு மரிக்க வேண்டியவர்கள். மதம் இந்த அடிப்படை உண்மையை மாற்றிவிடாது. மதமாற்றம் தேசிய இனத்தில் மாறுதலை உண்டாக்கிவிடுகிறது என்று வைத்துக் கொண்டாலும் அதற்கு விரோதிகளாக வேண்டிய அவசியமில்லை என்று எடுத்துக் கூறுவேன். பெண்களைச் சந்தித்து அவர்களுக்குத் தைரியமூட்டுவேன். கல்கத்தாவில் கவர்னரையும் பிரதமர் சுக்ரவர்த்தியையும் சந்தித்துவிட்டு நவகாளிக்குப் புறப்படுவேன்."

கல்கத்தா ஏற்கெனவே சந்தித்த வன்முறையால் குப்பையாகிக் கிடக்க, நவகாளியின் செய்திகள் அதனை இன்னும் கோரமாக்கிவிடும் என்ற அச்சம் அதன் மீது நிழலெனக் கவிழ்ந்திருந்தது. சமீபத்தில் வரவிருக்கும் பக்ரீத் பண்டிகை மேலும் விபரீதங்களைக் கிளறி விட்டுவிடுமோ என்ற பயவுணர்வு மக்களை நடுங்க வைத்துக் கொண்டிருந்தது. ஈத் பண்டிகை ஆபத்தில்லாமல் கடக்கும் வரை காந்தியடிகளை கல்கத்தாவிலேயே தங்கியிருக்குமாறு வங்க மாகாண முதலமைச்சர் H.S.சுஹர்வர்த்தி கேட்டுக் கொள்கிறார். காந்தி அதற்கு ஒப்புக்கொண்டு மேலும் சில நாட்கள் சோடேபூர் காதி பிரதிஸ்தான் ஆசிரமத்தில் தங்குகிறார்.

அங்கு நடந்த பிரார்த்தனைக் கூட்டத்தில் அவர், "பாகிஸ்தான் எந்த உருவைக் கொண்டதாக இருந்தாலும் அதை அடைவதற்கு இது வழி அன்று. நமக்குள் சமாதானம் ஏற்படாமல் கலவரத்தை அடக்குவதற்கு பிரிட்டிஷாரின் துப்பாக்கி தேவைப்படுமானால் அது நம் அடிமைத்தனத்தின் ஆயுளை நீட்டித்துவிடும். அவர்கள் தரும காரியங்களைச் செய்வதற்காக இங்கே வரவில்லை. பிரிட்டிஷ் படைகள் பிரிட்டிஷாரின் நலன்களை பாதுகாப்பதற்காக இங்கிருக்கின்றனவே தவிர, இந்திய நலன்களைப் பாதுகாப்பதற்கு அல்ல. கலவரம் நிகழ்ந்த பிறகு சட்ட ஒழுங்கை நிலைநாட்டுவதற்கு அப்படைகள் உபயோகிக்கப்படுகின்றன. கிழக்கு வங்காளத்தில் கூட அமைதி நிலைநாட்டப்பட்டுவிடும். ஆனால் அதற்கு முன்பாக எத்தனையோ படுகொலைகள் நடந்து முடிந்துவிடும்" என்று உரையாற்றுகிறார்.

"பாப்பு... நாங்கள் என்ன செய்ய வேண்டும்? எங்கள் கடமைதான் என்ன?"

"கடமையை அல்லது நியதியை விதிப்பதற்கு வேண்டிய உரிமையை ஒருவர் அடைவதற்கு முன்னால் தீமை செய்யாதிருப்பது, விரோதம் கொள்ளாதிருப்பது, துறவு போன்ற மதக் கோட்பாடுகளை அனுசரித்து நடப்பது என்ற நெறிமுறைகளை நிறைவேற்றியிருக்க வேண்டும். நான் என் கடமையாக எதை கருதிக்கொள்கிறேனோ அதை வேண்டுமானால் உங்களுக்கு கூறுகிறேன். உங்கள் கடமையை நீங்களே தீர்மானித்துக்கொள்ளுங்கள். என்னை நீங்கள் பின்பற்ற வேண்டுமென்று சொல்லவில்லை. கடவுளின் அருளை எதிர்பார்த்து இருப்பீர்களானால் உங்களுக்கு வழி கிடைக்கும் என்று கீதை கூறுகிறது."

பத்திரிகையாளர்களும் அவரைக் கேள்விகளால் சூழ்ந்து கொள்கின்றனர்.

"காந்தி அவர்களே... இந்த நேரத்தில் நீங்கள் அகிம்சையைக் குறித்து உபதேசம் செய்வதால் என்ன பயன்? இது சரியான நடைமுறைதானா?"

அவர் கூர்ந்து பார்க்கிறார். பிறகு, "என்னுடைய அகிம்சையைக் குறித்து நான் எந்த வகையிலும் வெட்கப்படவில்லை. இந்த நெருக்கடியான கட்டத்தில் அகிம்சையினால் எனக்குள்ளே என்னை எவ்வளவு தூரம் பார்த்துக்கொள்ள முடிகிறது என்பதைக் காணப் போகிறேன். இத்தனை துன்பத்திலும் இந்த தருமத்தைக் கடைப்பிடிக்கும் பலம் எனக்கு இருப்பதாக நான் உணருவது உண்மையில் மகிழ்ச்சி தரும் விஷயம்தான்."

"நீங்களே இனிமேல்தான் காணப் போகிறீர்கள் என்றால் இதற்கான பயிற்சிகளை யாரும் பயின்றிருப்பார்களா என்ன?"

"அகிம்சைக்கு வெளிப்படையான பயிற்சி எதுவும் தேவையில்லை. பதிலுக்குச் செய்வதற்காகக் கூட ஒருவரையும் கொல்லுவதில்லை என்ற உறுதியும், வஞ்சம் தீர்த்துக்கொள்ளாமலேயே சாவதற்குத் துணிவு கொள்வதுமே அதற்குத் தேவை. வேறு ஒருவருக்குத் துன்பத்தை உண்டாக்குவது மட்டுமல்ல, அதுபோன்ற கருத்தை உள்ளத்தில் வைத்திருப்பது கூட அகிம்சைக்குப் புறம்பானது. ஒருவரையொருவர் அறிந்து கொள்வது, நட்போடு கூடிய விவாதம், அவசியமானால் இரு தரப்பாரும் ஒப்புக்கொள்ளும் மத்தியஸ்தம் ஆகியவற்றைக் கையாண்டால் வன்முறை தானாகவே அடங்கிவிடும்."

"அப்படியானால் அகிம்சையோடு இருப்பது என்பது எல்லாச் சொத்துக்களும் அழிக்கப்பட்டு ஒவ்வொரு இந்துவும் கொல்லப்படுவதில்தான் நிற்க வேண்டும் போலிருக்கிறதே?"

"அப்படிக் கூறிவிட முடியாது. அது இரு மதத்தவரும் நல்லறிவு கொள்ளும் காலத்தைப் பொறுத்திருக்கிறது. அது அந்நியத் தலையீடுகள் இல்லாமல் பரஸ்பரம் சண்டையிட்டுக் கொண்டு களைத்துப் போவதால் ஏற்படலாம். அல்லது எவ்வளவோ கஷ்டமிருந்தும் வன்முறையே இல்லாமல் ஒரு தரப்பினர் அமைதி காப்பதன் மூலமும் ஏற்படலாம். ஆனால், நிரந்தரச் சமாதானம் என்பது மக்களின் உள்ளத்திலிருந்தே வர வேண்டும்."

"அப்படியானால் போலீஸ் மற்றும் ராணுவத்தினரின் பணிதான் என்ன காந்தி அவர்களே?"

“அவர்களின் மிரட்டல்கள் மூலம்தான் சமூக சமரசம் உண்டாகும் என்று நான் நிச்சயமாகக் கருதவில்லை. அவர்கள் இதுவரை நம் மக்களை அந்நியர் வசத்தில் வைத்திருக்கப் பயன்பட்டார்களேயன்றி மக்களுக்கு உதவி செய்வதற்குப் பயன்பட்டதில்லை. இப்போது பதவியேற்றிருக்கும் மந்திரிகள் இந்துவோ முஸ்லிமோ யாராக இருப்பினும் பிரிட்டிஷ் துருப்பினரையோ அவர்களிடம் பயிற்சி பெற்ற போலீசையோ உபயோகிப்பதில்லை என்ற முடிவுக்கு வந்துவிட வேண்டும் என்றே எதிர்பார்க்கிறேன். ஏனென்றால் இம்முறை நாம் எதிர்ப்பவர்களோ நம்மை எதிர்ப்பவர்களோ வேறு யாருமல்ல... அவர்கள் நம் சகோதரர்கள்.”

ராணுவத்தினருக்கு மாற்றுப்பாதைகளைக் கூட அவர் எடுத்துக் காட்டுகிறார். எங்கு வேண்டுமானாலும் தங்குமிடங்களை ஏற்படுத்துவது, உணவுப் பண்டங்களைச் சேகரிப்பது, சுத்தமான தண்ணீரைப் பெறுவது, முறையான சுகாதார ஏற்பாடுகளைக் குறுகிய காலத்தில் செய்வது போன்றவற்றில் தகுதியான பயிற்சி பெற்ற அவர்களை அதேமாதிரியான ஆக்க வேலைகளுக்குப் பயன்படுத்திக் கொள்ளலாம் என்கிறார்.

“நவகாளியை விட பம்பாய் அகமதாபாத் சாப்ரா ஆகிய இடங்களில் மோசமான வன்முறை நடந்து வருகிறது. ஆனால் அங்கெல்லாம் நீங்கள் போகவில்லை. ஏனெனில் அங்கு அடிவாங்கியவர்கள் முஸ்லிம்கள். நவகாளியில் இந்துக்களுக்கு ஆபத்து என்பதால்தானே அங்கு போகிறீர்கள்?”

“இந்துக்கள் முஸ்லிம்கள் என நான் பாகுபாடு பார்ப்பதில்லை. நான் நேரில் இருந்தாலன்றி ஒன்றும் செய்ய முடியாது என்று உணர்ந்தால் அங்கும் போயிருப்பேன். கற்பிழந்து நிற்கும் அபலைப்பெண்களின் அழுகையொலி என்னை நவகாளிக்கு அழைக்கிறது. என்னுடைய அகிம்சை முறை இப்போது சோதனையிலிருக்கிறது. இந்த நெருக்கடியான நிலையில் அது என்ன செய்யப் போகிறது என இனிமேல்தான் தெரிய வரும். அதனால் ஒரு பயனும் இல்லையென்றால் நான் பிரயோஜனமற்றவன் என்று சொல்லிவிடுவதே மேல். இக்குழப்பங்களின் கடைசி தீப்பொறி அணையும்வரையில் நான் அங்கிருந்து கிளம்பப் போவதில்லை. ஒரு ஆண்டோ அதற்கு மேலோ கூட அங்கேயே இருப்பேன். அவசியமானால் அங்கேயே உயிரையும் விடுவேன். ஆனால் தோல்வியை மட்டும் ஏற்றுக் கொள்ள மாட்டேன்.”

அமெரிக்க அசோஸியேட் பிரஸ் அவரிடம், 1942இல் ஏற்பட்ட அமைதியின்மை, இந்திய தேசிய ராணுவ இயக்கம், பிரிட்டிஷ் இந்திய கடற்படைக் கலகம், பம்பாய் கல்கத்தா கலவரங்கள், இப்போது நடக்கும் வகுப்புக் கலவரங்கள் போன்றவை அகிம்தா தருமம் தோற்றதைச் சொல்கிறதா? அல்லது நீங்கள் போதிக்கும் அகிம்சை இன்னும் இந்திய மனங்களில் வேரூன்றவில்லை என்று எடுத்துக்கொள்வதா? என்ற கேள்வியை முன் வைத்தது.

"இன்றைய தினத்தில் நாடு உண்மை கூறப்படாமலிருப்பதும் பொய் கூறப்படுவதுமான இரண்டு விதத் தீமைகளைச் சந்தித்து வருகிறது. சுயநலத்தை முன்னிட்டு சிலர் இதனைக் கிளறியும் வருகின்றனர். பிரிட்டிஷ் துருப்புகள் இங்கிருக்கும் வரையில் இந்துக்களும் முஸ்லிம்களும் அவர்களின் உதவியை எதிர்ப்பார்த்துக் கொண்டுதானிருப்பார்கள். கலகமும் இருந்து கொண்டுதானிருக்கும். தாங்கள் சுதந்திரர்களாவதற்குப் போராடிக் கொண்டிருக்கும் மக்களுக்கு இதைவிட மோசமானது எதுவும் நேர முடியாது. இது தேசிய வாழ்வில் ஒரு துயர் மிகுந்த அத்தியாயம்."

பிரார்த்தனைக் கூட்டங்கள் அவர் மனதை எடுத்துவைத்தன.

"எத்தனையோ கசப்பான அனுபவங்கள் ஏற்பட்டபோதிலும் அகிம்தா தருமம் இதற்கு முன்னால் இருந்ததைவிடத் தன்னுள் இன்னும் அதிக பிரகாசமாகவே இருந்து வருகிறது. மற்ற சக்திகளெல்லாம் போய் விட்டாலும் ஒன்று மட்டும் எப்போதும் நிலைத்து நிற்கும். அதனைக் கடவுள் என்றோ இயற்கை என்றோ அவரவருக்கு இஷ்டமான பெயரை இட்டு அழைத்துக்கொள்ளலாம். அதுவே அழியாத சக்தி. கடவுள் என்னிடம் ஒப்படைத்திருக்கும் சத்தியத்தைப் பின்பற்றுவதற்கென்றே என் வாழ்நாள் தத்தம் செய்யப்பட்டிருக்கிறது. இதனால் மக்களின் அன்பையும் மதிப்பையும் இழந்து விட்டாலும் கூட அதைப் பொருட்படுத்தாது சத்தியத்தை மக்கள் முன் வைத்து, அவர்கள் மூலம் உலகத்தின் முன் அதை நிரூபித்துக் காட்டுவேன்."

நவகாளிக்குக் கிளம்புவதற்காக வங்காள அரசாங்கம் அவருக்கு விசேஷ ரயில் சேவையை ஏற்பாடு செய்துத் தருகிறது. அந்த ரயிலில் அவர் தன் குழுவினருடன் நவம்பர் 6, 1946 அன்று நவகாளியை நோக்கிப் பயணத்தைத் தொடங்குகிறார். அவருடன் தொழில்துறை அமைச்சர் ஸம்சுதீன், முதல் மந்திரியின் நாடளுமன்றக் காரியதரிசி நஸ்ருல்லாகான் மற்றும் அப்துல்ரஷீத் ஆகியோரும் உடன் கிளம்பினர்.

20
நவகாளிக்கு...

ரயில் கல்கத்தாவிலிருந்து கொலாண்டோ துறைமுகத்தை நோக்கிச் செல்கிறது. காந்தியடிகள் வழியிலிருக்கும் குஷ்டியா, ஹக்பர் போன்ற முக்கியமான நிறுத்தங்களில் தன்னைச் சந்திப்பதற்காகக் கூடியிருந்த மக்களிடம் தான் வந்திருக்கும் நோக்கம் குறித்து சுருக்கமாகப் பேசினார்.

"இந்தியாவைப் பிரித்து விட வேண்டுமென்பது குறித்து கிலாஃபத் காலத்தில் யாரும் பேசவில்லை. இப்போது அது பேசப்படுகிறது. அப்படியே பிரிப்பதானாலும் அதை வன்முறையால் சாத்தியப்படுத்த முடியாது. சம்மந்தப்பட்டவர்களின் நல்லெண்ணம் இருந்தாலன்றி அடைந்ததைக் காப்பாற்றிக்கொள்ளவும் முடியாது."

கொலாண்டோவிலிருந்து கிட்டத்தட்ட 80 மைல் தூரம் நீராவிப் படகில் பயணித்து அவர்கள் சாந்த்பூரை அடைகிறார்கள். அங்கு அவரை இரு மதத்தவரையும் சேர்ந்த தூதுக்குழுக்கள் சந்திக்கின்றனர். அதனையடுத்து பயணம் சாமுகானியை நோக்கித் தொடர்ந்தது. சாமுகானியையே அவர் தற்காலிக முகாமாக்கிக் கொண்டார். அருகில் லக்சாமில் இருக்கும் அகதிகள் முகாமிலிருந்து அவரைக் காண அகதிகள் கூட்டம் அலையலையாய் வந்தது. அவர் கூட்டத்தாரிடம் தன்னுடைய வருகையைக் குறித்துத் தெளிவுப்படுத்தினார்.

"புயல் வேகத்தில் பிரச்சாரம் செய்துகொண்டு போவதற்காக நான் இங்கு வரவில்லை. உங்களில் ஒருவராக இங்கேயே தங்கப் போகிறேன். என்னிடம் எந்த மாகாண பித்தும் இல்லை. நான் இந்தியன் மட்டுமே. குஜராத்தியாக இருப்பதைப் போலவே வங்காளியாகவும்

இருக்கிறேன். இங்கேயே இருந்து அவசியமானால் இங்கேயே இறப்பது

என்ற பிரதிக்ஞை கொண்டிருக்கிறேன். முஸ்லிம்கள் மத்தியில் ஒரு இந்துப் பெண் தனியாகப் பயமின்றி தாராளமாக நடமாட முடிகிற வரையில் நான் இங்கிருந்து போகமாட்டேன்."

கூட்டம் காந்தியை இரட்சகராக நோக்கியது.

"பதிலாக நீங்களும் எனக்கு ஒரு உதவி செய்ய வேண்டும். உங்கள் உள்ளங்களிலிருந்து பயத்தை அடியோடு விலக்க வேண்டும். ஆபத்தைச் சமாளிப்பதை விட்டுவிட்டு ஓடிப்போய் விடுவது என்பது மனிதனிடமும் கடவுளிடமும் இருக்கும் நம்பிக்கையையும் தன்னிலுள்ள சக்தியையும் மறுக்கும் செயல். நீங்கள் எங்கே பிறந்து வளர்ந்தீர்களோ அங்கேயே வீரமுள்ள ஆண்களாகவும் பெண்களாகவும் இருந்து அவசியம் வந்தால் அங்கேயே சாகவும் வேண்டும். உங்களுக்கு அதைச் செய்யக் கூடிய ரட்சை எது? போலீஸ், ராணுவத்தினர் பாதுகாப்பில் நீங்கள் பத்திரமாக உணர முடியுமென்று உங்களுக்குத் தோன்றலாம். ஆனால், ராணுவத்தினரே கூட எங்களைப் பாதுகாப்பவர் கடவுளே என்பார்கள். என்னுடைய ரட்சை எனக்கு என்றும் தவறாத துணையாக இருந்து வரும் ராம நாமமே."

சாமுகானியில் ஐந்தாயிரம் மக்களே வசித்தாலும், அன்று மாலை நடந்த பிரார்த்தனைக் கூட்டத்திற்குப் பதினைந்தாயிரம் பேருக்கும் மேல் வந்திருந்தனர். இவர்களில் எண்பது சதவீதத்தினர் முஸ்லிம் சமூகத்தவர். காந்தியடிகள் இந்துக்களுக்கு ஆதரவான நிலைப்பாட்டோடு அங்கு வந்திருக்கலாம் என்ற சந்தேகம் அவர்களுக்கு இருந்தது.

அவர் ஆங்கிலத்திலும் இந்துஸ்தானியிலும் நிகழ்த்தும் உரையை வங்காளத்தில் மொழிபெயர்ப்பதற்காக காதி பிரதிஸ்தானைச் சேர்ந்த சதிஷ் சந்திர தாஸ்குப்தா உடனிருந்தார்.

"நான் இந்தியத் தாயின் இரு சகோதரர்கள் ஒருவருக்கொருவர் துவேஷம் கொள்கிறார்கள் என்ற துக்கத்தில் உங்களிடம் வந்திருக்கிறேனே தவிர, முஸ்லிம்களுக்கு எதிராக இந்துக்களைத் தூண்டிவிட வரவில்லை. எனக்கு யாருமே விரோதிகள் அல்ல. என் வாழ்நாளெல்லாம் பிரிட்டிஷாருடன் போராடியிருக்கிறேன் என்றாலும் அவர்களும் கூட என் நண்பர்கள்தான். அவர்களுக்கு நான் எந்த வகையிலும் தீங்கு நினைத்ததில்லை. இங்கு நடந்திருக்கும்

கொடுஞ்செயல்கள் என்னை வருத்துகின்றன. ஒற்றுமையாக வாழ்ந்து வந்த இரு சமூகத்தவரில், ஒரு சமூகத்தவர், மற்றவரைப் பலவந்தமாக மதம் மாற்றுகின்றனர். மாட்டிறைச்சி தின்னும்படி செய்கின்றனர். பெண்களைத் தூக்கிச் சென்று கட்டாய விவாகம் செய்கிறார்கள். கொலைகள், கொள்ளை, சொத்துகளைத் தீயிட்டு அழித்தல் என நாச வேலைகள் நடந்திருக்கின்றன. கோவில் விக்கிரகங்கள் உடைக்கப்பட்டிருக்கின்றன. விக்கிரகங்களை முஸ்லிம்கள் கும்பிடுவதில்லை. நானும் கும்பிடுவதில்லை. ஆனால், கும்பிட விரும்புகிறவர்கள் விஷயத்தில் நாம் ஏன் குறுக்கிட வேண்டும்? நடந்துவிட்ட செயல்களை மந்திரிகளும் லீக் தலைவர்களும் கண்டிக்கிறார்கள். நான் இங்கு வாழும் பெரும்பான்மையினரான முஸ்லிம்கள் சிறுபான்மையினரான இந்துக்களின் காப்பாளர்களாக இருக்க வேண்டும் என்று விரும்புகிறேன்."

அவர் பேச்சை முடித்த நேரம் நமாஸ் ஓதும் நேரம். சதிஷ்பாபு உரையை வங்காளியில் மொழிபெயர்த்துக் கூற ஆரம்பித்தபோது, அங்கிருந்த முஸ்லிம்கள், தாங்கள் உரையை கேட்க விரும்புவதால் நமாஸை முடித்துக்கொண்டு வரும் வரை நிறுத்தி வைக்குமாறு கோரி, பிறகு முழு உரையையும் கேட்டனர். அன்றிரவு மந்திரி சம்ஸுதின் உட்பட உள்ளூரிலிருக்கும் முஸ்லிம் முக்கியஸ்தவர்கள் காந்தியைச் சந்தித்தனர். அச்சந்திப்பில், முகாமிலிருக்கும் அகதிகள் குறித்தும் அவர்கள் தங்கள் கிராமங்களுக்குத் திரும்பிவிடுவது குறித்தும் விவாதிக்கப்பட்டது. அப்போது முஸ்லிம் முக்கியஸ்தர் சிலர், இந்துக்கள் வீடு திரும்புவதை யாரும் தடுக்கவில்லை என்றும் வேண்டுமானால் அவர்களுக்கு எங்கள் பேச்சில் நம்பிக்கை ஏற்படுவதற்கு இந்து முக்கியஸ்தர்களும் எங்களோடு சேர்ந்து கொள்ளலாம் என்றும் கூறினர்.

காந்தி இந்த யோசனையை முற்றிலும் மறுத்தார்.

"இந்துக்களுக்குப் பயமும் அவநம்பிக்கையும் கொள்வதற்கு நியாயமான காரணங்கள் இருக்கின்றன. யார் கூறினாலும் வெறுமனே கூறப்படும் வார்த்தைகளை விட அவர்களின் பாதுகாப்புக்கு உத்தரவாதமளிப்பதே நம்பிக்கை அளிப்பதாக இருக்கும். இதற்காக ஒவ்வொரு கிராமத்திற்கும் நல்ல நோக்கமுடைய குறைந்தபட்சம் ஒரு இந்துவும் ஒரு முஸ்லிமுமாவது நியமிக்கப்பட வேண்டும். வீடு திரும்புபவர்களுக்கு ஏதேனும் சிறு ஆபத்து என்றாலும் தங்கள் உயிரைக் கொடுத்தேனும்

அவர்களைப் பாதுகாக்க அந்த இந்துவும் முஸ்லிமும் தயாராக இருக்க வேண்டும். அப்படிப்பட்ட நிலைமை ஏற்பட்டாலன்றி கிராமங்களுக்குத் திரும்பி விடும்படி அகதிகளுக்கு நான் புத்திமதி கூற விரும்பமாட்டேன்."

"அய்யா... ஒட்டு மொத்த முஸ்லிம் சமூகமும் இந்த வன்முறையில் ஈடுபடவில்லை. அவர்களில் தொண்ணூற்றொம்பது சதவீதத்தினர் நல்லவர்களே. நடந்துவிட்ட செயல்களுக்கு அவர்கள் பொறுப்பாளிகள் அல்ல."

"நீங்கள் குறிப்பிடும் அந்தத் தொண்ணூற்றொன்பது சதவீத நல்லவர்கள் ஒரு சதவீத கெட்டவர்களை எதிர்த்திருந்தால் இந்தக் கொடுமைகள் நடந்திருக்காது அல்லவா? அல்லது குறைந்தபட்சம் நடக்கப் போவதைச் சொல்லி இந்துக்களை வெளியேறும்படியாவது செய்திருக்க வேண்டாமா? ஆனால் அப்படியேதும் நடக்கவில்லையே... நவகாளியில் நடந்திருப்பது எதிர்கால பாகிஸ்தானில் நடக்கவிருக்கும் நிகழ்வுக்கான ஒத்திகையா என்று இந்துக்களுக்குச் சந்தேகம் எழாமல் இருக்காது. கல்மா ஓதி இந்து தருமத்தை நீங்கள் ஏன் மறந்துவிடக் கூடாது என்று தென்னாப்பிரிக்க முஸ்லிம் நண்பர்கள் என்னைக் கேட்கிறார்கள். நான் சந்தோஷமாக கல்மா ஓதுவேன். ஆனால் இந்து தருமத்தை மறக்கமாட்டேன் என்று அவர்களுக்குப் பதில் சொன்னேன். மதத்தில் பலவந்தமும் யதேச்சதிகாரமும் இருப்பது அதனைக் கெடுக்குமே தவிர உயர்த்தாது."

கலவரத்துக்குப் பிறகு இஸ்லாம் மதத்தை ஏற்றுக் கொண்டிருப்பவர்கள் எல்லோரும் பலவந்தமாக மதம் மாற்றப்பட்டவர்கள் என்றே கருதப்படுவார்கள் என்ற மாவட்ட நீதிபதியின் அறிக்கையை வாசித்த காந்தியடிகள், இந்த அறிக்கையின் சாரத்தை எல்லோரும் ஒப்புக் கொள்வார்களானால் பிரச்சினையைத் தீர்ப்பதற்கு இது பெரிய உதவியாக இருக்கும் என்றார். கல்மா ஓதுவதற்கு ஒருவர் மனப்பூர்வமாகவே விரும்பியிருப்பாராயின் கடவுளைத் தவிர எந்த சாட்சியமும் அவசியமில்லை. கிறித்தவப் புது ஆகமத்தில் உதட்டில் மாத்திரம் ஆண்டவனே... ஆண்டவனே என்று சொல்லிக் கொண்டிருப்பவர் என்னை அடைந்துவிடுவதில்லை என்றொரு வாக்கியம் இருக்கிறது. போலவே, பலவந்தப்படுத்துவதால் முஸ்லிமல்லாதவரை முஸ்லிமாக்கிவிட முடியாது என்றார்.

"காந்தியவர்களே... இவையெல்லாம் பாதிக்கு மேல் பொய்ப் பிரச்சாரங்கள். உண்மையல்ல."

"பொய்ப் பிரச்சாரத்தின் மீது பழியைப் போட்டுவிட்டு நகர்ந்து விடக்கூடாது. நாம் ஒழுங்காக இருந்தால் பொய்ப் பிரச்சாரத்தினால் எதுவுமே செய்துவிட முடியாது."

"சமாதானத்தையும் நம்பிக்கையையும் உண்டாக்க இந்துத் தலைவர்களுடன் நாங்கள் வேலை செய்யத் தயாராக இருக்கிறோம். ஆனால் இந்துத் தலைவர்கள் எங்கள் மீது நம்பிக்கை கொள்வதில்லை."

"நீங்கள் இணைந்துகொள்ள முன் வருவதாகக் கூறுவதை நான் மகிழ்ச்சியுடன் ஏற்றுக்கொள்கிறேன். இதனை உறுதிப்படுத்த நீங்களும் நானும் உள் பிரதேசத்திலிருக்கும் ஒவ்வொரு கிராமத்திற்கும் ஒவ்வொரு வீட்டிற்கும் சென்று சமாதானத்தையும் நம்பிக்கையையும் உண்டாக்குவோம்."

"துன்பம் இழைப்போர் இன்னும் இக்கிராமங்களில்தானே இருக்கின்றனர்?" என்றார் இந்து முக்கியஸ்தர்.

"இதனால்தான் கிராமங்களுக்குத் திரும்பிவிடுகிறவர்களின் பாதுகாப்புக்கு உத்தரவாதமாக ஒரு நல்ல முஸ்லிமும் ஒரு நல்ல இந்துவும் இருக்க வேண்டுமென்று நான் வற்புறுத்துகிறேன். அதுவும் அந்த நல்ல முஸ்லீமை வங்காளத்தை ஆளும் முஸ்லிம் லீக்தான் தர வேண்டும்."

அவர் கிழக்கு வங்காளத்தில் நடந்த வகுப்புக் கலவரங்கள் வங்காளத்தைப் பற்றியதாக மட்டுமே கருதவில்லை. பீகார் வன்முறையையும் சேர்த்து இந்தியாவில் எழும் போராட்டங்களுக்கான தீர்வு கிழக்கு வங்காளத்தில் செய்யப்படுவதாகக் கருதினார். பீகாரில் வன்முறை அடக்கவியலாதளவுக்கு அதிகரித்தபோது வெறியர்களையும் கொலைகாரர்களையும் அடக்க ஆகாயமார்க்கத்திலிருந்து குண்டு போடவும் தயங்கக்கூடாது என்று பிரதமர் நேரு பீகார் அரசுக்கு உத்தரவிட்டிருந்தார். இம்மாதிரியான இருதரப்பாரின் செயல்களின் தொடர்ச்சியை விரும்பாதவரான காந்தி, பீகார் மக்களிடம், என்னுடைய சொந்தச் செல்வாக்கு அல்லது முந்தைய சேவைகளை கொண்டு யாரும் மயங்கிவிட வேண்டாம். அமைதியாகவும் பற்றுடனும் சிந்தியுங்கள். செய்த தவறுகளுக்கு உண்மையிலே வருந்துங்கள். அந்த வருத்தம் திடீரென்று நமக்கு ஏற்பட்ட வெறியால் துன்பங்களை அடைந்துவிட்டவர்களுக்கு நியாயம் செய்ய வேண்டும் என்ற உண்மையான உணர்ச்சியின்

உந்துதலால் ஏற்பட்டதாக இருக்க வேண்டும். அகிம்சை வழியே சரியானது என்று உங்கள் அறிவுக்கும் உள்ளத்துக்கும் தோன்றினால் முஸ்லிம் சகோதரருக்குச் செய்துவிட்ட தவறுகளுக்குப் பரிகாரம் தேட வாருங்கள் என்றார். இதையே வங்காள மக்களுக்கும் கூறினார். இந்த முயற்சியில் நான் வெற்றி பெற்று விடுவேனாயின், இன்னும் அதிக ஆயுளுடன் வங்காளத்திலிருந்து கிளம்புவேன். நம்பிக்கையின்மை என்ற சொல் என் அகராதியிலேயே இல்லை என்றார் முழு நம்பிக்கையோடு.

அவர் கிராமங்கள்தோறும் சுற்றுப்பயணம், பிரார்த்தனைக் கூட்டம், மந்திரிகள் மற்றும் உயரதிகாரிகளுடன் ஆலோசனை, அமைதிக்குழு அமைப்பது மற்றும் அதன் செயலாக்கம் குறித்த பேச்சுவார்த்தை, இருதரப்பு உள்ளூர் முக்கியஸ்தர்களுடன் சந்திப்பு, கடிதங்களுக்குப் பதில்கள், வங்காள மொழி கற்றுக்கொள்ளல் ஆகியவற்றோடு தனது வழக்கமான அன்றாடங்கள் என எப்போதும்போல ஓய்வின்றி இயங்குகிறார். அதிகாரிகளுடனான அவரது குழு கோபயர்பாக் என்ற கிராமத்திற்குச் செல்கிறது. அங்கு கோவில்களும் வீடுகளும் நாசப்படுத்தப்பட்டிருந்தன. கொலைகளுக்குச் சாட்சியாகச் சிதையுண்ட வீடுகள் ரத்தக்கறையுடன் இருந்தன. சவங்கள் வீட்டிற்கு முன்னால் குவிக்கப்பட்டு கொளுத்தப்பட்டிருந்தன. பெண்கள் பலவந்தமாகத் தூக்கிச் செல்லப்பட்டிருந்தனர்.

அவருடைய கண்கள் வேதனையில் சுருங்கின. "வயதில் நான் கிழவனாக இருப்பதாலும் என் ஊண் கரைந்து போய்விட்டதாலும் என் அக வளர்ச்சி நின்றுவிட்டது என்று நான் உணரவில்லை. முழு முயற்சியே முழு வெற்றி. விரும்பும் பலனை அடைவதற்கு என்னளவில் உறுதி இருந்தால் போதும். செயல்படுத்திவிடுவேன்" மனதை உறுதிபடுத்திக்கொள்கிறார்.

அன்று மாலை தட்டப்பாராவில் இருக்கும் அகதிகள் முகாமிற்குச் செல்லுகிறார். அகதிகள் மீள் குடியேற்றம் செய்வது குறித்து ஜில்லா அதிகாரிகளுடன் பேச்சு வார்த்தை நடத்தினார். அச்சந்திப்புக்கு உள்ளூர் முஸ்லிம் லீக் உறுப்பினரும் இந்துக்களும் அழைக்கப்பட்டிருந்தனர்.

அச்சந்திப்பில் பேசிய காந்தி, "இந்துக்கள் வீடு வாசல்களை விட்டு ஓடியிருப்பது முஸ்லிம்களுக்கு அவமானம். தங்களுக்குப் பயம் ஏற்பட இடம் கொடுத்துக்கொண்டது இந்துக்களுக்கு அவமானம். அதேசமயம் இந்துக்கள் நடந்தவைகளையே நினைத்துக் கொண்டு முகாமில் தங்கியிருப்பது அகதிகளுக்கு மட்டுமின்றி,

அதிகாரிகளுக்கும் பராமரிப்புச் சிரமம் அளிப்பவை. அவர்கள் தங்கள் ஊர்களுக்குத் திரும்பிப் போகும்போது குடியிருக்கக் குடிசைகளும் உணவுக்கும் துணிக்குமான ஏற்பாடுகளையும் அதிகாரிகள் செய்துத் தருவார்கள். நடந்தது எதுவாக இருப்பினும் இந்துக்கள் தங்களின் பாதுகாப்புக்கு இந்து ஒருவரும் முஸ்லிம் ஒருவரும் உத்தரவாதமளிப்பதை ஏற்றுக்கொள்ள வேண்டும். அப்போதும் அச்சம் கொள்வார்களெனில் அவர்கள் கோழைகளே. கடவுளைத் தவிர மனிதன் யாருக்கும் அஞ்சக் கூடாது. கோழைகளுக்குக் கடவுள் உதவி செய்யமாட்டார். அவர்கள் ராணுவமும் போலீஸும்தாம் தங்களைப் பாதுகாக்கும் சக்தி என்று நினைத்துக்கொள்கிறார்கள். திருடர்களையும் கொள்ளைக்காரர்களையும் கைது செய்வதுதான் போலீசாரின் வேலையே தவிர நம்மைப் பாதுகாப்பது அல்ல. ராணுவம் வெளியாரின் ஆக்ரமிப்பிலிருந்து நாட்டைப் பாதுகாப்பது. நமக்குள் சண்டையிட்டுக் கொள்ளாமல் நண்பர்களாக வாழ வேண்டும் என்பதை போலிஸோ ராணுவமோ கற்றுக்கொடுத்து விட முடியாது. இந்துக்கள் தங்களைக் கோழைகளாகவும் கதியற்றவர்களாகவும் கருதாமலும் பிறர் உதவியை நம்பியிராமலும் சிரமத்திற்குப் பரிகாரம் தங்களிடமே இருக்கிறது என்ற நம்பிக்கையோடும் இருக்க வேண்டும். இல்லையெனில், எல்லோருமே இங்கிருந்து வெளியேறி விடுவோம்" என்றார் காந்தி.

அவர் இந்நாட்களில் தன்னை அதிகம் வெளிப்படுத்துபவராக இருந்தார்.

"இந்த சகோதரப் படுகொலைகள் என் வாழ்வில் மிக மிகப் பயங்கரமானவை. இரு சமூகத்தவரையும் மீண்டும் அமைதியோடும் அன்யோன்யத்தோடும் வாழும்படி செய்வது எப்படியென எனக்குத் தெரியவில்லை. நான் இங்கு ஈடுபட்டிருக்கும் வேலையே என் கடைசிச் செயலாகலாம். உயிரோடும் துன்புறாமலும் நான் திரும்பினால் அது எனக்கு மறுபிறப்பு போன்றது. என்னுடைய அகிம்சை இதற்கு முன்பு என்றுமே நடந்தறியாத வகையில் இங்கு முழுக்க முழுக்கச் சோதிக்கப்பட்டு வருகிறது" என்கிறார்.

அவரது முகாம் தட்டப்பாராவுக்கு மாறுகிறது. அங்கு அன்று மாலை நடந்த பிரார்த்தனைக் கூட்டத்தில் அவர் முஸ்லிம்களிடம் உருக்கமாக வேண்டுகோள் வைக்கிறார்.

"இந்துக்கள் திரும்பி வந்து, மீண்டும் உங்கள் நண்பர்களாகவும் அக்கம்பக்கத்தவராகவும் வசிக்கட்டும் என்று உண்மையாகவே

நீங்கள் விரும்புகிறீர்களா என்று உங்கள் மனதை நன்கு சோதித்துப் பார்த்துவிட்டு எனக்குக் கூறுங்கள். உங்கள் விருப்பம் மனதிலிருந்து எழுந்திருப்பின், அவர்கள் ஆபத்தில்லாமல் வாழ்வதற்கும் சுயமதிப்புடன் இருப்பதற்கும் நீங்கள் உறுதிமொழி அளிக்க வேண்டும். அதற்கு மனமில்லையெனில், அதையும் மனம் விட்டு என்னிடம் சொல்லிவிடுங்கள். இந்தத் துர்ப்பாக்கிய அகதிகளை வேறு இடங்களுக்குக் குடியேறிவிடுமாறு சொல்லிவிடுகிறேன். ஆனால் உங்கள் மனம் மாறும்வரையில் நான் இங்கேயே இருப்பேன். அவசியமானால் இங்கேயே சாவேன்."

அன்று நிலவு கூடத் தன் ஒளியை எடுத்துக்கொண்டு எங்கோ போயிருந்தது. கால்வாய்களில் நீர் கரியதாக நெளிந்து கொண்டிருந்தது.

அவர் தட்டப்பாராவிலிருந்து நோவாகோலா, சோனாசக், கில்பாரா, கோமடோலி, நந்தி கிராமம் போன்ற அருகாமைக் கிராமங்களுக்கு மோட்டாரிலும் படகிலும் மாறி மாறிப் பயணித்துச் சென்றார். போகுமிடமெங்கும் ஒரே காட்சிகள், ஒரே கொடூரங்கள், எரிந்து கிடக்கும் வீடுகள், வயல்கள், கொள்ளையடிக்கப்பட்ட வீடுகள், கோவில்கள், உடைக்கப்பட்ட விக்கிரகங்கள், கொலை செய்யப்பட்டு எரிந்து கிடக்கும் பிணங்கள், பலவந்த மதமாற்றம், காணாமல் போன பெண்கள், கற்பழிக்கப்பட்ட பெண்கள், பலவந்த மதமாற்றமும் மணமும் புரியப்பட்டு நெற்றியிலும் வகிட்டிலும் குங்குமத் திலகமும், கைகளில் சங்கு வளையல்களும் அணிய முடியாத பெண்கள்... நந்திகிராமத்தில் வீட்டுக் கூரையாக போடப்பட்ட தகடுகள் கருகிச் சுருண்டு இடிந்து கிடந்த வீடுகளின் மீது விழுந்து கிடந்தன. பள்ளிக்கூட கட்டடம், மாணவர் விடுதி, மருத்துவமனை எனப் பொதுக்கட்டடங்களும் தீயிடப்பட்டிருந்தன. அத்தீயின் வெப்பத்தில் அருகாமையிலிருந்த தென்னை, பாக்கு மரங்களும் வெந்து கருகிப் போயிருந்தன.

அவர் தன்னையும் தன் குழுவினரையும் பாதுகாக்கக் காவலர்கள் உடன் வருவது குறித்து ஆட்சேபம் தெரிவித்தார். "நீங்கள் யாரிடமிருந்து எங்களைப் பாதுகாக்கிறீர்கள் என்று தெரியவில்லை. நான் வங்காளத்தில் இதற்கு முன் இப்படியான பாதுகாப்பு ஏதுமின்றிதான் பயணித்திருக்கிறேன். ஆனால், இப்போது இவ்விதம் செய்ய நீங்கள் அனுமதிப்பதில்லை. இது நான் வருந்த வேண்டிய, வெட்கப்பட வேண்டிய விஷயம். என்னை விடக்

கிழக்கு வங்காள முஸ்லிம்கள் அதிகம் வெட்கப்பட வேண்டும்" என்றார்.

15.11.46 அன்று ராம்கஞ்சில் கண்களை மூடிப் பிரார்த்தனையில் அமர்கிறார்.

என்னோடிரும், என் நேச கர்த்தரே,
வெளிச்சம் மங்கி இருட்டாயிற்றே;
மற்றோர் ஒத்தாசை அற்றுப் போயினும்,
நீர் மெய் சகாயரே என்னோடிரும்.
நீர் மேல் குமிழி போல் என் ஆயுசும்,
இம்மையின் இன்ப வாழ்வும் நீங்கிடும்;
கண் கண்ட யாவும் மாறிப் போயினும்,
மாறாத கர்த்தரே என்னோடிரும்.
நீர் கூட நின்று தாங்கி வாருமேன்,
அப்போது தீமைக்கு நான் தப்புவேன்,
நீர் என் துணை என் பாதை காட்டியும்
என் இன்ப துன்பத்தில் என்னோடிரும்.
நான் அஞ்சிடேன், நீர் கூடத் தங்கினால்;
என் க்லேசம் மாறும் உம் ப்ரசன்னத்தால்,
சாவே, எங்கே உன் கூரும் ஜெயமும் ?
என்றார வாரிப்பேன்; என்னோடிரும்.

"போகுமிடமெங்கும் பார்த்துக் கொண்டிருக்கும் நாசக் காட்சிகளைக் கண்டு என் உள்ளம் அழுகிறது. ஆனால் என் கண்களில் கண்ணீர் இல்லை. கண்ணீர் வடித்துக் கொண்டிருப்பவன், மற்றவர்களின் கண்ணீரைத் துடைக்க முடியாது. சாமுகானியில் என் கூட்டத்துக்கு இந்துக்களை விட முஸ்லிம்கள் அதிகமாக வந்திருந்தனர். ஆனால், தட்டப்பாராவில் நடந்த முதல் கூட்டத்திற்குப் பிறகு அவர்கள் வரவில்லை. இந்துக்களுடன் சிநேகமாக இருப்பதாக வாக்குறுதியளிப்பதற்கோ, என் கூட்டங்களுக்கு வருவதற்கோ அவர்களுடைய தலைவர்களிடமிருந்து அவர்களுக்கு உத்தரவு கிடைக்கவில்லை என்று அறிகிறேன். நான் பாகிஸ்தான் கோரிக்கையை எதிர்த்துச் சண்டை போட வரவில்லை. பிரிக்கப்பட்டு விடுவதுதான் இந்தியாவின் விதியாக இருக்குமாயின் அதை நான் தடுத்து விடவும் முடியாது. என் முஸ்லிம் சகோதரர்களுக்கு நான் சொல்ல விரும்புவதெல்லாம், அவர்கள் ஒரே மக்களாக வாழ்ந்தாலும் இரண்டாகப் பிரிந்து போனாலும் இந்துக்களுடன் நண்பர்களாக வாழ வேண்டும் என்பதே. கிழக்கு

வங்காளத்திலிருந்து இந்துக்கள் எல்லாம் வெளியே போய் விட்டாலும் கூட நான் இங்கேயே முஸ்லிம்களுக்கு மத்தியில் இருந்து அவர்கள் கொடுப்பதை உண்டு வாழ்ந்து வருவேன்."

நவகாளியில் அமைதிக் குழுக்கள் ஏற்படுத்தப்பட்டன. எல்லாப் பகுதிகளிலும் அறிமுகமான நம்பிக்கைக்குரிய உள்ளூர் மக்கள் அக்குழுக்களில் இணைக்க முடிவு செய்யப்பட்டனர். ஆனால் ஆட்கள் பற்றாக்குறையாக இருந்தனர். சில இடங்களில் நியமனம் செய்ய ஆட்களே இருக்கவில்லை. நிலைமை எதுவும் சாதகமாக அமைந்து விடவில்லை. அவர் மனமுடைந்திருந்தார். குரல் வழக்கத்தை விட மெல்லியதாக இருந்தது.

"இத்தனை முஸ்லிம்கள் வெறி கொண்டவர்களாகிவிட்டதை விட இத்தனை இந்துக்கள் இக்கொடுமைகளைப் பார்த்துக் கொண்டிருந்ததுதான் அதிக வருத்தமளிக்கிறது. இங்கிருக்கும் எல்லா இந்துக்களுமே கொல்லப்பட்டிருந்தால் கூட நான் பொருட்படுத்தியிருக்க மாட்டேன். ஆயிரங்கணக்கான முஸ்லிம்கள் தங்கள் மத்தியிலிருக்கும் ஒரு சில இந்துக்களைக் கொன்று விடுவதில் வீரம் எதுமில்லை. ஆனால், தங்கள் பெண்கள் தூக்கி செல்லப்படுவது, கற்பழிக்கப்படுவது, பலவந்தமாக மதம் மாற்றப்படுவது, மணம் செய்விக்கப்படுவது போன்றவற்றை பார்த்துக் கொண்டிருக்குமளவுக்கு இந்துக்கள் கோழைகளாக இருந்திருப்பது உள்ளம் பதறும்படி செய்கிறது. வேறு ஒருவருக்குத் துன்பத்தைத் தருவது எப்படி இம்சையோ, போலவே மற்றொருவருக்குத் துன்பத்தை உண்டாக்கும் கருத்தை உள்ளத்தில் வைத்துக்கொண்டு கோழைத்தனத்தின் காரணமாகத் தன்னையோ அல்லது தனக்கு அக்கம்பக்கத்தில் இருப்பவர்களையோ பாதுகாக்காமல் இருப்பதும் இம்சையே. ரஜபுத்திரர்கள் போர்க்களத்தில் தங்களைப் பலியிட்டுக் கொள்ளச் சென்றபோது தங்கள் பெண்களையெல்லாம் கொன்று விட்டுப் போனார்கள். மீதமிருந்த பெண்கள், தங்கள் கோட்டையானது எதிரியிடம் பிடிபடுவதற்கு முன்னால் சாவதே சரி என்று தீயை வளர்த்து அதில் குதித்துச் சாம்பலாகிவிட்டனர். இங்கிருக்கும் மக்களின் மிக மோசமான எதிரி பயம்தான். இந்த பயம், பயப்படுகிறவர்கள், கொடுமைகளைச் செய்கிறவர்கள் ஆகிய இருதரப்பாரின் சக்திகளையெல்லாம் தின்றுவிடுகிறது. பயம் என்ற உணர்வை உள்ளத்திலிருந்து அடியோடு போக்கிக்கொண்டு விட்டவரை எவராலும் பயமுறுத்திவிட முடிந்ததில்லை. முடியவும் முடியாது."

அவரின் இந்த யாத்திரையை முஸ்லிம்கள் ஒரேயடியாக வெறுத்து விடவில்லை. போலவே, இந்துக்களும் அவரை ஒரேடியாக நம்பிவிடவுமில்லை. இந்துக்களின் எதிர்ப்பார்ப்பு உடனடியாக முகாம்களிலிருந்து வீடுகளுக்குத் திரும்ப வேண்டும். அதற்கு போலீஸ் அல்லது ராணுவத்தாரின் பாதுகாப்பு வேண்டும் என்பதாக இருந்தது. சாமுகானியில் நடந்த கூட்டத்தின்போது முஸ்லிம் லீக் மந்திரி காப்ரான் பேசி முடித்த பிறகு, இந்து ஒருவர், அவர் பேசியதில் தவறுகள் இருக்கின்றன. அது குறித்துத் தான் பேச வேண்டுமென்று கோரிக்கை வைக்கிறார். பிரார்த்தனைக் கூட்டத்தைப் பொதுமேடையாக்க முடியாது என்றும் சம்மந்தப்பட்ட கருத்துகளைக் கடிதமாக எழுதி அளித்தால் அதை மந்திரிக்கு அனுப்பி வைப்பதாகவும் காந்தி பதிலளிக்கிறார். மேலும் கூட்டத்திலிருக்கும் முஸ்லிம்கள் நமாஸ் செய்யும்போது இந்துக்கள் நிசப்தமாக இருக்கத் தவறிவிட்டது குறித்து கண்டிக்கிறார். காந்தியடிகளின் இதுபோன்ற செயல்கள் இந்துக்களுக்கு அவர் மீது கோபத்தை வரவழைக்கிறது. பீகாரில் அமைதி திரும்பிவிட்டாலும், அங்கிருக்கும் இந்துக்கள் வங்காளத்தில் நடந்திருப்பவைகளுக்காக முஸ்லிம்களை எதிர்த்து அவர் ஏன் உண்ணாவிரதம் இருக்கவில்லையென்று கோபத்தோடு தந்திகளை அனுப்பிக்கொண்டிருந்தனர்.

"முஸ்லிம்கள் என்னைத் தங்களுடைய நண்பனாக ஏற்றுக் கொள்ளாத பட்சத்தில் அவர்களை எதிர்த்து உண்ணாவிரதம் இருக்க எனக்கென்ன அதிகாரம் உள்ளது?" என்றார் அவர்.

முஸ்லிம்கள் சிறுபான்மையினராக இருக்கும் பீகாருக்குச் சென்று அவர்களைக் காப்பாற்றியிருக்க வேண்டியதுதானே என்ற கேள்வி நவகாளி முதல் நாடு முழுவதிலுமிருந்தும் எழுந்தது. அவர், பீகாருடன் தான் இடைவிடாத தொடர்பிலிருப்பதாகவும் அம்மக்கள் தனது வெறித்தனத்தைக் கைவிடாவிடில் உண்ணாவிரதம் மேற்கொள்ளப் போவதாக அறிவித்திருப்பதாகவும் கூறுகிறார். மேலும், தான் அங்கே வர வேண்டிய அவசியமில்லை என்றும் தாங்கள் அங்கிருந்து கவனித்துக் கொள்வதாக நேருவும் ராஜேந்திரபிரசாத்தும் தெரிவித்ததையும் நினைவுறுத்துகிறார்.

அவருடைய நடைப் பயணத்தின்போது பெண்கள் அவரை மொய்த்துக் கொண்டனர்.

சிலர், மனதிற்குள் எழும் அச்சத்தைத் தவிர்ப்பதற்கு உடைவாளை வைத்துக் கொள்வது எங்களுக்குத் தார்மீக பலத்தை உண்டாக்குமல்லவா? என்று வினவுகின்றனர்.

"நீங்கள் உடைவாளை வைத்துக் கொண்டாலும் பெருமளவிலான பலத்துக்கு முன்னால் அது பயனற்றே போகும். இந்தியப் பெண்கள் பலம் பொருந்தியவர்கள். வீரச் செயல்களுக்குப் பெயர் பெற்றவர்கள். அப்படியான புகழை அவர்கள் அடைந்தது ஒழுக்கத்தினால்தானே தவிர வாளினால் அல்ல. காலிகளுக்கு எதிராக ஆயுதங்களை வைத்துக் கொண்டாலும் உண்மையான, சரியான எதிர்ப்பு அகிம்சையில்தான் உண்டு என்பதை நீங்கள் புரிந்துகொள்ள வேண்டும்."

"அப்படியானால் கொல்லப்படுவது ஒன்றுதான் எங்கள் முன்னிருக்கும் ஒரே தீர்வு என்கிறீர்களா பாப்பு..."

"கொல்லப்படுவது என்பதைப் போலக் கொல்லாமலேயே சாவது என்ற நிலைப்பாடு ஒன்றும் இருக்கிறதல்லவா? இந்த இரண்டில் இரண்டாவது வழியைத்தான் நான் உங்களுக்குப் போதிப்பேன். தன்னையே மாய்த்துக் கொள்வது தாக்குபவனை கொல்வது என்பதில் முன்னதையே செய்ய வேண்டும். எல்லாவற்றையும் விடப் பெண்கள் பயமின்றி இருக்க வேண்டும். கடவுளிடம் நம்பிக்கை வையுங்கள். அவரைத் தவிர வேறு யாருக்கும் பயப்படாதீர்கள். கோழைத்தனத்தை விடப் பெரிய பாவம் ஏதுமில்லை. எங்கே இடைவிடாது அகிம்சையின் போதனை இருக்கிறதோ அங்கே ஒரு பெண் பிறருடைய பாதுகாப்பை எதிர்ப்பார்க்க வேண்டியவள் என்றோ உதவியற்றவள் என்றோ எண்ணிக்கொள்ள மாட்டாள். தாக்குபவனின் உடல் வலிமையை எதிர்த்துத் தன்னைக் காப்பாற்றிக் கொள்ள அவளால் முடியவில்லையானால் உயிர் துறப்பதற்கான பலத்தை அவளது புனிதத்தன்மை கொடுத்து விடுகிறது. அப்படியே அவள் கற்பிழந்திருந்தாலும் அவள் எந்தக் கண்டனத்துக்கும் உரியவளல்ல. காயம்பட்டவர்களுக்கு எப்படிக் காயத்தை ஆற்றுவோமோ அதுபோலவே அவர்களின் உள் மற்றும் வெளிக் காயங்களையும் ஆற்ற வேண்டும். பெண்கள் ஆயுதங்களைக் கையாளப் பயிற்சி பெறுவதை நான் விரும்புகிறேன் என்றாலும் அவர்களிடமிருந்து ஆயுதத்தைப் பறித்துவிட்டால் அடைக்கலம் புகுவதைத் தவிர அவர்களுக்கு வேறு வழியின்றி போய்விடும் அல்லவா? ஆதலால் வேண்டியது உள்ளொளியேயன்றி வெளி ஒளி அல்ல. ராணுவமோ காவல்துறையோ மானத்தைக் காக்க

வர வேண்டுமென்று எண்ணாமல் ஒவ்வொரு ஆணும் பெண்ணும் தங்களைத் தாங்களே காத்துக்கொள்ள எண்ண வேண்டும்."

பயந்து சோர்ந்து கிடந்த பெண்களிடம் அவர் பேசுகிறார்.

"வங்காளி ஆண்களை விட வங்காளிப் பெண்களை நான் அதிகம் அறிவேன். நீங்கள் நசுக்கப்பட்டவர்கள். திக்கற்றவர்கள் என்று உங்களை எண்ணிக்கொள்ள வேண்டாம். நானும் என்னுடைய தோழர்களும் செய்யும் தியாகம் மானத்தோடு உயிர் துறக்கும் கலையை உங்களுக்குப் போதிக்கும். அது கொடுமைப்படுத்துவோரின் கண்களைத் திறந்து அவர்களுடைய உள்ளங்களை உருக்கும்படி செய்யும். என் கண்கள் மூடியவுடனே அவர்களுடைய கண்கள் திறந்து விடும் என்று நான் சொல்லவில்லை. ஆனால், அதுவே முடிவான பலனாக இருக்கும் என்பதில் எனக்குச் சிறிதும் சந்தேகமில்லை. அகிம்சை மறைந்தால் இந்து தருமமும் மறைந்துவிடும்."

இப்போது இருந்து வரும் மனக்கசப்பு மாறி திரும்பவும் நட்பு ஏற்பட வேண்டுமானால் பலவந்தமாக மதமாற்றம் செய்யப்பட்ட இந்துகள் மீண்டும் இந்துக்களாகிவிட வேண்டும் என்கிறார். இதுவரை மீட்கப்படாமலிருக்கும் பெண்கள் குறித்த விபரத்தை உடனே தெரிவிக்கும்படியும் தான் அதனை அதன் அவசரம் கருதி உடனடியாகப் பிரதம மந்திரிக்குக் கடிதம் மூலம் அனுப்புவதாகவும் அமைதிக் குழுவிடம் கேட்டுக்கொள்கிறார்.

வங்காள முஸ்லிம்கள் சிலர் அவரிடம், "அகதிகளை மீள் குடியேற்றம் செய்வது என்பது நீங்கள் இங்கே இருப்பதனால்தான் நடக்கிறது என்று வெளியுலகம் எங்களைத் தவறாகக் கருதிக்கொள்கிறது. நீங்கள் இங்கிருந்து விரைவில் கிளம்பிவிடுவதுதான் சரி" என்றனர்.

"சம்பாரண் போராட்டத்தின்போது கூட என் இருப்பு பலருக்கும் சங்கடத்தை ஏற்படுத்தியது. ஆனால், அது வெற்றி பெறவில்லையா?"

"நீங்கள் இருப்பதை விட இங்கு ராணுவம் இருந்திருக்க வேண்டும்" அகதிகள் முகாமிலிருந்து சில இந்துக்களின் குரல்கள் எழுந்தன.

"போலீஸ் அல்லது ராணுவப் பாதுகாப்பு இல்லாமல் நம்மால் முடியாது என்று நினைத்தால் உண்மையில் போர் ஆரம்பிக்கும் முன் தோல்வியை ஒப்புக்கொண்டுவிடுவது என்றாகிவிடும். கோழையாக இருக்கும் மக்களை உலகத்தில் எந்தப் படையும் பாதுகாத்து விட முடியாது. மேலும், எத்தகைய அவமானங்களை

நாம் சகித்துக்கொள்கிறோம் என்று நாமே உணராதவரை மீண்டும் மீண்டும் அந்த அவமானங்களுக்கு உட்படுத்தப்பட்டே வருவோம்."

"காந்தி அவர்களே... ஆயிரக்கணக்கானவர்கள் சில நூறு பேரை அழிக்க முயலும்போது எங்களால் என்ன செய்ய முடியும்?"

"மக்கள் தாங்கள் உதவியற்றிருப்பதாக எண்ணிக்கொண்டால், ஆயிரம் பேரென்ன... ஒரு சிலர் கூடப் போதும், அவர்களைத் துன்புறுத்தி திகிலடையச் செய்வதற்கு. உங்களுக்குள் இருக்கும் பிரச்சினையெல்லாம், நீங்கள் கதியற்றிருப்பதாக உங்களைப் பற்றிக் கொண்டுவிட்ட உணர்ச்சியும் பிறர் உதவியை நம்பியிருக்கும் பழக்கமுமேயன்றி எண்ணிக்கையில் நீங்கள் குறைவாக இருக்கிறீர்கள் என்பதல்ல. இதற்குத் தீர்வு உங்களிடமே உள்ளது. நீங்கள் கோழைகளாகப் பிறர் உதவியை நம்பியிராது இருந்தாலே போதும். எல்லோரும் கிழக்கு வங்காளத்திலிருந்து வெளியேறி விடுவது என்ற உங்கள் கருத்தை நான் எதிர்ப்பதற்கும் அதுதான் காரணம்."

"உங்கள் யோசனை விசித்திரமானது காந்தி அவர்களே..."

"உலகப்போரில் தெர்மோபைலேயை காத்துச் சாகாப்புகழ் எய்திய ஐந்நூறு லியோனிதாஸ்களின் கதை விசித்திரமானதல்ல. தெர்மாபைலேயில் மாண்ட வீரர்களின் கல்லறைகளில் பொறிக்கப்பட்ட வரிகளைக் கேளுங்கள்...

நீர் யாரோ அறியோம்
எங்கள் அன்னை ஸ்பார்ட்டாவிடம்
இச்செய்தியைக் கூறுவீர்
அவள் ஆணையை ஏற்று
வெவ்வினை முடித்து நாங்கள்
மண் மிசை மடிந்து கிடப்பதை.

ஒரே ஒரு இந்துவாக இருந்தாலும் அவர் முஸ்லிம்களுக்கு நடுவே போய் வசித்துச் சாக வேண்டியது என்றாலும் சாகவும் அவர் தைரியங்கொள்ள வேண்டும் என்றே விரும்புகிறேன். போராடாமலேயே சாவதற்கு வேண்டிய அகிம்சை பலம் அவருக்கு இல்லாமலிருக்கலாம். ஆனால், தவறுக்கு உடன்படாமல் மனிதனாகப் போராடிச் செத்தால், அவர்களுடைய பாராட்டை அவர் பெறுவார். எவ்வளவுதான் கொடியவனாகவும் கல் நெஞ்சனாகவும் இருந்தாலும் வீரனுக்குரிய மரியாதையைக் கொடுக்காத மனிதர்கள் எவரும் இருப்பதில்லை."

"அய்யா... ரவுடிகள் நியாயத்தை உணருவதில்லை."

"ஆனால், அவர்கள் வீரத்தை உணர்வார்கள். தன்னை விட வீரமுள்ளவர்கள் நீங்கள் என்று அறிந்தால் உங்களுக்கு மரியாதை செலுத்துவார்கள். நான் இப்போது விவாதிக்கும் விஷயங்களில் ஆயுதங்கள் உபயோகிப்பதைக் கை விட வேண்டுமென்று நான் கூறவில்லை என்பதை நீங்கள் கவனிக்க வேண்டும். சிட்டகாங் ஆயுதச்சாலையில் கொள்ளையிட்டவர்களுக்கு நான் ஆயுதங்களைக் கொடுக்க வேண்டியதில்லை. அந்தக் கொள்ளையில் ஈடுபட்டபோது சாவுக்கும் துணிந்து காட்டிய அதே வீரத்தையும் அஞ்சாமையையும் இந்த நெருக்கடி சம்மந்தமாகவும் காட்டியிருப்பின் அவர்களை வீரர்களென சரித்திரம் போற்றியிருக்கும்."

"மீண்டும் கேட்கிறோம். இங்கே முஸ்லிம்களும் இந்துக்களும் ஆறு பேருக்கு ஒருவர் என்ற விகிதத்தில் உள்ளனர்.. அவ்வளவு பேரை நாங்கள் எப்படி எதிர்த்திருக்க முடியும்?"

"பிரிட்டிஷாருக்கு இந்தியா அடிமைப்பட்டபோது, ஒரு கோடி இந்தியருக்கு எதிராக 70,000 ஐரோப்பிய சிப்பாய்களே இருந்தனர்... அறிவீர்கள்தானே?"

"நம்மிடம் ஆயுதங்களில்லை. அரசாங்கம் தனது துப்பாக்கி முனை கொண்டு அவர்களுக்கு ஆதரவளிக்கிறதே?"

"தென்னாப்பிரிக்காவில் இந்தியருக்கு இதை விட இன்னும் அதிக ஆபத்துகள் இருந்தன. ஏராளமான ஐரோப்பியருக்கும் நீக்ரோக்களுக்கும் நடுவே இந்தியச் சமூகம் மிகச் சிலரையே கொண்டிருந்தது. ஐரோப்பியரிடம் ஆயுதங்கள் இருந்தன. எங்களிடம் ஏதுமில்லை. ஆகவே சத்தியாகிரக ஆயுதத்தைக் கொண்டு வந்தோம். இன்று தென்னாப்பிரிக்காவில் வெள்ளைக்காரர்கள் இந்தியரை மதிக்கின்றனர். ஜுலுக்கள் சிறந்த உடற்கட்டு பெற்றிருப்பினும் அவர்களை மதிப்பதில்லை."

"ஆயுதங்களை நீங்கள் வேண்டாமென்று சொல்லவில்லை என்கிறீர்கள்... அப்படியானால் நாங்கள் ஆயுதங்களைக் கொண்டு போராடலாம் அல்லவா?"

"நண்பர்களே... வன்முறைக்கும் அதற்குரிய தருமம் உண்டு. திக்கற்ற கிழவர்கள், பெண்கள், குழந்தைகளைப் படுகொலை செய்வது கேவலமான கோழைத்தனம்.. உயிரைக் கொடுத்தாயினும் அவர்களைப் பாதுகாக்க வேண்டியது வீரத்திற்கு அழகு. அத்தகைய

வீரச் செயல்களுக்கு இஸ்லாமின் ஆரம்பச் சரித்திரத்தில் ஏராளமான ஆதாரங்கள் இருக்கின்றன."

அவர் இந்துக்களுக்கு நியாயம் புகட்டிக் கொண்டிருந்தார். ஆனால் அவர் இந்துக்களுக்கு ஆதரவாக சத்தியாகிரகம் செய்யப் போவதாக லீக் தலைவர்கள் வதந்தி பரப்பினர்.

"சத்தியாகிரகத்துக்கு மனதை மாற்றுவதில்தான் நம்பிக்கையுண்டே தவிர உடல்களை அழிப்பதில் அல்ல. யார் மீதும் வெறுப்புணர்வு கொண்டு சத்தியாகிரகம் செய்துவிட முடியாது" என்றார் அவர். அவர் முன்பு போல அதிகம் எழுதுவதில்லை. அல்லது அதை விட அதிகம் உரையாடினார். மக்களிடம் விவாதம் செய்தார். இங்கிருக்கும் நிலைமை வெளியாரால் எப்படி கவனிக்கப்படுகிறது, பாவிக்கப்படுகிறது என்பதை அரசு அதிகாரிகள், முக்கியப் பிரமுகர்கள், செய்தித்தாள்கள், சந்திக்க வருவோரின் குரல்கள் என அனைத்திலிருந்தும் கிரகித்துக் கொள்கிறார்.

அந்நேரம் ஒட்டுமொத்த நாடும் இதுவரையிலும் சந்தித்திராத படபடப்பிலும் பரபரப்பிலும் இருந்தது. இதுவரை விடுதலை என்ற ஒற்றைக் கருத்தியலை மட்டுமே ஏந்திய மக்களுக்கு இன்று நிறைய தேவைகள் ஏற்பட்டிருந்தன. நிலைமை கட்டுக்கடங்காமல் போய்க் கொண்டிருந்தது. அவர் தடுமாறுகிறார்.

இந்து முஸ்லிம் உறவு பற்றிய விஷயத்தில் என்னுடைய அகிம்சை இன்னும் பலனளிக்கவில்லை. பேனாவினாலோ பேச்சினாலோ நான் எதுவும் செய்துவிட முடியாது. என்னை எந்தத் தத்துவம் இதுவரை நிலை பெறச் செய்திருக்கிறதோ அந்தத் தத்துவம் சரியானதுதானா என்பதை மேலும் சோதித்துப் பார்க்க வேண்டும். என்னைக் குறை கூறுவோர் சொல்வதைப் போல அகிம்சை பலவீனர்களின் ஆயுதமா? அல்லது நான் எண்ணுவதுபோல பலமுள்ளவர்களின் ஆயுதமா? நிச்சயமாக அகிம்சை சரியான ஆயுதம் என்பதை நான் அறிவேன். என் கையில் அது சரியானபடி பயன்படவில்லை என்றால் குறை என்னிடம்தான் இருக்கிறது. நான் அனுசரித்த முறை தவறானது. இந்தத் தவறை இங்கிருந்துகொண்டேதான் கண்டுபிடிக்க வேண்டும். அவநம்பிக்கையும் சந்தேகமும் நிறைந்திருக்கும் இச்சூழலில் என்னுடைய அகிம்சையை மேலும் சோதனைக்குள்ளாக்க வேண்டும். அதன் ஒளியைக் காணும் வரை நான் இருளில் இருப்பதை ஒப்புக் கொண்டுதானாக வேண்டும். ஆனால்,

அவ்வொளி எப்போது தோன்றும் என்று கடவுளுக்குத்தான் தெரியும்.

அவர், தனது சத்தியாகிரகத்தின் பாட்டையில் சற்று நேரம் கூட நிற்பதற்கோ ஓய்வு பெறுவதற்கோ இடம் கிடையாது. மேலும் மேலும் போய்க் கொண்டிருக்க வேண்டியதுதான் என்று முடிவு செய்து கொள்கிறார். நவகாளியின் வாய்க்கால் கரையோரங்களில் நடந்து கொண்டேயிருந்தார். நீர்நிலைகளைக் கடப்பதற்காக உடைந்து போய் விடுமோ என்று அச்சம் ஏற்படுத்தக் கூடிய மூங்கில் பாலங்களைக் கடந்து சென்றார். பனையோலைகள் மற்றும் இலை தழைகளால் முடையப்பட்ட குடிசைகளில் தங்கினார். பற்களைக் கிடுகிடுக்க வைக்கும் குளிரைத் தாங்கிக்கொண்டார். பழைய கால வீடுகளின் மண் தரையில் அமர்ந்து படிப்பறிவில்லாத பாமர மக்களுடன் சமாதானம் பேசினார்.

அகிம்சை குறித்த சிந்தனைகள் அவர் மனதில் ஓயாமல் ஓடிக் கொண்டேயிருந்தன.

இந்து தருமத்தில் இரு அம்சங்கள் இருக்கின்றன. தீண்டாமைக் கோட்பாடு, கற்கள் முதலியவற்றை வணங்கும் மூட நம்பிக்கை மற்றும் மிருகபலியின் மீது நம்பிக்கை ஆகியவைகளோடு கூடிய சரித்திரப்பூர்வமான இந்து தருமம் ஒன்று. உள்ளத்திலே திகழ்வதும் உருவில்லாததும் அழிவற்றதுமான கடவுளின் பரிசுத்தமான வழிபாடு மற்றொன்று. கீதை அகிம்சையை வலியுறுத்துகிறது. இந்து தருமத்தின் பெருமை அகிம்சையில்தான் உள்ளது. ஆனால், அது சந்நியாசத்துக்கு மட்டுமே ஏற்றது என்று நம் மக்கள் சொல்லிவிடுகின்றனர். அதை நான் ஏற்க மாட்டேன். வாழ்வின் மார்க்கமே அதுதான். அதை இந்தியா உலகிற்குக் காட்ட வேண்டுமென்று விரும்புகிறேன். நான் நிற்கும் நிலை என்ன, என் வரைக்கும் அகிம்சையை பிரதிபலிக்கிறேனா? பிரதிபலிக்கிறேன் என்றால், சூழ்நிலையை விஷமாக்கும் சூது, துவேஷம் ஆகியவை இங்கிருந்து நீங்க வேண்டும். இதுவரையில் நான் எந்த நண்பர்களின் உதவியை எதிர்பார்த்திருந்தேனோ அவர்களிடமிருந்து விலகி, ஏகாந்தமாகப் போய் விடுவதனாலும் என் காலிலேயே நான் நிற்பதனாலும் என்னை நான் அறிவதோடு கடவுளிடம் எனக்கிருக்கும் நம்பிக்கையையும் சோதிக்க முடியும். இதனைச் செய்யாது போனால் என்னுடைய அகிம்சை பூர்த்தியாகாது. ஒன்று அகிம்சை பிரபஞ்ச தருமமாக இருக்க வேண்டும் அல்லது அவ்வாறு இல்லாமலாவது இருக்க வேண்டும். எப்படியாயினும்,

நெருக்கடியான கட்டத்தில் அகிம்சையின் மீது நான் நம்பிக்கையை இழந்துவிட மாட்டேன்.

சிறுபான்மையினருக்கு சேவை செய்யுமாறு என்னுடைய அகிம்சை எனக்கு ஆணையிடுகிறது. முஸ்லிம்களின் நண்பனாக நடந்து இந்துக்களின் உரிமைகளைக் கெடுத்துவிட்டதாக இன்னும் எனக்குக் கடிதங்கள் வந்துகொண்டிருக்கின்றன. முஸ்லிம்களுக்கு நண்பனாக இருக்க முயற்சி செய்வதன் மூலம் நான் உண்மையான இந்து என்று நிரூபித்திருப்பதோடு இந்துக்களுக்கும் இந்து தருமத்துக்கும் சரியானபடி சேவையும் செய்திருக்கிறேன். இதை என்னுடைய ஐம்பதாண்டு கால பொது வாழ்க்கை மக்களுக்கு உணர்த்தத் தவறியிருந்தால் வெறும் வார்த்தைகளால் மட்டும் அவர்களை என்னால் எப்படி திருப்திப்படுத்த முடியும்? எல்லோருக்கும் நண்பனாக இருக்க வேண்டும் என்பதே உண்மையான மத உபதேசத்தின் சாரம். நண்பரோடு நட்பாக இருப்பது எளிதானது. நம்மைத் தங்களின் விரோதிகளாக எண்ணிக் கொள்பவர்களிடமும் நட்புடன் இருக்க வேண்டும் என்பதே உண்மையான மதத்தின் சாரம். மற்றது வெறும் வியாபாரம்.

அவர் வங்காள மந்திரி சபையினால் அங்கீகரிக்கப்படும் ஒரு முஸ்லிம் குடும்பத்தாரோடு சேர்ந்து வாழ வேண்டுமென்று எண்ணம் கொள்கிறார். அவர்கள் தம்மைத் தன் குடும்பத்தில் ஒருவராக ஏற்றுக்கொள்ள வேண்டுமென்று விருப்பம் கொள்கிறார்.

இதனை காஸிர்கில்லில் நடந்த பிரார்த்தனைக் கூட்டத்தில் தெரிவிக்கிறார்.

“நான் என் குழுவினரிடமிருந்து விலகி லீகைச் சேர்ந்த முஸ்லிம்களுக்கிடையே வாழ விரும்புகிறேன். என்னுடைய தேவை மிகவும் சொற்பம். எனக்கு வேண்டியதெல்லாம் சுத்தமான நீர், ஆட்சேபமில்லாத உணவு, என் வழியில் ஆண்டவனைப் பிரார்த்திப்பதற்குச் சுதந்திரம் ஆகியவை மட்டுமே. முஸ்லிம் லிக் நண்பருடன் நான் வசிப்பதை காணும்போது இந்துக்களுக்கு நம்பிக்கை ஏற்பட்டு அவர்கள் தங்களுடைய வீடுகளுக்குத் திரும்பக் கூடும். என்னை அருகிலிருந்து பார்ப்பதால் நான் நண்பனா, விரோதியா என்பதைத் தெரிந்து கொள்ளுவதற்கு முஸ்லிம் நண்பர்களுக்கும் ஒரு வாய்ப்பு ஏற்படும்.

தனது எண்ணத்தின் தீவிரத்தைச் சேவாக்கிரம ஆசிரமத்திற்குக் கடிதம் மூலம் தெரிவிக்கிறார்.

நான் மீண்டும் ஆசிரமத்துக்குத் திரும்புவேனா இல்லையா என்று தெரியாது. என் நண்பர்களின் நிலையும் அதுதான். இங்கு நாங்கள் பகீரதபிரயத்தனமாகச் செய்ய வேண்டிய செயல்கள் நிறைய உள்ளன. நான் வெகுவாகச் சோதிக்கப்படுகிறேன். சத்தியாகிரகம் பலமுள்ளவர்களின் ஆயுதம் என்ற என் கருத்தை நான் அடைந்தாக வேண்டும். அல்லது அதை அடைவதற்கான முயற்சியில் என் உயிரை விட வேண்டும். நான் தேடுவதும் அதுவே. இறைவனின் எண்ணப்படி எல்லாமும் நடக்கும்.

அன்று மாலை தமது கருத்தைக் குழுவினரிடம் மேற்கொண்டு விளக்கினார். அதன் மீது நடந்த விவாதத்தில் தக்கர் பாபா, திருமதி சுசேதா கிருபளானி ஆகியோரும் கலந்து கொண்டனர்.

"பாப்பு... இதிலுள்ளது ராஜிய பிரச்சினையே அன்றி மதப் பிரச்சனை அல்ல. இது காங்கிரசுக்கு எதிரான இயக்கமேயன்றி இந்துக்களுக்கு எதிரானதன்று..." எனக் குழுவைச் சேர்ந்த ஒருவர் கூறினார்.

"முற்றிலும் இந்துக்களையே கொண்ட ஸ்தாபனம்தான் காங்கிரஸ் என்று அவர்கள் நினைக்கிறார்கள் என்பதை நீங்கள் உணரவில்லையா? மத சம்மந்தமானது, ராஜீய சம்மந்தமானது, மற்றவை எனத் தனித்தனியாகச் சட்டம் அடித்த பிரிவுகள் ஏதும் என்னிடமில்லை. சொற்கள் என்னும் காட்டில் நாம் வழி தவறிவிட வேண்டாம். இச்சிக்கலைப் பலாத்காரத்தினால் சமாளிப்பதா, அகிம்சையினால் சமாளிப்பதா என்பதே பிரச்சினை. வேறு விதமாகச் சொன்னால் என் முறைக்கு இன்று ஏதாவது செய்யும் ஆற்றல் உண்டா எனக் கண்டுபிடிக்க வேண்டும்."

"உங்கள் ரத்தத்திற்காக வெறிபிடித்துத் திரிகிறவர்களிடம் நீங்கள் நியாயத்தைக் கூறி எப்படித் திருத்த முடியும்? சில தினங்களுக்கு முன்புதானே நம் ஊழியர்களில் ஒருவர் கொலையுண்டார்?"

"நான் அறிவேன் அதை. அந்தச் சீற்றத்தைத் தணிப்பதே நம் வேலை."

அவர் பெண்கள் உட்பட தன் குழுவினரிடம், பாதிக்கப்பட்டிருக்கும் கிராமங்களுக்குச் சென்று அங்கேயே தங்கி, அங்கிருக்கும் இந்துக்கள் பத்திரமாகவும் ஆபத்தின்றியும் இருப்பதற்குத் தங்களையே பணயமாக்கிக் கொள்ள வேண்டும் என்றும், அவசியமானால் உயிரையும் கொடுத்து அவர்களைப் பாதுகாக்க வேண்டும் என்றும் பிரதிக்ஞை எடுத்துக்கொள்ள வேண்டுகிறார். அதே சமயம் நடந்து

விட்டவைகளைக் குறித்து முஸ்லிம் மக்களின் மீதோ இஸ்லாத்தின் மீதோ உள்ளத்தில் எழும் வெறுப்பை அடக்க முடியாதவர்கள் தாராளமாக இதிலிருந்து போய் விடலாம், அல்லது தமது ஆக்க வேலைத் திட்டத்தில் வேறெந்த பணியையாவது மேற்கொள்ளலாம் என்கிறார்.

இதற்கிடையே அவரது வேண்டுகோளை ஏற்று அவரைத் தங்களுடன் தங்க வைத்துக்கொள்ள முஸ்லிம் லீக்கைச் சேர்ந்த எந்த முஸ்லிம் குடும்பத்தாருக்கும் அழைப்பு விடுக்கவில்லை. இருப்பினும், தன் நிலைப்பாட்டிலிருந்து சற்றும் விலகாத காந்திஜி காஸிர்கில்லில் இருந்த தமது முகாமை 20.11.46 அன்று கலைத்துவிடுகிறார். தனது சுருக்கெழுத்தாளர் பரசுராம், வங்காளப் பேராசிரியர் மற்றும் மொழிபெயர்ப்பாளர் நிர்மல்குமார் போஸ் ஆகிய இருவர் மட்டுமே உடன்வர, திசை விளங்காத இருளை நோக்கிப் புறப்படத் தயாராகிறார். குழுவினரும் தங்களுக்குப் பணிக்கப்பட்ட இடத்துக்குப் பயணிக்கத் தயாராயினர்.

கிளம்புவதற்கு முன்பாகப் பிரார்த்தனைகள் நடைபெற்றது. அவர் கண்களை மூடி அமர்ந்திருந்தார்.

வைஷ்ணவ ஜனதோ தேனே கஹியே...
ஜோபீட பராயே ஜாணேரே
பரதுக்கே உபகார் கரே தொயெ
மன் அபிமான் ந ஆனே ரெ

பிரார்த்தனை முடிந்ததும் அவர் அங்கிருந்து புறப்படுகிறார். அவரைச் சுமந்து சென்ற சிறு படகு பாலத்தைக் கடந்து ஸ்ரீராம்பூர் என்ற சிறு கிராமத்தை நோக்கிப் பயணத்தைத் தொடங்கியது. அது நீரில் தள்ளாடியபடியே சென்று கண்களிலிருந்து மறைந்துவிட்டபோது குழுவினருக்குத் துக்கத்தினால் நெஞ்சு தழுதழுத்தது. கண்களில் நீர் திரண்டது. கனத்த இதயத்தோடு அவர்கள் ஒவ்வொருவரும் தங்களுக்கென ஒதுக்கப்பட்ட இடங்களுக்குப் பிரிந்து போயினர்.

21

யக்ஞம்

அப்போது புனித குரானின் வேத வாக்கியங்களோடு கீதையின் இரண்டாவது அத்தியாயமான சாங்கிய யோகத்தில் கூறப்பட்டிருக்கும் சுலோகங்களும் பிரார்த்தனைக் கீதங்களில் சேர்க்கப்பட்டிருந்தன.

கேசவா... சமாதியில் நிலைத்த நிறை ஞானியின் லட்சணம் யாது? உறுதியான அறிவுடையவன் எதைப் பேசுகிறான். எப்படி அமர்கிறான்? எவ்வாறு நடக்கிறான்?

பார்த்தா.. மனதிலெழுகின்ற ஆசைகளையெல்லாம் அகற்றி ஆன்மாவில் திருப்தியடைந்திருப்பவன் ஸ்திதப்பிரக்ஞன் எனப்படுகிறான்.

துன்பத்தில் துடிக்காத, இன்பத்தில் நாட்டமில்லாத, பற்று, அச்சம், சினமற்ற உறுதியான உள்ளத்தையுடையவன் முனிவன் என்றாகிறான்.

எவன் எங்கும் எதிலும் பற்றில்லாதவனாய், நலம் தருவதை அடைந்து மகிழாமலும் கேடு தருவதை அடைந்து நொந்து கொள்ளாமலும் இருக்கிறானோ அவன் அறிவு உறுதி பெறுகிறது.

அவர் கண்களை மூடி அமர்ந்திருந்தார்.

இந்துக்கள் அச்சத்தைத் தவிர்க்கவும் இல்லை. முஸ்லிம்கள் அதனைத் தகர்க்கவுமில்லை. அவரது வார்த்தைகள் இருதரப்பினருக்குமிடையே எழுந்த பெரும்பள்ளத்தில் சோர்ந்து விழுந்து கொண்டிருந்தன. அதிகாரமானது மாகாணத்தில் முஸ்லிம் லீக்கிடமும் மையத்தில் காங்கிரஸிடமும் இருந்தது. வங்காளத்தில் அடித்தது பீகாரில் வலித்தது. பீகாரில் அடிப்பது

வேறெங்கு வேண்டுமானாலும் தொடர்கதையாகலாம். பகையை மிகையாக்கும் இறக்கை வைத்த செய்திகள் ஊடகங்கள் வழியாகவும் வாய் வதந்திகளாகவும் பரவுகின்றன. அகதிகள் முகாம்கள் அதிருப்தியில் இருந்தன. அரசும் முகாமுக்கான போதிய நிதியுதவிக்குத் தயாராக இல்லை. உத்தரவாதமற்ற வாழ்க்கையை எதிர்க்கொள்ள மனமில்லாத இந்துக்கள் அங்கிருந்து கிளம்பி வேறிடம் நகரத் தொடங்கினர். அவரால் நடப்பவற்றைப் பார்த்துக்கொண்டிருக்க இயலவில்லை. தான் இதுவரை கடைப்பிடித்து வந்த அகிம்சையையும் சத்தியத்தையும் இன்னும் அதிகமாக வெளிப்படுத்தத் தவறிவிட்டோமோ என்ற பதற்றம் கொண்டிருந்தார். எதையாவது செய்தேயாக வேண்டும் என்ற எண்ணம் தீர்க்கமாக இருந்தபோதிலும் அதனைத் தெளிவான திட்டங்களாக அவரால் வகுக்க முடியவில்லை. ஒருவேளை எதிர்மறை சக்திகள் அவர் இதுவரை சந்திக்காதளவுக்கு இருந்திருக்கலாம் அல்லது வகுப்புவாத வன்முறையின் கொடூரங்கள் அவரை வெகுவாகப் பாதித்திருக்கலாம் அல்லது அவரது தத்துவங்கள் கலாவதியாகிவிட்டதாக மக்கள் கருதுகிறார்கள் என்பதாக அவர் உணர்ந்ததனால் ஏற்பட்ட மனச்சோர்வாகக் கூட இருக்கலாம்.

அவர் செய்வதறியாது திகைக்கிறார். அதனால்தான் அடிக்கடி கூறிக் கொள்கிறார்... நான் என்ன செய்யப் போகிறேன்... நான் என்ன செய்யப் போகிறேன்... அவர் அதனை இருள் என்று வரையறுத்துக் கொள்கிறார். இதிலிருந்து மீளும் அல்லது மக்களை மீட்டுவிடும் மார்க்கம் தெரிய வருவதை வெளிச்சம் என்கிறார். பதஞ்சலியின் யோக சூத்திரம் ஒன்றில், அகிம்சை பூரணமாக நிலைகொண்டுவிட்டால், அது சுற்றிலுமுள்ள விரோத சக்திகளையும் தீமைகளையும் அடியோடு போக்கிவிடுகிறது என்று கூறப்பட்டுள்ளது. என்னைச் சுற்றிலுமுள்ள பகுதிகளில் அந்த நிலைமை இன்னும் ஏற்பட்டுவிடவில்லை. ஆகையால்தான் இப்போது நடந்து வரும் சோதனையில் அகிம்சை வெற்றி பெறவில்லை என்ற முடிவுக்கு வர வேண்டியிருக்கிறது. சுற்றிலும் இருள் சூழ்ந்திருக்கிறது என்று நான் கூறுவதற்கு அதுவே காரணம் என்கிறார்.

அந்த வெளிச்சத்தை அல்லது மீட்சியைத் தேடி முக்கால் நூற்றாண்டைக் கடந்த எந்த அதிகாரத்திலும் இல்லாத அவர் அகிம்சையாலும் சத்தியத்தாலும் எதையும் சாதித்துவிட முடியும் என்ற நம்பிக்கையோடு மோதிப் பார்த்துவிடும் வேகம் குறையாது

ஸ்ரீராம்பூர் கிளம்புகிறார். கிட்டத்தட்ட சிங்கத்தின் குகைக்குத் தனியாகச் செல்லும் ஆடு போன்றது அவரது பயணம். ஆண், பெண் பேதமின்றி தன்னுடைய குழுவினருக்கும் இதையே பணிக்கிறார், ஆனால் தனது வற்புறுத்தலால் அல்லாமல், சுயவிருப்பம் இருக்க வேண்டும் என்பதை முன்னிறுத்தி.

20.11.46 அன்று காலை 11.30 மணிக்கு அவருடைய பயணம் ஏற்பாடானது. அவர் செல்லவிருக்கும் ஸ்ரீராம்பூர் என்ற கிராமம் காஸிர்கில்லிலிருந்து நான்கு மைல் தொலைவிலிருந்தது. அவர் காஸிர்கில்லில் தான் தங்கியிருந்த காசி பண்டிட்டின் வீட்டிலிருந்து கிளம்பும் முன்பாக பத்திரிகைகளுக்கு இது குறித்து அறிக்கையொன்றை அளித்தார்.

நான் மிகைப்படுத்தப்படுவதற்கும் பொய்மைக்கும் மத்தியில் இருப்பதாக உணர்கிறேன். உண்மையைக் கண்டுபிடிக்க என்னால் ஆகவில்லை. இருதரப்பினருக்கும் அவநம்பிக்கையே பெரியளவில் நிலவி வருகிறது. என்னுடைய மிகப் பழைய நண்பர்களெல்லாம் போய்விட்டார்கள். அகிம்சையும் சத்தியமும் நான் அறிந்தவரையில் இந்த அறுபது ஆண்டுகளாக எனக்கு உறுதியைத் தந்திருக்கின்றன. ஆனால், நான் அவற்றுக்குரிய பெருமைகளை வெளிச்சமிட்டுக் காட்டத் தவறிவிட்டேனோ எனத் தோன்றுகிறது.

அகிம்சையையும் சத்தியத்தையும் சோதித்துப் பார்ப்பதற்கு நான் என்னையே அதிகமாகச் சோதித்துக்கொள்ள வேண்டும். ஆகவே இத்தனை ஆண்டுகளாக என்னுடன் பயணித்து நான் எளிய வாழ்வை நடத்த உதவியாக இருந்த என் குழுவினரிடமிருந்து துண்டித்துக் கொண்டு ஸ்ரீராம்பூர் என்று சொல்லப்படும் கிராமத்திற்குச் செல்லப் போகிறேன். என்னுடன் மொழிபெயர்ப்புச் சேவைக்காகவும் எனக்கு வங்கமொழியைப் பயிற்றுவிக்க வேண்டியும் திரு. நிர்மல்குமார் போஸையும் என்னிடம் அதிகப் பற்றுள்ள தன்னலமற்ற சுருக்கெழுத்தர் பரசுராமையும் உடன் அழைத்துச் செல்கிறேன். நான் அழைத்து வந்த மற்ற ஊழியர்கள், நவகாளியின் மற்ற கிராமங்களுக்குப் பிரிந்து போய் இரு சமூகங்களுக்குமிடையே சமாதான வேலைகளைச் செய்து வருவார்கள். இப்படி ஏதாவது செய்யாமல் பாதிக்கப்பட்டவர்களைக் கிராமங்களுக்குத் திரும்பிவிடும்படி செய்வது சிரமமானது.

இங்கு வந்து சமாதான வேலையில் ஈடுபடுவதற்குத் தங்களை அனுமதிக்குமாறு வங்காளத்திற்கு வெளியிலிருந்து பலர் கடிதம் எழுதி வருகின்றனர். ஆனால், அவர்களை வர

காந்தியைத் தவிர காந்தியை வேறு யாரால் கொல்ல முடியும்? ❋ 151

வேண்டாமென்று கண்டிப்பாகக் கேட்டுக்கொள்கிறேன். அதற்கு முன் ஊடுருவ முடியாதிருக்கும் இந்த இருளில் நான் சிறிதளவாவது வெளிச்சத்தைக் காண வேண்டும்.

கடிதப் போக்குவரத்து, ஹரிஜன் மற்றும் அதனுடன் தொடர்புடைய வாரப் பத்திரிகைகளை நடத்துவது போன்ற எல்லாவற்றையும் நிறுத்தி வைக்க நானும் பியாரிலாலும் முடிவு செய்திருக்கிறோம். சேர்ந்தும் தனியாகவும் அப்பத்திரிகைகளை நடத்தி வருமாறு கிஷோரிலால், காகா சாகேப், வினோபா, நரஹரிபாரீக் ஆகியோர்களைக் கேட்டுக் கொண்டிருக்கிறேன். பியாரிலாலும் நானும் எங்களுக்குள்ள வேலையை அனுமதிக்குமாயின், ஆங்காங்கே கிராமங்களிலிருந்து எப்போதாவது எழுதுவோம். கடிதப் போக்குவரத்துகள் சேவா கிராமத்திலிருந்து கவனிக்கப்படும். இது எத்தனை காலத்திற்கு நீடிக்குமென்று சொல்ல முடியாது. இரு சமூகங்களுக்கும் பரஸ்பர நம்பிக்கை ஏற்பட்டுவிட்டது, கிராமங்களில் அவ்விருவரும் ஒழுங்கான வாழ்க்கையைத் தொடங்கிவிட்டார்கள் என்று எனக்குத் திருப்தி ஏற்பட்டாலன்றி கிழக்கு வங்காளத்திலிருந்து புறப்படும் உத்தேசம் எனக்கில்லை. இல்லையென்றால், பாகிஸ்தானும் நிலைக்காது, இந்துஸ்தானும் நிலைக்காது. பரஸ்பரம் சச்சரவினால் பிளவுண்டு காட்டுமிராண்டித்தனத்தில் மூழ்கிவிடும் இந்தியாவை யார் வேண்டுமானாலும் அடிமைப்படுத்திவிடலாம்.

பீகாரிலிருக்கும் டாக்டர் ராஜேந்திரபிரசாதிடமிருந்து, இப்போதைக்கு ஒரு வாரமாக எந்தவித துர்சம்பவமும் இல்லை என்றும், நிலைமை திருப்திகரமாக இருப்பதாகவும் தந்தி வந்திருக்கிறது. ஆகையால் நேற்று முதல் ஆட்டுப்பால் சாப்பிடத் தொடங்கிவிட்டேன். உடல் அனுமதித்ததும் வழக்கம் போல் சாப்பிடுவது என்று இருக்கிறேன். எதிர்காலம் கடவுள் கையில்.

அவரின் இந்தத் தீர்க்கமான செயல்பாட்டை அவரது உதவியாளர் பியாரிலால் தருமத்தின் துணிகரச் செயல் என்று வர்ணித்தார்.

அவர்கள் இரண்டு கப்பல்களில் புறப்பட்டனர். நீர்த் தாவரங்களின் குறுக்கீட்டால் நான்கு மைல் தொலைவிலான பயணம் இரண்டரை மணி நேரத்துக்கு நீடித்து மதியம் இரண்டு மணிக்கு முடிவடைகிறது.

ஸ்ரீராம்பூர் கிராமமானது நவகாளி மாவட்டத்தில் உயிர்ச்சத்து நிறைந்த பசுமையான வயல்கள், களிமண் வரப்புகள், சதுப்பான நிலம், குறுக்கும் நெடுக்கும் பரவிக் கிடக்கும் வாய்க்கால்கள், அதன் மேல் போக்குப்பாதையாக அமைக்கப்பட்டிருக்கும் சிறு மூங்கில்

பாலங்கள் என வளங்களால் சூழப்பட்ட பகுதியாகும். அதன் நீண்ட இரவும் குறுகிய பகலும் கொண்ட தட்பவெப்பநிலையோடு அங்கு தென்னை, மா, கமுகு போன்ற விருட்சங்கள் நிரம்பிய தோப்புகளும் நிழல் நல்கின. தோப்புகளுக்குள் சிறு குட்டைகளும் அதைச் சுற்றி வீடுகளும் அமைந்திருந்தன. பறவைகள் குதூகலத்துடன் பறந்து திரிந்தன.

காந்தியடிகளுக்கு ஏற்பாடு செய்யப்பட்டிருந்த செங்கற்களாலான குடிசை வீடு தென்னை மரங்கள் சூழ அமைந்திருந்தது. மண்ணாலான தரை சாணத்தால் மெழுகப்பட்டு பசேலென்றிருந்தது. பத்திரிகையாளர்களுக்கும், வங்க போலீசாருக்கும் அங்கேயே தங்கிக்கொள்வதற்குச் சிறு குடிசைகள் ஒதுக்கப்பட்டிருந்தன. அவரது உதவியாளர்களுக்கு ஒதுக்கப்பட்ட குடிசை அவர்களது தற்காலிக அலுவலகமானது.

அவருடைய நாள் தொடங்கும்போது வெளியே இருள் விலகாததோடு குளிரும் கூடியிருக்கும். மாலை மங்கத் தொடங்கும்போதே குளிரும் அதிகரிக்கத் தொடங்கிவிடும். அவர் வந்திறங்கியபோதே இருந்த சளித்தொல்லையும் மூக்கடைப்பும் குளிர்ந்த வானிலையின் காரணமாக விடாமல் பற்றிக் கொண்டிருந்தது. அவரது மேலாடையில்லாத உடல் பகலில் கூடச் சில நேரங்களில் குளிரால் நடுங்கியது. அவரை இரவு நேரக் குளிரிலிருந்து காப்பாற்ற வைக்கோல் மெத்தையும் முன்னாள் வங்காள கவர்னர் கேஸிதுரை பரிசாக வழங்கிய மொத்தமான கம்பளியும் உதவுவதுபோல பூச்சிகளின் தொந்தரவிலிருந்து அவரைக் கொசுவலை காப்பாற்றிக் கொண்டிருந்தது.

முதல்நாள் மாலை கூடிய பிரார்த்தனைக் கூட்டத்தில் அமைச்சர் சம்ஸுதின் அகமது மற்றும் சட்டமன்ற உறுப்பினர்கள் மூவர் உள்ளிட்டோருடன் உள்ளூரைச் சேர்ந்த முஸ்லிம் முக்கியஸ்தர்கள் மற்றும் இந்துமகாசபையின் முக்கிய அங்கத்தினர்களான மனோரஞ்சன் சௌத்ரி, நளினிரஞ்சன் மிஸ்ரா, அனுகூல் சக்ரவர்த்தி ஆகியோரும் கலந்துகொண்டனர். பிரார்த்தனைக்குப் பிறகான உரை முடிந்ததும் அமைதிக்குழு குறித்து பேச்சுவார்த்தைகள் நடத்தப்பட்டது. அமைதிக் குழுவில் இந்து முஸ்லிம் இரு தரப்பாரும் சம எண்ணிக்கையிலும் அரசு அதிகாரி ஒருவர் அதன் நிர்வாக அதிகாரியாகவும் இருப்பார் என முடிவு எடுக்கப்பட்டது. முஸ்லிம் அங்கத்தினர்கள் இந்துக்களால் தேர்ந்தெடுக்கப்படுவார்கள் என்று சமரசமாகத் தீர்மானித்துக் கொள்ளப்பட்டது.

காந்தியடிகள் இறுதியாகக் கூறுகையில், "அமைதிக் குழு நடவடிக்கைகள் ஒருபுறம் இருப்பினும், உண்மையான அமைதி என்பது ஒருவர் மீது மற்றவர் கொள்ளும் நம்பிக்கையில்தான் பிறக்க வேண்டும். இங்கு இந்துக்கள் பலவீனர்கள். பீகாரில் முஸ்லிம்கள் சிறுபான்மையினர். கிழக்கு வங்காளம் உட்பட நாடெங்கிலும் இருக்கும் முஸ்லிம்கள் பீகாரிகளின் நடவடிக்கைக்கு எதிர் நடவடிக்கை எடுத்தால் இந்தியா என்பது எங்காவது மிஞ்சுமா?" என்றார்.

அவர் நுனி சிலுப்பப்பட்ட சிறு மரக்குச்சியாலான பற்குச்சியைக் கொண்டு பாதாம் மற்றும் வால்நட் கொட்டையின் ஓடுகளை எரித்து உண்டாக்கப்பட்ட கரியும் உப்பும் கலந்த பொடியைத் தொட்டுத் தன் பற்களற்ற ஈறுகளைத் துலக்கிக் கொள்கிறார். இரும்புக் குவளையிலிருந்த பனிக்கட்டி போன்ற சில்லிப்பான நீரில் வாய் கொப்பளித்து முகத்தைக் கழுவிக்கொண்டு பிரார்த்தனைக்குத் தயாராகிறார். பிரார்த்தனையில் புத்தமத வாசகங்கள், கபிர்தாஸரின் கீர்த்தனைகள் மற்றும் புனித குரானின் வசனங்கள் வாசிக்கப்பட்டன. அது அவர் வந்திறங்கியதன் இரண்டாம் நாளான 22ஆம் தேதி. மனைவி கஸ்தூர் 1944 பிப்ரவரி 22ஆம் தேதி இறந்ததிலிருந்து எல்லா மாதத்தின் இருபத்தியிரண்டாம் தேதிகளும் பா வின் நினைவாக கீதை வாசிக்கப்படும். காந்தி முதல் மூன்று அத்தியாயங்களை வாசிக்க அதைப் பரசுராமும் அனுகூல் சக்ரவர்த்தியும் தொடர்ந்தனர். அவர் தன் படுக்கையில் படுத்துக் கண்களை மூடிக் கொண்டார்.

"பிரிந்து போன ஆத்மா இந்தப் பிரார்த்தனையை அறியுமா என்று தெரியவில்லை. ஆனால், ஏதோ ஒரு வகையில் இது அவர்களுக்கு நல்லது என்று நம்புகிறேன். குறைந்தபட்சம் நம்முடைய ஆன்மாவுக்காவது இது நன்மையாக இருக்குமல்லவா?" - அவர் குரல் உருகி வழிவதைப் போலிருந்தது.

எழுந்து அமர்ந்து கொண்டார். மணி நாலறையைத் தொட்டிருந்தது. கொசுவலை அவிழ்க்கப்பட்டதும் தன் படுக்கையருகே வைக்கப்பட்ட மேசையில் தாள்களை எடுத்து வைத்துக்கொண்டு மண்ணெண்ணெய் விளக்கின் ஒளியில் அவர் பணிகளைத் தொடங்கியிருந்தார். வெதுவெதுப்பான நீரில் தேனும் எலுமிச்சைப் பழமும் கலந்து எடுத்து வரப்பட்ட சாறைக் குடித்தபடியே வங்காளப் பாடம் கற்றுக் கொள்ளத் தொடங்கினார். ஒவ்வொரு நாளும் அதிகபட்சம் கால் மணி நேரம் நீளும் வங்காள மொழிப்

பாட வகுப்பில் முந்தைய தினம் கற்றுக்கொண்ட அட்சரங்களை நிர்மல்குமாரிடம் எழுதிக் காண்பித்தார்.

அவர் குளிரை மேல் துண்டால் முடிந்தவரை அடக்கிக்கொண்டு ஐந்தரை அடி நீளமுள்ள மூங்கில் கழியை ஊன்றியபடியே கிராமங்கள்தோறும் நடக்கிறார். முஸ்லிம் மக்கள் வசிக்கும் வீடுகள், அச்சிறுவர்கள் படிக்கும் பள்ளிக்கூடங்கள், மசூதிகள் என எல்லா இடங்களுக்கும் செல்கிறார். நோய்வாய்ப்பட்டவர்களுக்கு வைத்திய உதவிகள் செய்கிறார். கூடவே கிராமங்கள் தூய்மையாக இருக்க வேண்டியதன் அவசியத்தையும் போதிக்கிறார். கால்வாய்களைத் தாண்ட வேண்டுமானால் அகலம் குறைந்த மரப்பாலங்களைக் கடக்க வேண்டும். அதைக் கடக்கும்போது இரவு முழுவதும் பனியால் நனைந்து கிடக்கும் செருப்புகள் வழுக்கிவிட்டுவிடலாம். அதை இடைவிடாத பயிற்சியின் மூலம் கற்றுக்கொள்கிறார். பள்ளிவாசல் அருகே அமர்ந்து குரானின் வசனங்களைப் பாடலாகப் பாடுகிறார். முஸ்லிம் விவசாயிகளை வயல்களில் சந்திக்கிறார். முந்தைய நாள் உறவினர்களின் அனுமதியோடு தான் சிகிச்சையளித்த நோயாளிகளை மறுநாள் ஞாபகமாக விசாரிக்கிறார்.

செல்லுமிடம்தோறும் அங்கிருக்கும் மொத்த மக்கள்தொகை, அதில் இந்துக்களின் எண்ணிக்கை, முஸ்லிம்களின் எண்ணிக்கை, படித்தவர்கள் எவ்வளவு? ஆங்கிலம் தெரிந்தவர்கள் எத்தனைபேர்? எத்தனை சிறுவர்கள் பள்ளியில் படிக்கிறார்கள்? குரான் ஓதக் கற்றுக்கொண்டவர்கள் எத்தனை பேர்? இளைஞர்களில் குரானின் அர்த்தம் தெரிந்துகொண்டவர்கள் எத்தனை பேர்? அதில் இளைஞர்கள் அடங்குவார்களா? போன்ற விபரங்களைக் கேட்டு பெற்றுக்கொள்கிறார். மதிய நேரங்களில் நூல் நூற்றபடியே கிழக்கு வங்காளத்தைப் பற்றி வரும் செய்தித்தாள்களையும் பத்திரிகைகளையும் தேதிவாரியாகப் படிக்கச் சொல்லி கேட்கிறார்.

அன்று ஒரு முஸ்லிம் பெரியவர் சிறு செடி ஒன்றை எடுத்து வந்து அதன் இரண்டு கிளைகளிலிருக்கும் இலைகள் இரு வேறாக இருப்பதைக் காண்பித்து, ஒரே செடி என்றாலும் இலைகள் வேறு வேறானவை, இரண்டும் ஒன்றுடன் ஒன்று இணைய முடியாதவை என்று பூடகமாகக் கூறியபோது அவர் இலைகள் வேறுவேறாக இருப்பினும், அவற்றால் ஒரே வேரில் உயிர் பெற்று ஒற்றுமையாக வளர முடியுமென்று புரிய வைக்கிறார்.

ஆனால் அவருடைய உள்மனம் தவித்துக் கொண்டிருந்தது.

பற்றி எரியும் நெருப்பின் நடுவே நான் நிற்பது போலிருக்கிறேன். இந்துக்களும் முஸ்லிம்களும் இதுநாள் வரையிலும் இன்ப துன்பங்களில் ஒன்றாக இருந்திருக்கிறார்கள். வருங்காலத்திலும் ஒன்றாக வாழ வேண்டியவர்கள். ஏன் இப்போது இவர்களுக்குள் இத்தனை மனப்பிளவு? இவர்களுடன் சேர்ந்து வாழ்ந்து இருவரும் இணைவதற்கான அடிப்படையை எழுப்ப வேண்டும். அல்லது இங்கேயே இறக்க வேண்டும். சத்தியம் காட்டும் வழியில் இதைச் செய்தாக வேண்டும். ஆனால், அதற்கான பொறுமையோ, துயர் மிகுந்த இந்தச் சந்தர்ப்பங்களில் தேவைப்படும் செயலாற்றல் முறைகளோ என்னிடம் இல்லை. துயரும் தவிப்பும் என்னை அழுத்திவிடுகின்றன. நான் பிரயோசனமற்றுக் கிடக்கிறேன். என்னைச் சுற்றிலும் இருள் கவிழ்ந்து கொண்டிருக்கிறது. வெளிச்சம் காணத் தடவிக் கொண்டிருக்கிறேன். கடவுள் என்னிடமிருந்து ஏதாவது பணியைப் பெற விரும்புவாரேயானால் என்னுடைய எல்லாக் கஷ்டங்களையும் சமாளித்து வெளியேறுவதற்கு அவரே உதவ வேண்டும்.

இது அவர் வாழ்க்கையின் முக்கியமான கட்டம். முக்கியமான சோதனை, முக்கியமான சாதனையும் கூட. இங்கு கிடைக்கப் பெறும் வெற்றி இந்தியாவுக்கானது, உலகத்துக்கானது. அவர் உடல் சோராமல் நடக்கிறார். நடைப் பயணத்தின்போது சில சமயங்களில் அவருடன் உள்ளூர் மக்களும் சேர்ந்து கொள்கின்றனர். அவருடைய தேவைகளைக் கவனிப்பதற்காக அங்கு வந்து சேர்ந்த அவரது பேத்தி மனு, தாகூரின் கவிதைகளைப் பாட்டாகப் பாடியபடி முன்னால் நடக்க மற்றவர்கள் ஒருசேரப் பாடியபடி பின்தொடர்கின்றனர். அவர் நடந்து முடிந்த அநியாயங்களைப் பார்வையிடுகிறார். எரிந்துபோன குடிசைகளையும் இறந்துபோன உறவுகளையும் நினைத்துத் தன்னிடம் கதறும் கிராமவாசிகளுக்கு தைரியமூட்டுகிறார்.

நாம் நம்மை முற்றிலும் ஆண்டவனுக்கு ஒப்படைத்துக் கொள்வோம். அவர் விரும்புவதே நடந்தேறும். அனாவசியமான ஆபத்துக்குள் நீங்கள் போக வேண்டியதில்லை. ஆனால் தானே எது வந்தாலும் தயங்காமல் அதைச் சமாளியுங்கள். இந்த வகையில் நாம் எல்லோருமே அழிந்து விடுவோமாயினும் நான் அதைப் பற்றிக் கொஞ்சமும் கவலைப்பட மாட்டேன், என்கிறார். போலீஸ், ராணுவம், அடக்குமுறை, ஆயுதப் பிரயோகம், வன்மம், வெறுப்புணர்வு ஆகியவற்றால் எழுப்பப்படும் சமுதாயத்தை விட அகிம்சை, சத்தியம், அமைதி, சகோதரத்துவம், சமத்துவம் ஆகியவற்றை அஸ்திவாரங்களாகக் கொண்டு அமைக்கும் ஆலயமே வகுப்புவாத

வன்முறைகளைத் தாங்கும் சக்தியைக் கொண்டதாக இருக்கும் என்று மக்களுக்கு அறிவுறுத்துகிறார். மண்டையோடுகளாகக் கிடந்த பிணங்களின் ஆத்மாக்களுக்காகப் பிரார்த்திக்கிறார். கிராமப் பொருளாதாரம், சுகாதாரம், சுற்றுப்புறங்களைத் தூய்மையாக வைத்துக்கொள்ளுதல், தெருக்களைக் கூட்டிச் சுத்தம் செய்யும் முறை, நீர்த்தேக்கங்களைப் பாழாக்காமல் குடிநீராக உபயோகிக்கும் முறை போன்றவை குறித்தும் விரிவாக எடுத்துரைக்கிறார். மதிய நேரங்களில் பத்திரிகைச் செய்திகளை வாசிக்கக் கேட்டவாறு சற்று கண்ணயர்கிறார். ஓய்வு நேரங்களில் நூல் நூற்கிறார். மாலை நாலரை மணிக்குக் கூடவிருக்கும் பிரார்த்தனைக் கூட்டங்களுக்குத் தானே சென்று ஆட்களைச் சேகரிக்கிறார். கீதையின் சாரத்தையும் புராணக் கதைகளில் இருக்கும் நீதியையும் போதிக்கிறார்.

"பாப்பு... தாங்கள் செய்த செயல்களைக் குறித்துச் சிறிதும் வருந்தாதவர்களின் போக்கை நாம் எப்படித்தான் சமாளிப்பது?"

"அப்போக்குக்குப் பணிய வேண்டுமென்று நீங்கள் ஏன் கருதிக் கொள்கிறீர்கள்? நாம் கொண்டிருக்கும் சத்திய உணர்வை என்றைக்கும் கை விடாமல் அவர்களுக்கு மத்தியில் ஆன்மீக வீரத்தோடும் ஒழுக்கத்தோடும் வாழ முற்பட வேண்டும். நெருக்கடியானதோர் சமயத்தில் எப்போது பேச வேண்டும். எப்போது மௌனமாக இருக்க வேண்டும். எப்போது செயலில் இறங்குவது, எப்போது அமைதி பேணுவது என்பதைத் தெரிந்துகொள்ள வேண்டும். இந்தச் சந்தர்ப்பங்களில் செயலும் செயலற்று இருப்பதும் ஒன்றுக்கொன்று முரண்பாடுடையனவாக இருப்பதற்குப் பதிலாக ஒரே தன்மையனவாகின்றன எனப் புரிந்து கொள்ளுங்கள்" என்றார்.

அவர் பிரார்த்தனை மேடையில் கண்களை மூடி அமர்ந்திருந்தார். பிரார்த்தனை கீதம் ஒலித்துக் கொண்டிருக்கிறது.

சம்சே உஞ்சி பிரேம் சகாய்
துரியோதனா கே மேவா த்யாக்யோ
சாகா விதுரா க்ரு காயே

அவரது உரைக்குப் பின் சில முஸ்லிம் பெண்கள் அவரைச் சந்திக்கின்றனர்.

"நீங்களும் உங்கள் சகாக்களும் இப்போது உருவாக்கி வரும் பரீட்சார்த்த அகிம்சை பயிற்சியின் அனுபவம் மற்றவர்களுக்கும் சென்று சேர வேண்டும். அதற்காகவேனும் உங்கள் அனைவரின்

செயல்பாடுகளையும் குறித்த அறிக்கைகளைச் சேகரித்து ஒன்றுபடுத்த வேண்டும் பாப்பு” என்றனர்.

“அதற்கான சமயம் இன்னும் வரவில்லையென்று நினைக்கிறேன். நானும் என் சகாக்களும் இன்னும் உதவியற்றதாக இருந்து வரும் சூழ்நிலையில்தான் இருக்கிறோம். என் குழுவினர் திசை விளங்காத வழியில் பயணிக்கின்றனர். அவர்களுக்கு இம்மக்களின் மொழியும் தெரியாது. அவர்கள் பிரச்சனை பற்றியும் பழக்கமிருக்காது. நான் அவர்களுக்கு வழிகாட்டுவதற்குமில்லை. ஒருவேளை நான் அவர்களுக்கு வழிக் குறிப்பு தந்தால் அவர்கள் புத்தகத்தையே எழுதிவிடுவார்கள். ஆனால் அடுத்தபடி என்ன செய்வதென்பது எனக்கே தெரியவில்லை. தக்கர்பாபா என்னைப் போல வயதானவர். சுயநலமற்றவர். தேர்ந்த சேவையாளர். அவரும் தாம் செய்வது இன்னது என்று தெரியாமல் வேலை செய்து வருகிறார். ஆனால் நாங்கள் அனைவரும் ‘குழப்பம்’ என்ற ஒன்றிலிருந்து ‘ஒழுங்கு’ என்ற ஒன்று கிடைத்துவிடும் என்ற நம்பிக்கையுடன் இருக்கிறோம். இவை மட்டும் சரியாக நடக்குமானால் இதுவே என் வாழ்வின் தலைசிறந்த செயல் எனக் கருதிக்கொள்வேன்.”

அவருடைய அந்நாளைய இறுதி உணவு அந்தி மயங்குவதற்குள் முடிந்து விடும். ஆனால், வேலைகள் அதிகமிருப்பதால் உறங்கும் நேரமோ இரவு பத்து மணிக்கு மேலும் ஆகிவிடும். எப்படியிருப்பினும், அவர் அதிகாலை மூன்றிலிருந்து நான்கு மணிக்குள்ளாகவே விழித்துக் கொண்டு விடுவார். உண்பது, உறங்குவது, செயல்படுவது போன்ற அவருடைய செயல்கள் அனைத்துமே வெளிப்படையானவையே. அவர் எது ஒன்றையோ தேடிக் கொண்டிருந்தார். ஆனால் அது அடைய முடியாத உயரத்திலிருப்பது போல அவரது அனுபவம் அவருக்கு உணர்த்தியிருக்கலாம். ஏனெனில் அவருடைய அனைத்துப் போராட்டங்களிலும் இல்லாத ஒரு நிலைமையை இப்போராட்டத்தின் போது அவர் சந்தித்திருந்தார்.

தென்னாப்பிரிக்காவிலிருந்து அவர் இந்தியாவிற்கு வருவதற்கு அரை நூற்றாண்டுகளுக்கு முன்பிருந்தே பீகாரைச் சேர்ந்த சம்பாரணில் அவுரி சாகுபடியின் விளைவாக விவசாயிகள் பெருந்துயரைச் சந்தித்து வந்தனர். அங்கிருந்த நிலங்கள் அனைத்தும் ஆங்கிலேயரிடம் இருக்க, இந்திய விவசாயிகள் அந்த நிலங்களில் ஒப்பந்தத்தின்பேரில் குத்தகைக்குப் பயிரிட்டு வந்தனர். அந்த ஒப்பந்தத்தின்படி இருபதில் மூன்று பங்கு நிலப்பரப்பில் அவுரி என்ற சாயப்பயிரைப் பயிரிட வேண்டும். தீன்கதியா என்ற

இந்த நடைமுறையைத் தொடர்ந்து கடைப்பிடிக்கவோ அல்லது அதிலிருந்து மீளவோ அவர்களால் முடியவில்லை. காந்தியடிகளின் தென்னாப்பிரிக்க சாதனைகளைப் பற்றிக் கேள்விப்பட்டிருந்த ராஜ்குமார்சுக்லா என்ற விவசாயி தங்களுக்கான விடிவுக்காலத்தைக் காந்தியடிகளால்தான் கொண்டு வர முடியுமென நம்பி அவரைச் சம்பாரணுக்கு அழைத்துச் செல்கிறார்.

காந்தியடிகள், அந்தச் சூழலுக்கும் மக்களுக்கும் அங்கிருக்கும் நிலைமைக்கும் சற்றும் அறிமுகமற்ற புத்தம்புதியவராக உள்ளே நுழைகிறார். அவர் தன்னிடம் கூறப்பட்ட பிரச்சினைகளை விவசாயிகள், தோட்ட முதலாளிகள், அரசு அதிகாரிகள் என ஒவ்வொரு தரப்பினரின் வாயிலாகவும் கேட்டு அறிகிறார். செய்தித்தாள்கள், பத்திரிகைகள் வழியாகக் கருத்துகளைச் சேகரிக்கிறார். அதன் மூலம் அதன் உண்மைத் தன்மையை அவரால் உணர்ந்து கொள்ள முடிகிறது. அவரின் இத்தகைய செயல்பாடுகளுக்கு ஏராளமான நண்பர்கள் உதவுகின்றனர். கேட்க கதியற்றுக் கிடந்த விவசாயிகள் தங்களுக்கென காதுகள் கிடைத்தபோது மொத்த நம்பிக்கையையும் அதன் மீது செலுத்தவே, அவர் அரசின் கவனத்துக்குரியவரானார். மாவட்ட நீதிபதி அவரை நீதிமன்றத்தில் ஆஜராக வேண்டுமென்று சம்மன் அனுப்புகிறார். காந்தி ஆஜரான அன்று வரலாறு காணாத மக்கள் கூட்டத்தால் நீதிமன்றம் நிரம்பி வழிகிறது.

நீதிபதி அவரை உடனடியாகச் சம்பாரணை விட்டு வெளியேற வேண்டும் என்பதாக உத்தரவு பிறப்பிக்கிறார்.

உங்கள் சட்டத்தின்படி நான் குற்றவாளிதான்.. என அவர் தலைநிமிர்த்தி வாக்குமூலம் கொடுத்தாலும் நீதிபதியின் உத்தரவுக்குக் கீழ்ப்படிய மறுத்துவிடுகிறார். விவசாயிகள், தங்கள் தரப்புக்காகப் போராடும் தகுதியைத் தனக்கு அளித்துவிட்ட பிறகு, தீர்வு எட்டும்வரை இங்கு தங்கியிருக்கும் உரிமை தமக்குத் தானாகவே வந்துவிடுகிறது என்றும் அதுவரை தான் இங்கிருந்து கிளம்பப் போவதில்லை என்றும் அதற்காக அரசு எந்தத் தண்டனையை விதித்தாலும் அதை ஏற்றுக்கொள்ளத் தயாராக இருக்கிறேன் என்றும் தெரிவிக்கிறார். அவர், தான் சிறைப்பட நேர்ந்தால் அடுத்தடுத்து செய்ய வேண்டிய பணிகளை முன்கூட்டியே தன் உதவியாளர்களிடம் அறிவுறுத்தியிருந்தார். சம்பாரணின் வெற்றியே அவரை இந்தியாவில் பரவலாக அறிய வைத்தது. உப்பு சத்தியாகிரகத்தின்போது கூடத் தான் சிறைப்பட நேர்ந்தால், ஒருவர் கைதுக்குப் பின் மற்றொருவர் தலைமை

வகிப்பதற்கான செயல் திட்டத்தை வகுத்துத் தந்திருந்தார். நாடு முழுக்க மக்களின் ஆதரவைப் பெற்று அவர்களைச் சுதந்திரத்தை நோக்கி முன்னகர்த்திய ஒரு பெரும்நிகழ்வு அது. இதுபோன்ற அவருடைய வழக்கமான செயல்திட்டங்களே நவகாளியிலும் முன்னெடுக்கப்பட்டது. ஆனால் மக்கள் ஆதரவு என்ற அஸ்திவாரம் இல்லாமல் அவரால் எந்தக் கட்டடத்தையும் எழுப்ப முடியவில்லை. மதவெறியும் வெறுப்பும் மண்டிக் கிடந்த பெருவாரியான மக்கள் அவருடன் கைகோக்க மறுத்துவிட்டனர். இருமதத்தினரிடமும் நிலவிய தீராத பகையினாலும் வெறுப்பினாலும் அகிம்சையும் சத்தியமும் கருகிவிடாதிருக்க அவர் பகீரதப் பிரயத்தனம் செய்ய வேண்டியிருந்தது. அவர் செய்வதறியாது பெரும் வாதைக்குள்ளாகிறார். வேண்டுகோள்கள் எதுவும் நுழைந்து விட முடியாத வகையில் ஒருவர் மீது மற்றொருவருக்கு மதரீதியான வெறுப்பும் அவநம்பிக்கையும் புதைச்சேற்றுக்குள் புதைந்து போன பொருளென அமிழ்ந்து கிடக்க, அதனுள்ளிருந்து ஒற்றுமையெனும் பண்டத்தை அகழ்தெடுக்கும் வலிமை அவருக்கு இல்லாமற்போனது.

அவர் கடவுளுடன் தம்மை இணைக்கும் ஆத்ம சக்தியின் மீது நம்பிக்கை வைத்தே தனது போராட்டங்களைத் தொடங்குகிறார். இந்த நம்பிக்கையைப் பக்கபலமாகக் கொண்டுதான் அதிகார வர்க்க அமைப்புகளுக்கும் மிருகத்தனமான வன்முறைகளுக்கும் எதிராகப் போராடுகிறார். இதே முறையில்தான் மாபெரும் பிரிட்டிஷ் சாம்ராஜ்யத்துடன் மோதுகிறார். உடலளவில் மெலிந்தவர் என்றாலும் அந்த வலிமை மிக்க எதிரியுடன் சரிநிகர் சமமாக நிற்கும் உறுதியை அந்த நம்பிக்கையிலிருந்துதான் பெற்றுக்கொள்கிறார்.

இங்கு நான் பிரம்மாண்டமான யக்ஞம் செய்ய முற்பட்டிருக்கிறேன். ஆனால், அதன் ஒவ்வொரு கட்டத்திலும் என்னுடைய தகுதியின்மை புலனாகிக் கொண்டே வருகிறது. அகிம்சையின் திறவுகோலைக் கண்டுபிடித்துவிட எனக்கு சாமர்த்தியமில்லை. என்றாலும் மனித சாத்தியத்தில் செய்ய வேண்டியது எதையும் விட்டுவிடாமல் செய்துவிடுவேன். எதையும் விட்டுவிட்டு ஓட மாட்டேன். முடிவு இறைவன் இஷ்டப்படியே நடக்கும். நான் மேலும் மேலும் ஆண்டவன் கரங்களுக்கே என்னை ஒப்படைத்துக்கொள்ளப் போகிறேன். ஆண்டவன் பாதுகாத்தால் எவர் ஒருவர் என்னை அழிக்க முடியும்? ஆண்டவன் காப்பாற்றாவிடில் எவரால் என்னைக் காப்பாற்ற முடியும்?

அவர் இடறி விழும் மனதை எடுத்து நிறுத்தி வைத்துக்கொள்கிறார்.

22
ஆன்மாவைத் தொடுதல்

நவகாளியிலிருந்து வெளியேறுமாறு அவருக்கு முஸ்லிம் லீக் அமைப்புகளிடமிருந்து அழுத்தம் வருகிறது. வங்காள அரசாங்கம் அவரால் தங்களின் நற்பெயருக்குக் களங்கம் ஏற்படுகிறது என்றும் அவரால்தான் இரு மதத்தாருக்கும் விரிசல்கள் அதிகரிக்கின்றன என்றும் குற்றம் சாட்டியது. ஒருபக்கம் இந்துக்கள் முகாம்களிலிருந்து வெளியேறிக் கொண்டிருந்தனர். மறுபக்கம் அரசாங்கம் பராமரிப்புச் செலவைக் காரணம் காட்டி முகாம்களுக்கு வழங்கும் அரிசியின் அளவை வெகுவாகக் குறைத்துக் கொண்டிருந்தது. வழங்கப்படும் உணவுப்பொருட்களும் தரமற்று உண்ணத் தகுதியில்லாதவையாக இருந்தன. அமைதிக்குழு நடவடிக்கைகள் பெரிதாகச் சூடு பிடிக்கவில்லை. அரசாங்கமும் அதற்குப் பெரியதொரு முக்கியத்துவம் கொடுக்கவில்லை. அவர் தனியாரிடமிருந்து வரும் உதவிகளை நிறுத்தி வைக்குமாறு கூறுகிறார். பாதிக்கப்பட்டவர்களுக்கு உதவுவது அரசின் பணி, அதைப் பெற்றுக்கொள்வது அவர்களின் உரிமை. அரசு இதைச் செய்யத் தவறும்போதோ அல்லது போதுமான வளம் இல்லை என்று ஒப்புக் கொள்ளும்போதோதான் இம்மாதிரியான தனியாரின் உதவிகளை ஏற்றுக்கொள்ள வேண்டும் என்கிறார்.

இங்கிருந்து கிளம்பி விடுங்கள் என்பதற்கான நாகரிக வழிமுறைகளை அவரை நோக்கிச் செயல்படுத்தியது ஒருபுறம் என்றால் அவர் செல்லும் பாதைகளில் கற்களையும் கண்ணாடித் துண்டுகளையும் பதிப்பது, மலினமான வார்த்தைகளால் அவரைச் சீண்டுவது போன்ற அநாகரீக வழிமுறைகளையும் அவர் சந்திக்க நேர்ந்தது. ஒருமுறை அவரைக் கொல்லும் நோக்கோடு

முஸ்லிம் இளைஞன் ஒருவன் அவரது கழுத்தை நெரித்தபோது, 'இறைவன் மிகப் பெரியவன்...' எனத் திக்கித் திணறி அவர் சொன்ன வார்த்தைகள் அவருடைய உயிரைக் காப்பாற்றியது. இந்தக் கொலைமுயற்சி சம்பவத்தை வெளியே சொல்லி விட வேண்டாம் என்று அந்த இளைஞனிடமே அவர் கேட்டுக் கொள்கிறார்.

நவகாளியில் சேவை செய்யத் தயாராக இருப்பதாகக் கூறி வந்தவர்களிடம் அவர், நான் இங்கிருந்து சென்ற பிறகும் அவசியமானால் வாழ்நாள் முழுவதும் உங்களால் இங்கேயே இருந்து சேவை செய்ய முடியுமா? என்று கேட்கிறார். அவர்களின் தயக்கம் அவருக்கு நம்பிக்கையின்மையை ஏற்படுத்த, அவர்களை வர வேண்டாம் என்று கூறிவிடுகிறார்.

"நான் இங்கிருந்து கிளம்பிவிட வேண்டும் என்பது பலரின் எதிர்ப்பார்ப்பாக இருக்கிறது. சிலர் பீகாருக்குச் செல்லுங்கள் என்கிறார்கள். ஆனால் யார் கூறுவதனாலும் நான் எதையும் செய்துவிட முடியாது. நவகாளியில் என்னுடைய வேலை முற்றிலும் வேறான வகையில் இருக்கிறது. இங்கு இந்துக்களுக்கு மீளுருவாக்க நிலைமையைக் கொண்டு வர முயல்கிறேன் என்றாலும் முஸ்லிம்களுக்கு எந்த அசௌகரியத்தையும் விளைவித்து விடவில்லை. பீகாரில் துன்படைந்திருக்கும் முஸ்லிம்களின் சார்பில் அங்கிருக்கும் இந்துக்களுக்குப் போதிய கஷ்டத்தைக் கொடுத்திருக்கிறேன். என்னுடைய பகுத்தறிவுக்கு எதிராக, என்னைக் குறை கூறும் முஸ்லிம்களின் யோசனையைக் கேட்டுக் கொண்டு நான் பீகாருக்குப் போய் விடுவேனாயின் முஸ்லிம்களுக்கு நன்மை செய்வதைவிடத் தீமையே அதிகம் செய்துவிட்டவனாக இருந்திருப்பேன். முஸ்லிம்களுக்கு நான் நண்பன் என்பதை வார்த்தைகளால் கூறுவதை விட அவர்களுடன் ஒன்றாகச் சேர்ந்து வாழ்ந்துதான் தெரியப்படுத்த வேண்டும். அதேசமயம் என்னளவில் நான் தவறு செய்துவிட்டதாக அறிந்தாலோ அல்லது நவகாளியை விட பீகாரில் தொண்டு செய்ய அதிக வாய்ப்பிருக்கிறது என்பதை உணர்ந்தாலோ யாருடைய தூண்டுதலும் இன்றி நானே இங்கிருந்து கிளம்பி விடுவேன்" என்கிறார்.

அங்கு ஒற்றுமைக்கான முகாந்திரங்கள் மிகவும் பலவீனமாக இருந்தன.

இந்துக்கள், முஸ்லிம் வன்முறையாளர்களைக் கைது செய்வதன் மூலமே தங்களுக்குப் பாதுகாப்பு கிடைக்கும், நவகாளியில் அமைதி திரும்பும் என்ற தங்களது கோரிக்கைக்குள் தங்களின்

வெறுப்புணர்வையும் கோபத்தையும் மறைத்து வைத்துக்கொண்டு முஸ்லிம்கள் ஆயுதங்களை மறைத்து வைத்திருப்பதாகவும், இன்று இணக்கம் கொள்வது போன்றிருப்பவர் நாளை என்ன வேண்டுமானாலும் செய்துவிடுவார்கள் என்ற அச்சத்தை மட்டும் வெளிப்படையாகக் காட்டிக்கொண்டனர். நடுநிலை முஸ்லிம்களோ, தங்கள் மீது வஞ்சம் கொண்டிருக்கும் இந்துக்களுடன் நாங்கள் எங்ஙனம் நட்பைப் பேண முடியுமென்று எதிர்க் கேள்வி கேட்டனர்.

அதேசமயம் நல்ல செய்திகளும் அவர் காதுகளில் விழாமலில்லை. அவரின் குழுவைச் சேர்ந்த மருத்துவரும் காந்தியின் உதவியாளர் பியாரிலாலின் தங்கையுமான சுசீலாநய்யார் சேவை செய்து வந்த கிராமத்தில், முஸ்லிம்கள் தாங்கள் கொள்ளையடித்த பொருட்களைத் திரும்பக் கொண்டு வந்து சேர்த்திருந்தார்கள். சாதர்கில் என்ற கிராமத்தில் அவ்வூரின் முக்கியத் தலைவரான சலிமுல்லா சாஹிப் அவரது பங்களா வளாகத்துக்குள் பிரார்த்தனைக் கூட்டம் நடத்துமாறு வேண்டுகோள் விடுத்தார். அங்கு நடந்த கூட்டத்தில் முஸ்லிம் நண்பர்கள் காந்திக்கு வங்காளியில் உபசாரப்பத்திரம் வாசித்தனர். பஞ்சாப் பாட்டியாலா சமஸ்தானத்தைச் சேர்ந்த முக்கியமான முஸ்லிம் குடும்பத்தின் வாரிசும் காந்தியடிகளின் தொண்டருமான பீபீஅம்துல் சலாம், முஸ்லிம்கள் நடத்திவிட்ட வன்முறைக்கு எதிராக ஸ்ரீரந்தி கிராமத்தில் உண்ணாவிரதம் மேற்கொள்கிறார். காந்தி, முஸ்லிம்கள் தாங்கள் செய்துவிட்ட தவறுகளுக்காக வருந்தி, இனிமேல் அது நடக்காது என்று உறுதி கூறுவார்களானால் தான் பீபீயை உண்ணாவிரதத்தை நிறுத்திவிடுமாறு கேட்டுக் கொள்கிறேன் என்கிறார். இறுதியில் ஸ்ரீரந்தி கிராமம் மற்றும் அருகிலிருக்கும் நான்கு கிராமங்களையும் சேர்ந்த கிராமப் பிரதிநிதிகள் இந்துக்களின் மதச் சுதந்திரத்தைப் பாதுகாப்போம் என்று உறுதிமொழிப் பத்திரத்தில் கையெழுத்திட்டனர். போலவே, பாடியால்பூரில் இடிக்கப்பட்ட கோவிலைச் சரி செய்த பிறகு அவர் திறந்து வைத்தபோது, இனி இக்கோவில் நாசப்படுத்தப்படாமல் தங்கள் உயிரைக் கொடுத்தேனும் பாதுகாப்பதாக முஸ்லிம்கள் அவருக்கு வாக்குறுதி அளித்தனர்.

அவரை ரட்சகராகக் கருதிய கூட்டம் அவருடன் நடைப்பயணத்தில் உடன் வந்தது. சில கிராமங்களில் பிரார்த்தனைக் கூட்டத்திற்கு அவரை வரவேற்கும் பொருட்டு முஸ்லிம் பெண்கள் தங்கள் மதகுருமார்களையும் மகான்களையும் வரவேற்பது போல

ஹூலுத்வனி... பாடி அவரை வரவேற்றனர். இந்துக்கள் அவரை இக்கால புத்தர் என்று உருகினர்.

இந்தப் பாராட்டைக் குற்றச்சாட்டாக அவர் கருதிக்கொண்டார். இக்கால புத்தர் என்ற குற்றச்சாட்டிலிருந்து என்னை முற்றிலும் விடுவித்துக் கொள்ளவே விரும்புகிறேன். நான் சாதாரணமானவன். இக்கூட்டத்திலிருக்கும் மற்ற யாரையும் விட நான் மேலானவன் இல்லை. நான் இரு சமூகங்களுக்கும் சமமான ஊழியன். அதிக அனுபவமுள்ள எளிய மனிதன் மட்டுமே நான். ஒருவருக்கொருவர் சண்டையிட்டு ரத்தம் சிந்துவதை நிறுத்தும் சக்தி எனக்கிருக்க வேண்டும் என்பதை மட்டுமே விரும்புகிறேன். புத்தரும் அவருக்குப் பின்னால் வந்த ஞானிகளும் யுத்தங்களை ஒழிக்க அவரவர் வழிகளில் முயன்றுள்ளனர். என்னால் அப்படிச் செய்ய இயலவில்லை என்பதிலிருந்தே என்னிடம் விசேஷமான சக்தி ஏதுமில்லை என்பது உங்களுக்குத் தெரியவில்லையா... என்று கேள்விகளால் அதனை நிராகரித்தார்.

ஆனால் அவர் நினைத்தளவுக்கு எதுவும் மாறி விடவில்லை. அவர் மேலும் தன்னை வருத்திக் கொள்வதற்காகக் காலணிகள் அணிவதை நிறுத்தியிருந்தார். புண்பட்ட பாதங்களை இரவில் சரி செய்துகொண்டு பகலில் நடை யாத்திரையைத் தொடர்ந்தார். யாத்திரையின்போது முஸ்லிம்களிடம், குற்றம் செய்தவர்கள் தங்கள் செயல்களுக்காக வருந்தி கொள்ளையடித்த பொருட்களைத் திருப்பிக் கொடுத்துவிட வேண்டுமென்றும் உங்களிடமிருந்த வெறுப்புணர்வு எல்லாம் நீங்கிவிட்டது என்பதை நீங்கள் யாரை துவேஷம் கொண்டு தாக்கினீர்களோ அவர்களே உணரும் வண்ணம் நடந்து கொள்ள வேண்டுமென்றும் வலியுறுத்தினார்.

முகாம்களிலிருக்கும் இந்துக்களிடம், ஆயுதங்கள், ராணுவம் போன்றவை எவ்வளவுதான் பலமுள்ளதாக இருந்தாலும் அவை எல்லாவற்றையும் விட அகிம்சையே அதிக பலமானது. கைது, தண்டனை என்பதற்கு மாற்றாகப் பொதுஜன அபிப்பிராயம் என்னும் நீதி மன்றத்துக்கு முன்னால் குற்றம் ஒழிக்கப்படுவது, நீதிமன்ற விசாரணையை விட எவ்வளவோ மேலானது. நாம் வேண்டுவதெல்லாம் அவர்கள் திருந்த வேண்டும் என்பதேயன்றி வஞ்சம் தீர்த்துக்கொள்ள வேண்டும் என்பதல்ல என்று அறிவுறுத்துகிறார்.

பாகிஸ்தான் உருவாகுமோ இல்லையோ திரைமறைவில் முஸ்லிம் ஏகாதிபத்தியத்தின் கை ரகசியமாக வேலை செய்துகொண்டு

வருகிறது. தேசியவாதிகள் துப்பாக்கிகளைக் கொண்டு தற்காப்புச் செய்துகொள்வதை உடனே கற்றுக்கொள்ளாவிட்டால், முடிவில் இந்துக்கள் லீகின் காலடியில் கிடக்க வேண்டி வருமென்று நிலவக்கூடிய கருத்து குறித்து அவரிடம் கேள்விகள் எழுப்பப்பட்டது.

"நீங்கள் எண்ணுகிறபடி தேசியவாதிகள் முஸ்லீம் லீகுக்கு அஞ்சுவதாக இருந்தால் அவர்கள் தேசியவாதிகள் என்று சொல்லிக் கொள்ளவே அருகதையற்றவர்களாகிவிடுவர். அகிம்சையை நம்புவதைத் தலைவர்கள் விட்டுவிட்டார்களானால் அதை அவர்கள் தைரியமாகவும் மனம் விட்டும் சொல்லிவிட்டுத் தங்கள் காரியத்தை ஒழுங்குபடுத்திக் கொள்ள வேண்டும். என்னைப் பொறுத்தவரையில் என்னிடம் எந்த விதமான மாற்றுக் கருத்துக்கும் இடமில்லை. எனக்கு அகிம்சை வெறும் தத்துவம் மட்டுமல்ல. அது அனுபவத்தின் மீது ஏற்பட்ட வாழ்வியல் உண்மை."

"கொல்லப்பட்டது உங்கள் குடும்பமாக இருந்தாலும் உங்கள் பேச்சு இப்படித்தான் இருக்குமா காந்தியே? நீங்களும் இந்துதானே? இங்கு நடந்த கொடுமைக்குதானே முஸ்லிம்கள் பீகாரில் அனுபவிக்கிறார்கள். அதை ஏன் நீங்கள் தடுக்கிறீர்கள்?"

சீற்றமாக வந்த கேள்வியை அவர் நிதானத்தோடு எதிர் கொள்கிறார்.

"நான் உங்கள் வலியை உணர்கிறேன். நீங்கள் கூற வருவதையும் புரிந்து கொள்கிறேன். நம்மை இந்தளவு பாதிப்புக்குள்ளாக்கிய முஸ்லிம்களை ஏன் கொல்லக் கூடாது என்று நீங்கள் நினைப்பது இயற்கைதான். ஆனால் நான் கூறுவதெல்லாம் தீமையைத் தீமையின் மூலம் சந்திக்கக் கூடாது என்பதே, தீமையில் ஈடுபடுவது நம்மை அறிவற்றவர்களாக மாற்றிவிடுகிறது. இதை நான் என் அனுபவத்திலிருந்தே சொல்லுகிறேன். தீமை செய்பவர்களுக்கு நன்மையே செய்ய வேண்டும்"

அவர் பிரார்த்தனை மேடையில் கால்களை ஒன்றின் மீது ஒன்று அடுக்கி ஒருக்களித்து அமர்ந்திருந்தார். நான் இப்போது மேற்கொண்டிருக்கும் வேலை என் வாழ்க்கையிலேயே அதிக சிக்கலானதும் கஷ்டமானதுமாகும்.

இட்டுச் செல், இனிய ஒளியே, எனைச் சூழும் இருளில்,
என்னை வழிநடத்தி நீ இட்டுச் செல்.
இரவின் இருளில், என் இல்லத்தின் வெகு தொலைவில்,
என்னை வழிநடத்தி நீ இட்டுச் செல்.

என் பாதங்களை இரட்சிப்பாய்; நான் தொலைதூரக்
காட்சியை வேண்டுவதில்லை; ஓரடி முன் சென்றால் போதும்.
இதுவரை இப்படி இருந்தேனில்லை - எப்போதும் என் பிரார்த்தனையில்
நீ வழிநடத்திச் செல்ல அழைத்தேனில்லை.
என் பாதையைக் கண்டு தேர்ந்தெடுத்தேன், முன்னம்; இன்றும் இனியும்
என்னை வழிநடத்தி நீ இட்டுச் செல்.

பகட்டொளிர் பொழுதை நேசித்தேன், அஞ்சிடினும்,
ஆணவமாண்டது சித்தத்தை. இனி நினையேன், கழிந்தன காலம் -
நாளும் என்னை ரட்சித்த நின் சக்தி; இனியும்
என்னை இட்டுச் செல்லும் -
பொட்டல் வெளியிலும் புதைச்சேற்றிலும், முகட்டிலும் நீராற்றிலும்
இரவு கழிந்து மறையும் வரை.
புலரும் விடியலின் தேவதைச் சிரிப்பு - எத்தனை காலம்
நேசித்திருப்பேன், இத்தனை நாட்கள் மறந்திருந்தேன்

பிரார்த்தனைப் பாடல் முடிந்து காந்தியின் உரைக்கான நேரம் தொடங்கியிருந்தது. அவர் இந்தியில் உரையாற்றினார்.

ஆமாம்.. இரவோ இருளடைந்ததாக இருக்கிறது. நானோ வீட்டுக்கு வெகு தொலைவில் இருக்கிறேன். இறைவா... எனக்கு வழிகாட்டு. இந்தப் பிரார்த்தனைப் பாடலை இப்போது நான் நூற்றுக்கு நூறு உண்மையுடன் பாடிக்கொண்டிருக்கிறேன். என் வாழ்க்கையில் இதற்கு முன் இத்தகைய இருளைக் கண்டதில்லை. வெளிச்சம் வரும் திசையோ தெரியவில்லை. இந்த நேரத்தில் என்னைத் திகைப்படைந்து விட்டவனாகவோ ஏமாற்றம் அடைந்தவனாகவோ நான் உணராதது மட்டுமே இப்போதைக்கு ஆறுதல். ‘செய்திடு அல்லது செத்து விடு’ என்பது மட்டுமே என் மனதில் இருக்கிறது. இந்துக்களும் முஸ்லிம்களும் சமாதானத்தோடும் ஒற்றுமையாகவும் வாழக் கற்பிக்க வேண்டும் இல்லையெனில் இந்த முயற்சியில் நான் சாக வேண்டும். ஏற்படுவது எதுவாயினும் அதற்கு நான் தயாராகவே இருக்கிறேன். கடவுள் விருப்பம் நிறைவேறும்.

அவரது உரையை நிர்மல்குமார் வங்காளத்தில் மொழிபெயர்த்து கூட்டத்தாரிடம் வாசிக்கும் போது அவர் அந்த நேரத்தையும் வீணாக்காது யாத்திரையின்போதும் கூட்டத்திலும் தன்னிடம் எழுப்பப்பட்ட கேள்விகள், சந்தேகங்கள், பிரச்சினைகள் போன்றவற்றுக்கு பதில் எழுதிக்கொண்டிருப்பார். இக்கேள்வி பதில்கள் பத்திரிகையாளர்களின் முகாமுக்கு உடனுக்குடன்

அனுப்பி வைக்கப்பட்டு உடனுக்குடன் தட்டச்சு செய்யப்பட்டு உடனுக்குடன் செய்தி நிறுவனங்களுக்கு அனுப்பப்பட்டு விடும். தான் செல்லுமிடந்தோறும் இது போன்ற அறத்தாலான சிறு அரசுகளை ஏற்படுத்திவிடுவது அவரது வழிமுறைகளுள் ஒன்று.

"மனித வர்க்கத்தைத் தாழ்ந்த நிலையிலிருந்து உயர்த்தவே நீங்கள் முயற்சி செய்து வருகிறீர்கள் என்று நம்புகிறோம். ஆனால் இதில் நீங்கள் வெற்றி பெறுவீர்களா என்பது சந்தேகமாக உள்ளது."

இது அவர் மனதிலும் உள்ள கேள்விதான். மனம் எண்ணுவதைப் பதிலாக எழுதுகிறார்.

அதைப் பற்றி எனக்கே சந்தேகம்தான். நான் கூறுவதை முஸ்லிம்களும் கேட்டுக்கொண்ட சமயம் ஒன்றுண்டு. ஆனால் இன்று இந்துக்களில் கூட என் புத்திமதியைக் கேட்டு நடப்பவர்கள் அதிகம் பேர் இல்லை. நான் வெற்றி பெறலாம். அல்லது அம்முயற்சியில் அழியலாம். முடிவு என்பது வெற்றி தோல்வியில் இருப்பதல்ல. கடைசி வரையிலும் முயற்சி செய்வதே உண்மையான சோதனை. நான் எந்தச் சமூகத்திற்கும் நற்பணி செய்ய இங்கு வரவில்லை. எனக்கே ஒரு நற்பணி செய்து கொள்வதற்காகவே வந்திருக்கிறேன். அகிம்சை தனிப்பட்டவர்களுக்கு மட்டுமானதல்ல, சமூகம் மொத்தமும் அனுசரிக்க வேண்டியது. இதைப் பரிசோதிக்கும் முயற்சியில் நான் தோற்றுவிட்டாலும் கூட அகிம்சா தருமம் தவறானது என்று கருத மாட்டேன். என் முயற்சி சரியானதாக இல்லை அல்லது அதில் எங்கோ தவறிருக்கிறது என்றே எண்ணிக்கொள்வேன்.

மதம் மாறியவர்களை மீண்டும் தாய் மதத்துக்கே திரும்பிச் செல்ல வேண்டுமென்று நீங்கள் ஏன் வற்புறுத்துகிறீர்கள்? முஸ்லிமாக இருப்பது அவரவர்களின் பாதுகாப்புக்கு உகந்தது எனில், அதில் நீங்கள் ஏன் தலையிடுகிறீர்கள்? நீங்கள் இந்து என்பதாலா?"

அவருடைய எழுத்து கிறுக்கலாக இருந்தது. ஆனால், கருத்தில் சிறிதும் சாய்வின்றி அவர் எழுதுகிறார்.

பிற மதங்களைச் சகிப்பதில் நான் நம்பிக்கையுடையவன். எல்லா மதங்களுக்கும் சமமான மதிப்பு என்றளவுக்கு என் மனம் முன்னேறியிருக்கிறது. வெவ்வேறு மதங்கள் என்பவை இறைவனை அடையும் மார்க்கம் என்ற மகத்தான மரத்தின் கிளைகளே. வசதியாக இருக்கிறது என்பதற்காக ஒரு கிளையிலிருந்து மறு கிளைக்கு தாவக் கூடாது. அப்படிச் செய்வது ஒருவர் தான் உட்கார்ந்திருக்கும் கிளையையே வெட்டுவது போன்றது.

அரிசனனாக இருந்து கிறித்துவ மதத்திற்கு மாறிய தென்னிந்திய பாதிரியார் ஒருவர் என்னைச் சந்தித்தபோது, மதம் மாறிய பின்னும் தன்னிடம் முன்னால் இருந்த பலவீனங்களெல்லாம் அப்படியே இருக்கின்றன என்றார். மதமாற்றமானது தன்னுள் ஏற்படும் மாற்றத்தினாலும் சுயவிருப்பத்தாலும் இருக்க வேண்டுமே தவிர, சொத்துக்காகவோ உயிரைக் காப்பாற்றிக் கொள்வதற்காகவோ தற்காலிக லாபத்துக்காகவோ செய்யப்படுவதாக இருக்கக் கூடாது.

அவர் முகாம்களுக்குச் சென்று அங்கிருக்கும் மக்களிடம் இங்கிருந்து வெளியேற வேண்டாம் என்று எவ்வளவோ எடுத்துக் கூறியும் அகதிகள் தொடர்ந்து வெளியேறிக் கொண்டிருந்தனர். ராணுவ, போலீஸ் பாதுகாப்பு வேண்டுமென எல்லா இடங்களிலிருந்தும் கோரிக்கைகள் வந்துகொண்டே இருந்தன. இன்று நவகாளியில் முக்கியஸ்தர்களே இல்லை. சமாதானக் கமிட்டிகளில் யாரைப் போடுவது என்று தடுமாற வேண்டியிருக்கிறது. அமைதிக் குழுக்களில் இந்துக்கள் யாரும் பங்கு பெறவில்லையாகையால் கமிட்டிகளில் முஸ்லிம்கள் மட்டும் இடம் பெறலாமா என்று அவரிடம் கேட்டபோது, அவர் அதை மறுத்துவிடுகிறார்.

"தங்கள் பங்கைச் செய்ய இந்துக்களுக்கு அங்கு இடமிருக்க வேண்டும். இல்லையானால் சமாதானக் கமிட்டிகள் வெறும் புரட்டு என்றாகிவிடும்."

"பேசாமல் அதனை அதன் போக்கில் விட்டுவிடுங்களேன் காந்தி அவர்களே..."

"இல்லை... அது முடியாது. நான் நம்பிக்கையை இன்னும் இழக்கவில்லை. வன்முறையாளர்களின் ஆன்மாவைச் சரியானபடி தொடுவது எப்படி என்பது தெரிந்துவிட்டால் அவர்களைத் திருத்தி விட முடியுமென்று நம்புகிறேன். அவர்கள் திருந்திவிடவே முடியாதவர்கள் அல்லர் என்பதை அறிவேன். ஏனெனில், நான் கொள்ளைக்காரர்களுக்குப் பெயர்போன கத்தியவாரைச் சார்ந்தவன். வங்காளம் சரியாக நடந்து கொள்ளுமாயின், இந்தியாவின் பிரச்சினையையே அது தீர்த்துவிடும். அதனாலேயே என்னை வங்காளியாக மாற்றிக்கொண்டிருக்கிறேன். முஸ்லிம்கள் அதிகம் வசிக்கும் தன்னுடைய கிராமத்திற்கு ஒரு இந்து அகதி தன்னந்தனியாகத் திரும்பிப் போகும் நிலைமை ஏற்பட்டால் நான் கொஞ்சமும் தயக்கமின்றி அவரை அங்கு போகச் சொல்லுவேன். இப்படி நம்பிக்கை வைப்பது விவேகமா என்று கேட்கிறார்கள். ஆனால், சுயமதிப்புள்ள நாட்டு மக்களாக அவர்

ஆக வேண்டுமெனில், இது அவசியமென்றே கருதுகிறேன். தங்கள் மானத்தைப் பாதுகாத்துக் கொள்வதற்காகத் தங்களையோ தங்கள் உடமைகள் எல்லாவற்றையுமோ தியாகம் செய்துவிடத் தயாராக இல்லாத மக்களுக்கு சுயதேசமோ சுயராஜ்யமோ இருக்கப் போவதில்லை."

"நீங்கள் தாக்குதலையும் தற்காப்பையும் குழப்பிக்கொள்கிறீர்கள் காந்தியே?"

"இல்லை... தவிர்க்க முடியாத தற்காப்பு என்று கூறிக் கொண்டு இம்சையையும் யுத்தத்தையும் நியாயம் என்று காட்டுவதற்கு மனிதவர்க்கம் காலந்தோறும் முயற்சி செய்து கொண்டிருக்கிறது. ஆக்கிரமிப்பவனின் பலத்தை எதிர்ப்பவன் மேலான பலம் கொண்டு தோற்கடிக்க முடியுமென்பது சாதாரண விதி. உலகம் எங்குமே மனிதர் இவ்விதம் ஆயுதபலப் போட்டியென்ற சூழலில் சிக்கியிருக்கின்றனர். வாளை கலப்பையாக மாற்றிக்கொள்ளும்போது எந்தக் கட்டத்தில் உலகம் பத்திரமான நிலைக்கு வரும் என்பது இன்னும் யாருக்கும் தெரியாது. ஏனெனில் தற்பாதுகாப்பின் உண்மையான கலையில் மனித வர்க்கம் இன்னும் முழு ஆற்றலையும் பெறவில்லை."

"ஆனால் தாக்க வருவோரை நாங்கள் தடுத்தாக வேண்டுமல்லவா?"

"இம்சை, பதிலுக்குச் செய்யப்படும் இம்சையில்தான் வளருகிறது. தாக்குபவர் எதர்வது ஒன்று செய்யப்பட வேண்டுமென்ற நோக்கத்தில்தான் தாக்குதலை நடத்துகிறார். எதிரிலிருப்பவர் அவருடைய நோக்கத்திற்கு ஒரு புள்ளியளவுக்குக் கூட உடன்பட மாட்டோம் என்று மனதில் உறுதியுடன் நின்றுவிட்டார் என்று வைத்துக்கொள்வோம். ஆக்கிரமிப்பவர் எதிராளியைத் தண்டிப்பதால் தமக்கு லாபமில்லை என்று உணர்ந்து கொள்வார். இப்படிச் செய்வதால் நாம் துன்பத்தை அனுபவிக்க நேரிடும் என்றாலும், இந்தக் கலப்பற்ற துன்பமே, சரணாகதி என்பதை அறியாத, உண்மை உருவிலான தற்பாதுகாப்பு."

"இத்தகைய எதிர்ப்பின்மையால் பாதுகாத்துக் கொள்பவர் தம் உயிரையே இழக்க நேரிடலாம் அல்லவா? இதனை எப்படித் தற்காப்பு என்று கூறுகிறீர்கள் பாப்பூ?"

"ஏசு சிலுவையில் மாண்டார் என்றாலும் வெற்றி பெற்றது ஏசு என்பதுதானே உலக சரித்திரம் காட்டுகிறது. கிறிஸ்துவின் எதிர்ப்பின்மையால் சமூகத்தில் நல்லவைகளின் சக்தி

வெளிப்பட்டிருக்கும்போது உடல் அதன் அழிவை அடைந்து விட்டால்தான் என்ன? உயிரை இழப்பதனால் மனிதன் பெருவாழ்வு அடைகிறான். இந்தத் தற்காப்புக் கலையில் ஆற்றல் மிகுந்தவர்கள் இருந்ததைத் தனிப்பட்டவர்களின் சரித்திரம் எடுத்துக் கூறுகிறது. ஆனால், மனிதவர்க்கத்தின் பெருங்கூட்டத்தினர் உபயோகிக்க இம்முறை இன்னும் முறைப்படுத்தப்படவில்லை. அந்த வகையில் இந்தியாவின் சத்தியாகிரகம் குறைபாடுடைய ஒரு சோதனையாகும். இதனாலேயே இந்து முஸ்லிம் சச்சரவில் அது பயனற்றதாகிவிட்டது. ஆயினும் அகிம்சை ஒன்றே சாத்தியமான பரிகாரம் என்பதை நான் உறுதியாக நம்புகிறேன்.

அவர் பிரார்த்தனைக் கூட்டங்களின் உரைகளிலும் யாத்திரையின் போது ஏற்படும் தனிப்பட்ட சந்திப்புகளிலும் இரு தரப்பாரிடமும் இதையே மீண்டும் மீண்டும் கூறுகிறார்.

"ஒரு குறிப்பிட்ட சமுதாயத்தைச் சேர்ந்த சிலர் மனிதத்தன்மை இல்லாத காரியங்களில் ஈடுபட்டார்கள் என்பதால் அந்தச் சமுதாயம் முழுவதுமே குற்றச்செயல் புரிந்தவர்கள் என்று என்னால் கருத முடியாது. முஸ்லிம் லீக் இந்துகளை வெறுக்கலாம். காங்கிரஸுடன் ஒத்துழைக்கும் முஸ்லிம்கள் யாவரும் துரோகிகள் என்றும், அழிக்கப்பட வேண்டியவர்கள் என்றும் சொல்லலாம். அவர்கள் எத்தனை முரட்டுத்தனமாகப் பேசினாலும் நாம் எல்லா முஸ்லிம்களுடனும் நட்புடன் இருப்பதோடு, நம் அன்புக்கு அவர்களைக் கட்டுப்படவும் வைக்க வேண்டும். இந்துக்கள் முஸ்லிம்களின் வன்முறைக்கு எதிராகப் பதிலுக்கு ஏதும் செய்யாமல் அல்லது உள்ளத்தில் கோபமில்லாமல் துண்டுதுண்டாகத் தாங்கள் வெட்டப்படுவதற்கு உடன்படுவார்களானால் அவர்களை நம் அன்பால் கட்டுப்படுத்துவது இப்போதே சாத்தியமாகும். இந்து தருமம் வாழவும் இந்தியா பிரிவினையாகாமல் இருக்கவும் இது ஒன்றே வழி. அகிம்சை இதை நமக்குப் போதிக்கவில்லை என்றால் கடந்த இருபத்தைந்து ஆண்டு கால காங்கிரஸின் அகிம்சை சரித்திரம் நமக்கு எதையும் போதிக்கவில்லை என்றே அர்த்தமாகும்.

அவர் முன்னகர்ந்து கொண்டே சென்றபோது சத்தியத்தின் பாதையும் நீண்டு கொண்டேயிருந்தது.

23

காந்தியும் இரு மதங்களும்

பிரார்த்தனைக் கூட்டங்களுக்கு வரும் இந்து, முஸ்லிம்களின் எண்ணிக்கை குறைந்து கொண்டே வந்தது. ஆனால், அவர் நம்பிக்கை இழக்கவில்லை. "ஒருநாள் நான் பேசுவதைக் கேட்க யாருமே இருக்க மாட்டார்கள் என்ற நிலைகூட வரலாம். அப்போதும் நான் மனம் சோரப்போவதில்லை. மேற்கொண்டிருக்கும் பணியைக் கைவிடவும் போவதில்லை. என் ராட்டையைத் தூக்கிக் கொண்டு கிராமம் கிராமமாகச் சுற்றி வருவேன். என்னளவில் இது கடவுளுக்குச் செய்யும் சேவை" என்கிறார்.

அவர் பார்வையிடும் கிராமங்களின் நிலை அவரைத் திடுக்கிட வைக்கிறது. இரு சமூகத்தவரும் ஒருவருக்கொருவர் ஒத்துழையாதவர்களாக இருந்து வருவதால் யார் லாபமடையப் போகிறார்கள்? விவசாயம் பாழாகி வீட்டது. ஆட்கள் அச்சத்தோடு ஒடுங்கிக் கிடக்கின்றனர். பராமரிப்பற்றுப் போன நீர்நிலைகள் சுகாதாரச் சீர்கேட்டை விளைவிக்கிறது. பஞ்சம் ஏற்படும் அபாயத்திலிருந்து மீள வேண்டுமானால் புதிய, விரிவான கல்வித்திட்டம் அவசியம். அதுவே இங்கு அறியாமையில் உழன்று கிடக்கும் மக்களை உசுப்பி எழுப்பும் என்று அதிகாரிகளிடம் எடுத்துக்கூறுகிறார். சமீப காலமாக முஸ்லிம்கள் இந்து தொழிலாளிகளைப் புறக்கணித்து வருவதால் வாழ்வாதாரமற்றுப் போகும் அகதிகள் இங்கிருந்து வெளியேறவே நாட்டம் கொள்வார்கள் என்று இந்துக்களின் தரப்பையும் அவர்களிடம் தெரியப்படுத்துகிறார். அவர் தன் தொண்டர்களிடம், வன்முறையால் பாதிக்கப்பட்டோரின் குழந்தைகள், பாதிக்கப்பட்ட குழந்தைகள், சம்பாதிப்பவர்களை இழந்த

குடும்பங்கள், முதியவர்கள் போன்றோருக்கு ஆற்றக்கூடிய சமுதாயக் கடமைகளின்போது தங்கள் உயிரே போவதாக இருந்தாலும் அச்செயலிலிருந்து விலகிவிடக் கூடாதென்று அறிவுறுத்துகிறார். அதே சமயம் பயனாளிகளும் தங்களுக்கு ஏற்பட்டிருக்கும் பிரச்சினைகளிலிருந்து மீள்வதற்குத் தங்கள் சொந்த முயற்சியையும் பயன்படுத்திக்கொள்ள வேண்டும் என்கிறார்.

மதத் தலைவர்கள் சிலரின் பேச்சுகளும் அவர்கள் தங்கள் மதத்தாரை வழி நடத்தும் விதமும் வேற்று மதத்தார் மீது வெறுப்பை அதிகப்படுத்துவனவாக இருந்தன. பத்திரிகைகளும் இதற்குச் சளைத்ததல்ல. அவர், இரு மதத்துக்கான சமாதானம் என்பது ஜின்னா சாகிப்புக்கும் காங்கிரஸ் தலைவர் ஆச்சாரிய கிருபளானிக்கும் இடையில் நடக்கும் சமரச ஒப்பந்தம் அல்ல. இரு வேறுபட்ட மதத்தைச் சார்ந்த மனிதர்களிடம் நடக்கும் சமாதானம் என்று அறிவுறுத்துகிறார். இயல்பாக நடக்கும் செயல்களெல்லாம் மதச்சாயம் பூசப்பட்டுக் கிடப்பதைக் கவலையுடன் கேள்விப்படுகிறார். மிமின்சிங்கில் முஸ்லிம்களைத் திட்டமிட்டே அஸ்ஸாம் அரசாங்கம் வெளியேற்றுவதாக முஸ்லிம்கள் சிலர் முறையிட்டபோது அவர், சட்டவிரோதமாக ஆக்கிரமிக்கப்பட்ட தரிசு நிலத்திலிருந்து அஸ்ஸாம் அரசு மக்களை வெளியேற்றியுள்ளது. அவர்கள் இஸ்லாமியர்கள் என்பதை மட்டுமே காரணமாக்கிக் கொண்டு நீங்கள் அந்நிகழ்வுக்கு மதச்சாயம் பூசுவது சரியானதாகாது என்று தெளிவுபடுத்துகிறார்.

அவருக்கு அரசியல்வாதிகள், மதவாதிகள் மூலமாகவும் அதிகாரப்பூர்வமற்ற வகையில் அதிகாரிகளிடத்திலிருந்தும் உலகெங்கிலும் இருக்கும் விருப்பு வெறுப்பாளர்களிடமிருந்தும் தினந்தோறும் ஏராளமான ஆலோசனைகள் ஏந்திக்கொண்டு கடிதங்கள் வருகின்றன.

பாதிக்கப்பட்டவர்கள் அல்லது சிறுபான்மையினரை மீளக் குடியமர்த்தும்போது அவர்களை ஒரே இடத்தில் தங்க வைக்கலாம் என்பதாக வந்த ஒரு யோசனையை அவர் பலமாக மறுக்கிறார்.

"இது பெரும்பான்மைக்கு விரோதமானவர்களைத் தனிப் பகுதியாக மாற்றிவிடும் ஏற்பாடு. இறுதியில் இப்பகுதிகள் ஆயுத அமைதிக்குள் வைத்துப் பாதுகாக்கப்படுவதாக ஆகிவிடும். எந்த வகுப்பினராக இருந்தாலும் கடவுளிடமிருந்து பெறுவதான உள்பலத்திலிருந்து மட்டுமே பாதுகாப்பைப் பெற வேண்டும். உள்ளத்தின் பலமே, நிரந்தரப் பாதுகாப்பை அளிக்கக் கூடியது."

"அப்படியானால் சிறுபான்மையினர் பெரும்பான்மைச் சமூகத்தாருடன் அனுசரித்து இருந்துகொள்ள வேண்டுமென்று கூறுகிறீர்களா காந்தி அவர்களே...?"

"என்னைப் பொறுத்தவரை 'அனுசரிப்பது' என்ற சொல்லே துர்நாற்றமானது. மானத்தை இழந்துவிட்டு சரிக்கட்டிக் கொண்டு போவதென்பது எதிலும் கூடாது. பயத்தை விட்டுவிடுவதும், எப்படியாக இருப்பினும் நியாயமானதை மட்டுமே எண்ணி நியாயமாக மட்டுமே செயல்பட வேண்டும் என்பதே உண்மையில் செய்ய வேண்டியது."

"நீங்கள் தனி முஸ்லிம் ராஜ்ஜியம் அமைவதை ஆட்சேபிப்பது ஏன்? நீங்கள் இந்து என்ற காரணத்தாலா?" என்றபோது அந்த முஸ்லிம் அன்பர் கடும் கோபத்திலிருந்தார்.

காந்தியடிகள் ராட்டையைச் சுழற்றிக்கொண்டே அவரை நிமிர்ந்து நோக்கினார்.

"நான் அதை ஆட்சேபிக்கவில்லை. இப்போதும் வங்காளம் அப்படித்தானே இருக்கிறது? ஆனால், தனி முஸ்லிம் ராஜ்ஜியத்தின் தன்மை எப்படி இருக்கும் என்பது தெரியவில்லை. இப்போது பாகிஸ்தானும் இல்லை அமைதியும் இல்லை.. நான் அதைத்தான் தேடிக் கொண்டிருக்கிறேன்."

அவர் பிரார்த்தனைக் கூட்டங்களில் கலந்துகொள்ள வரும் இந்துப் பெண்களிடம், கோஷா முறை என்ற அடிமைத்தனத்திலிருந்து உங்கள் முஸ்லிம் சகோதரிகளை விடுதலை பெறச் செய்ய வேண்டியது உங்கள் கடமையென்றும் அக்கடமையிலிருந்து நீங்கள் தவறி விடக் கூடாது என்றும் அறிவுறுத்துகிறார். கோஷாமுறையானது முகமதுநபிகள் உபதேசித்ததற்கு முற்றிலும் விரோதமானது. உண்மையில் கோஷாமுறை உள்ளத்தில் இருக்க வேண்டும் என்பதையே இஸ்லாம் நோக்கமாகக் கொண்டிருக்கிறது. இங்கு அனுசரிக்கப்பட்டுக் கொண்டிருக்கும் வெளி கோஷா முறையை நீக்கி விடுதல் என்பது உள் கோஷா முறையைக் குறைத்து மதிப்பிடுவதாகக் காட்டாது. எது எப்படியாயினும் என் கருத்துகளை மறுத்துவிட அவர்களுக்கு முழு உரிமையும் உண்டு என்று அவர் தெரிவித்த கருத்து மிகுந்த சர்ச்சைக்குள்ளாகிறது.

இஸ்லாமின் சட்டத்தில் தலையிட அவருக்கு எந்த உரிமையும் கிடையாதென்று உள்ளூர் மட்டுமின்றி சென்னை, பம்பாயிலிருக்கும்

இஸ்லாம் அமைப்புகளிடமிருந்தெல்லாம் அவருக்குத் தந்திகள் வரத் தொடங்கின.

அவர், தன் மீது குறை கூறி வந்திருக்கும் தந்திகள், தாங்கள் கொண்டிருக்கும் அபிப்பிராயத்திற்கு மாறான கருத்துடையவர்களிடம் அவர்கள் எத்தனை மோசமான வகையில் சகிப்புத் தன்மையே இல்லாமல் நடந்து கொள்கிறார்கள் என்பதையே காட்டுகிறது என்றும் குறை கூறுவார்களே என்று பயந்து கொண்டோ உடலுக்கு தண்டனை கிடைத்து விடுமே என்று அஞ்சிக் கொண்டோ, என் கருத்தைக் கூறவில்லை எனில், அகிம்சைக்கும் சத்தியத்துக்கும் நான் தகுதியற்ற பிரதிநிதியாகி விடுவேன் என்றும் பதிலளிக்கிறார்.

எதிர்ப்புகள் அத்தனை சீக்கிரம் அடங்கி விடவில்லை அல்லது கிடைத்த துருப்புச்சீட்டை முஸ்லிம்கள் தவறவிட விரும்பவில்லை. அன்று அவர் மௌனவிரதம் அனுசரிக்கும் தினம் என்பதால் எதிர்வினைகளுக்கான எதிர்வினையாக நபிகள்நாயகத்தின் உபதேசங்களிலிருந்து தான் சேகரித்தவற்றைத் துண்டுச்சீட்டுகளில் எழுதி பிரார்த்தனைக் கூட்டத்தில் அன்றைய செய்தியாக அளிக்கிறார்.

இந்த நாட்களில் நான் எதையெல்லாம் சொல்ல முயன்று வருகிறேனோ அவை யாவும் நபிகளின் உபதேசங்களிலேயே அடங்கியிருக்கின்றன. நபிகள், ஒருவர் தனக்கு என்ன வேண்டுமென்று எண்ணுகிறாரோ அதுவே தன் சகோதரருக்கும் கிடைக்க வேண்டுமென்று விரும்புவதே உண்மையாகக் கடவுள் நம்பிக்கை கொண்டிருப்பதன் அடையாளம் என்று உபதேசிக்கிறார். தனக்காகவோ மற்றவர்களுக்காகவோ வேலை செய்யாதவர் ஆண்டவனின் சன்மானத்தைப் பெறுவதில்லை. பொய் பேசுபவர், வாக்குறுதியளித்துவிட்டு மீறுபவர், தன் மீது பிறர் வைத்திருக்கும் நம்பிக்கையைக் கெடுப்பவர்கள் என்னைச் சேர்ந்தவர்கள் ஆக மாட்டார்கள். மற்றவர் தம்மிடம் வைத்த நம்பிக்கையை நிறைவேற்றி, தான் அளித்த வாக்கைக் காப்பாற்றுபவர்களே உண்மையான முஸ்லிம்கள். ஆண்டவனால் படைக்கப் பெற்றிருப்பவைகளிடம் யார் அன்புடனிருக்கிறார்களோ அவர்களிடம் ஆண்டவனும் அன்புடனிருக்கிறார். யாருடைய நாவினாலும் கைகளினாலும் மனித வர்க்கம் ஆபத்தின்றி இருக்கிறதோ அவர் உண்மையான முஸ்லிமாவார். பிற பெண்களைச் சோரம் செய்பவரோ, திருடுபவரோ, மதுபானம் தயாரிப்பவரோ, கொள்ளையடிப்பவரோ, மோசடி செய்கிறவரோ மோமின் (நல்ல முஸ்லிம்) அல்ல. பிற

பெண்ணுடன் விபசாரம் செய்யும்போது இமான் (உண்மை) அவரை விட்டுப் போய்விடுகிறது. தன்னைத் தானே வெல்வதுதான் மிக மிக உயர்ந்த மதப்போர். முஸ்லிமானாலும் அல்லாவிட்டாலும் பிறரால் நசுக்கப்படுபவர்கள் யாராக இருப்பினும் உதவி செய்ய வேண்டும். பட்டினி விரதமும் புலனடக்கமுமே என்னைப் பின்பற்றுவோர் அனுசரிக்கும் முறை. ஆண்களின் பாதியாக இருப்பவர் பெண்களே. உங்கள் மனைவிக்கு நல்ல யோசனைகளைச் சொல்லுங்கள். அவர்களை அடிமையாகக் கருதாதீர்கள் என்று நபிகளின் செய்திகளை எடுத்து வைக்கிறார்.

கூட்டத்திற்கு வந்த முஸ்லிம் பெரியவர்கள் இருவர், காந்தியின் கருத்துக்கு வலு சேர்ப்பதுபோல, புனித இஸ்லாம் மதம் விசாலமான அடிப்படையும், விசேஷமான சகிப்புத் தன்மையையும் கொண்டது என்று புனித குரானிலிருந்து மேலும் மேற்கோள்களை எடுத்துக் காட்டிப் பேசினர். அதே சமயம் வேறொரு கூட்டம் ஒன்றில் பேசிய மௌல்வி சாகிப் ஒருவர், இஸ்லாம் சட்டத்தைப் பற்றிப் பேசுவதற்கு காந்திக்கு உரிமையில்லை என்றும் ஸ்ரீராமன் என்பவன் ஒரு மன்னன் மட்டுமே, ஆனால் ரகீம் கடவுள் என்றும் பகிரங்கமாகக் கண்டித்தார். இது இஸ்லாமைப் பற்றிய ஒரு குறுகிய பார்வை. இஸ்லாம் என்பது பெட்டிக்குள் அடைத்து வைத்துப் பாதுகாக்கும் ஒரு கொள்கை அல்ல. அதனைப் பரிசீலனை செய்யவும் அவற்றை அங்கீகரிக்கவும் அல்லது நிராகரிக்கவும் மனித வர்க்கத்துக்கு உரிமை உண்டு என்று காந்தி அதற்குப் பதிலளித்தார்.

முஸ்லிமல்லாத அவர், பிரார்த்தனைக் கூட்டங்களில் குரானிலிருந்து வசனங்களை எடுத்து ஓதுவதும், ராமா, கிருஷ்ணா என்ற பெயர்களோடு ரஹீமையும் கரீமையும் சேர்த்துச் சொல்வதும் தவறு என்று மேலும் ஆட்சேபக் குரல்கள் எழுந்தன. அவர், பீபீ ராய்ஹனா தயாப்ஜி பரிந்துரையின் பேரிலேயே குரானின் புனித வசனங்கள் பிரார்த்தனையில் சேர்க்கப்பட்டது என்றும், இவ்வாறு செய்வதில் தனக்கு எந்த அரசியல் நோக்கமும் இல்லை என்றும் பதிலளித்தார்.

இந்து முகாமிலிருக்கும் பெரியவர் ஒருவர், “பாப்பூ... நான் உங்களை விட வயதானவன். அமைதியாக இறப்பை எதிர்பார்த்துக் காத்திருக்கும் நேரத்தில் எனக்கு ஏன் இந்த அலைக்கழிப்பு? நீங்கள் அவதாரப் புருஷர்தானே? உங்களால் ஏன் எதையும் இன்னும் முழுமையாகத் தீர்க்க முடியவில்லை?” என்றார்.

காந்தி அவரருகே குனிந்து, "உங்களைப் போலவே வேறு சிலரும் நான் அவதாரப் புருஷன் என்று எண்ணிக் கொண்டிருக்கிறார்கள். நான் மிக மிகச் சாதாரணன். என் பேச்சைக் கூட இப்போது யாரும் கேட்பதில்லை" என்றார்.

மற்றொருவர், "நான் மதம் மாறிக் கொண்டால் இதெல்லாம் நடக்காது இல்லையா?" என்றார்.

"முஸ்லிம்கள் நல்ல முஸ்லிம்களாக இருக்க வேண்டும். இந்துக்கள் நல்ல இந்துக்களாக இருக்க வேண்டும் என்பதுதான் என் நோக்கம். எந்த ஆணோ பெண்ணோ தங்களது மதத்தை மாற்றிக்கொள்ளும்படி நான் என்றுமே பரிந்துரைக்க மாட்டேன்."

"பாகிஸ்தான் எங்கள் இலட்சியம். அதில் உங்கள் குறுக்கீடு என்பதை ஏற்றுக் கொள்ள முடியாது காந்தி..." பிரார்த்தனை நேரத்துக்கு முன்பே வந்திருந்தான் அந்த முஸ்லிம் இளைஞன். அவன் முகம் கோபத்தில் அக்னி குண்டமெனச் சிவந்திருந்தது.

"அகிம்சையோடு கூடிய ஒத்துழையாமையை இந்தியா முழுவதற்குமான ஒரு கொள்கையாக மேற்கொள்வதற்கு முன்பே, அதாவது 1920க்கு முன்பே, அப்பாஸ் தயாப்ஜி சாஹிப்பின் தலைமையில் நடந்த கூட்டத்தின்போது ஒரு மாகாணம் மட்டுமேனும், பிரிட்டிஷ் அதிகாரத்திலிருந்து ஒதுங்கி சுயேச்சையாக இருக்கலாம் என்று கூறியிருந்தேன். இப்போது அதே முறையை அனுசரித்து வங்காள மாகாணம் மட்டும் முற்றிலும் சுதந்திரமாகிவிடுமானால் அதுவே பூரண பாகிஸ்தான் ஏற்பட்டதாகிவிடும். அங்கு பூரண ஜனநாயகம் அனுசரிக்கப்பட்டு ஆணுக்கும் பெண்ணுக்கும் ஓட்டுரிமை அளிக்கப்படும்போது இஸ்லாமியர் தாமாகவே பெரும்பான்மை பெற்றுவிடுவர். காயிதே ஆசாத், பாகிஸ்தானில் சிறுபான்மையினர், பெரும்பான்மையினரை விட சௌக்கியமாகவே இருப்பார்கள் என்று கூறியிருக்கிறார். ஆகையால் அங்கு யாருமே கஷ்டப்பட மாட்டார்கள். பாகிஸ்தான் என்பது இதைவிட வேறு எதாவதா என்று எனக்குத் தெரியவில்லை. அப்படி வேறு எதாவது இருக்குமானால் எனக்குத் தெரிந்தவரை, என் பகுத்தறிவு ஏற்றுக் கொள்ளக்கூடியதாக அது இருக்காது. ஏனென்றால் மதம் புகுந்து விடும்போது மனிதம் விடைபெற்று விடும்" அவர் நிதானமாகப் பதிலளிக்கிறார்.

வங்காளத்தின் முன்னாள் முதலமைச்சர் மௌல்வி பஸ்லுல் ஹக், காந்தி ஒரு முஸ்லிம் அல்ல. எனவே, அவர் இஸ்லாமைப் பற்றி

உபதேசிக்கக் கூடாது. அவர் இரு சமூகங்களுக்கிடையே துவேஷத்தை உண்டாக்கி வருகிறார். பாரிசாலுக்கு அவர் வந்திருந்தால் அவரை விரட்டியடித்திருப்பேன். அவர் இங்கிருப்பதை நவகாளி, திப்பேரா முஸ்லிம்கள் எப்படி சகித்துக்கொள்கிறார்கள் என்பது ஆச்சர்யமாக இருக்கிறது என்று தூண்டிவிட்டுப் பேசினார்.

சுதந்திரம் பெறுவதற்கு முந்தைய ஆண்டுகளில் ஜனவரி 26ஆம் தேதியை காங்கிரஸ்காரர்கள் சுதந்திர தினமாக அனுசரித்துக் கொடியேற்றி சுதந்திர பிரதிக்ஞை எடுத்துக்கொள்வது வழக்கம். 1947ஆம் ஆண்டின் ஜனவரி மாத 26ஆம் தேதியன்று காந்தி பன்ஸா கிராமத்திலிருந்தார். அங்கு காங்கிரஸின் வழக்கமான நடைமுறையான கொடியேற்றல் நிகழ்வுக்கு அவர் தடை விதித்துவிட்டார். தேசம் முழுமைக்காகவெனக் கொண்டாடப்பட்ட இக்கொடியை இப்போது முஸ்லிம்கள் வெறுக்கின்றனர். இக்கொடி குறித்து பெருமைப்பட தங்களுக்கு ஏதுமில்லை என்று கூறிவிட்டதால் இங்கு கொடியேற்ற வேண்டாம் என்று கூறி தடுத்துவிட்டேன் என்று கூறியபோது அவரது பேச்சை முஸ்லிம்கள் யாரும் மறுக்கவோ தடுக்கவோ இல்லை.

அவர் பிரார்த்தனைக்குப் பிறகான உரையொன்றில் இந்துக்களிடம், "அநீதிக்கு அடிமைப்படும் மக்கள் உண்மையில் அநீதியுடன் சமரசம் செய்துகொண்டவர்கள். நீங்கள் அடிமை வாழ்வுக்குப் பதிலாக மரணத்தைத் தேர்வு செய்திருந்தால் ஒன்று ஒட்டு மொத்தமாக அழிந்திருப்பீர்கள் அல்லது வென்றிருப்பீர்கள். உங்கள் எதிரிகளிடமும் வாள்கள் இருக்கின்றன. இன்னும் அதிகமான வாள்கள். இன்னும் பயிற்சி உடைய வாட்கள். ஆனால், அவர்களிடம் இல்லாத ஒரே ஒரு ஆயுதம் உங்களிடம் உள்ளது. அது நீதி. நீதி உங்களைத் தைரியவான்களாக்கும். அநீதி உள்ளூர அச்சத்தையே நிரப்பும்" என்றார். இதைக் கூறும்போது அவரது முகம் அபூர்வமான அந்த கனவுக்கான தோற்றத்தைப் பெற்றிருந்தது.

"வன்முறைக்கு நம்மை மாற்றும் சக்தி உண்டு. அது நம் எதிரிகளைப் போன்று நம்மையும் ஆக்கிவிடுகிறது. அது வெற்றியல்ல. பெரும் தோல்வி. நம்மை மேம்படுத்திக் கொள்வதே உண்மையான போராட்ட முறை. தூய அன்பின் முன்னால் வன்முறை தாக்குப்பிடிக்க முடியாமல் அழிந்துவிடும். நல்லவை தீயவற்றை வெற்றி கொண்டே தீரும்."

அவருடைய சொற்கள் காதுகளற்ற பெருவெளியில் மோதி விழுந்தன.

மனிதர்கள் இதயமுள்ளவர்களாகவும் தவறு கண்ட இடத்தில் கண்டித்து மாற்றியமைக்கும் துணிவு உள்ளவர்களாகவும் வாழ வேண்டுமென்று அவர் விரும்பினார். அவரது விருப்பம் செயலாக முகிழ்க்காமல் பேச்சளவில் இருப்பதும் அதேசமயம் மக்கள் அவரைப் பெரிய மனிதர் என்றும், பண்புசீலர் என்றும் வணங்கி வருவதும் அவரை உற்சாகம் குன்ற வைக்கும் செயல்களாக மாறிக் கொண்டிருந்தன. அறுபது ஆண்டுக் காலமாக அவரை வாழவைத்த நம்பிக்கைக்கு இப்பொழுது சோதனை தோன்றியுள்ளது. இந்தச் சோதனையில் தோல்வியுற்று இறக்கக்கூடாது என்ற எண்ணம் அவரை முழுமையாகக் கைக்கொண்டிருந்தது. சில சமயங்களில் அவர் செய்வதறியாதவராகவும் தனது சக்திகள் அனைத்தும் தொலைந்தது போல எரிச்சல் கொள்பவராகவும் இருந்தார். முஸ்லிம்கள் அவரைப் பரம எதிரியாக நினைத்தனர். அது அதீதமாக ஆக்கிரமிக்கும்போது அவர் தன்னிலை இழந்தது போலானார். எப்போதும் ராமநாமத்தை உச்சரிக்கும் அவரது உதடுகள் அடிக்கடி அவரை 'மை க்யா கரூன், மை க்யா கரூன்?' என்று தன்னையுமறியாமல் முணுமுணுக்க வைத்துக் கொண்டிருந்தது.

ஸ்ரீராம்பூரில் தங்கியிருந்த நாளொன்றின் (17.12.1946) அதிகாலையில் அவர் மிகுதியாக உடைந்திருந்தார். கிட்டதட்ட மூன்றரை மணியளவில் அவர் தங்கியிருந்த குடிசையிலிருந்து எழுந்த சன்னமான அழுகுரலைக் கேட்டு உதவியாளர் நிர்மல்குமார் பதறியடித்து காந்தியின் அறையை நோக்கி ஓடி வருகிறார். காந்தியடிகள், தன்னெதிரே அமர்ந்திருந்த சுசீலா நய்யாரிடம் மனம் வெதும்பி புலம்பிக் கொண்டும் தலையிலடித்துக் கொண்டும் அழுவதைக் காண்கிறார். அவரின் மூடியிருந்த விழிகளிலிருந்து நீர் கொட்டிக் கொண்டிருந்தது. நான் என்ன செய்யப் போகிறேன்... நான் என்ன செய்யப் போகிறேன்... அவர் வாய் விட்டுப் புலம்பினார்.

மனித மனதின் வக்கிரங்கள் முழுமையாக எழுந்து ஒவ்வொரு மதமும் அடுத்த மதத்தவரின் பிணங்களின் மீதமர்ந்து பேய்களெனச் சதிராட்டம் ஆடிய சமர்க்களத்தில் அவர் அகிம்சை பலமுள்ளவர்களின் ஆயுதமே என நிரூபித்துக்காட்ட வேண்டிய சுயநிர்ப்பந்தத்தில் இருந்தார். தம்முடைய எல்லா வேலைகளையும் மேலும் மேலும் தீவிரப்படுத்தி தன்னை வருத்திக்கொள்ளும் குணம் கொண்ட அவர், தான் வருணிக்கும் இருளிலிருந்து எப்படியாவது மீண்டுவிட மாட்டோமா என்று ஏக்கம் கொள்பவராக ஆகியிருந்தார். கீற்றாக வெளிச்சம் தெரிந்தாலும்

அதைப் பற்றிக்கொண்டுவிடத் தயாராகக் காத்திருந்தார். ஆனால், தாக்குப்பிடிக்கவியலாது சூழ்ந்து கிடந்த இருளில் அவர் மனம் தடுமாறி நின்றது. தூய்மையான உள்ளத்தோடும் மனதில் இருப்பதை வெளிப்படையாகக் கூறுபவராகவும் இருக்கும் அவருக்குத் தான் செல்லுவது சரியான பாதையா என்று தெரியவில்லை. அவரை வழிநடத்தவும் ஆளில்லை. தன் மீதான நம்பிக்கையின் தொனி குறைந்து வருவது போலவோ அல்லது மக்களிடம் தான் தீர்ந்து போய்விட்டதாகவோ உணர்ந்தார். இந்நிலையில் எதைச் சொல்லி அல்லது எதைச் செய்து தன்னை நிரூபிப்பது என்று குழம்பிக் கொண்டிருந்தார். இன்று உருவாகி வரும் இந்தியாவில் எனக்கு இடமே இல்லை. 125 வயது வரை வாழ்வது என்பதில் வைத்திருந்த நம்பிக்கையை நான் இழந்துவிட்டேன். இப்போது பயமுறுத்தி வரும் இம்சை பிரளய பிரவாகத்தில் இந்தியா மூழ்கிவிடுவதாயின் நான் உயிரோடு இருக்கவே விரும்பவில்லை என்று வெதும்புகிறார்.

அந்நேரம் அவரது செயல்பாடு ஒன்று மிகுந்த சர்ச்சைக்குள்ளாகிறது. மத வேறுபாடின்றி, அவரை எதிர்க்கக் காத்திருந்த கூட்டம் தங்களுக்குக் கிடைத்த பிடியை இறுகப் பற்றிக் கொண்டு அச்செய்தியைத் தீயாய்ப் பரப்பின. அவர் தனது பேத்தி உறவில் இருக்கும் மனுகாந்தியுடன் இரவில் ஒன்றாக ஒரே படுக்கையில் படுத்துறங்குகிறார் என்ற செய்தி எல்லாப் பக்கமும் பரவுகிறது. காங்கிரஸ்காரர்கள் தர்மசங்கடமாக உணர்கிறார்கள். அவரது உதவியாளர் பரசுராம் வேலையை விடுத்து விட்டுச் சென்றுவிடுகிறார். அவரது இதழே அவரது கட்டுரையைப் பிரசுரிக்க மறுக்கிறது.

இது குறித்து அவருக்கு நிறைய கடிதங்கள் வருகின்றன. அவை எல்லாம் அவரைக் கடுமையாக விமர்சித்தன. மென்மையாகச் சந்தேகித்தன. ஆவேசமாக நிராகரித்தன. அவர் பிரார்த்தனைக் கூட்டத்தில் இந்தக் கடிதங்களுள் ஒன்றை வாசித்து அதற்கான தன் பதிலையும் அளிக்கிறார்.

என்னுடைய அந்தரங்க வாழ்க்கையில் சந்தேகம் கொண்ட ஒருவர் என் பிரம்மச்சர்ய வாழ்க்கையின் மீது அவநம்பிக்கை தெரிவித்திருக்கிறார். நான் எப்போதும் பெண்களிடம் நெருங்கிப் பழகுகிறேன் என்றும், இதனால் அவருக்கு என் மீது சந்தேகம் ஏற்பட்டுள்ளதாகவும் தெரிவீத்திருக்கிறார். இதே சந்தேகம் பலருக்கும் இருக்கிறது என்பதாலும் எனக்கு அந்தரங்கம் என்று

எதுவும் கிடையாததாகையாலும் அந்தச் சந்தேகத்தைப் போக்க வேண்டியது எனது கடமையாகக் கருதுகிறேன்.

கடந்த இருபது வருடங்களுக்கும் மேலாக நான் பிரம்மச்சர்யத்தைக் கடைப்பிடித்து வருகிறேன். ஐம்புலன்களையும் அடக்கியாண்டு வருகிறேன். உயிர் வாழ்வதற்கு எவ்வளவு ஆகாரமோ அதை விடக் குறைவாகவே உண்கிறேன். என்னுடன் எந்நேரமும் பெண்கள் இருந்து வருவது உண்மையே. பெண்கள் அருகிலேயே இருந்தும் பிரம்மச்சர்யத்தைக் காப்பதுதான் உண்மையான யோகிக்கு அடையாளம். காட்டில் வாழும் ஒருவன், நான் ஜிலேபியே சாப்பிடுவதில்லை என்பதில் ஆச்சர்யமில்லை. அங்கு கிடைக்காத பொருளை அவன் சாப்பிடுவதில்லை என்று சொல்வதில் ஆச்சர்யம் ஏதுமில்லை. ஆனால், ஒருவர் பெண்கள் மத்தியில் இருந்துகொண்டு பிரம்மச்சரிய வாழ்க்கையில் வெற்றி பெறுவதுதான் உண்மையான வெற்றி. இந்தப் பரிசோதனையில் நான் பரிபூரண வெற்றியடைந்திருக்கிறேன் என்று சத்தியமாகக் கூறுகிறேன் என்று பகிரங்கமாகப் பதிலளித்தார்.

அவர் எதையும் ரகசியமாகச் செய்யவில்லை. அவரது அறைக்குள் எப்போது வேண்டுமானாலும் நுழைவதற்கு உதவியாளர்களுக்கு அனுமதி இருந்தது. மேலும் இதனை அவர் மனுவின் முழுச் சம்மதத்துடன்தான் செய்கிறார். தன் தந்தையிடம் இது குறித்துக் கடிதம் எழுதுமாறு மனுவிடம் கூறியதோடு, இதனைப் பற்றித் தன் மனம் என்ன நினைக்கிறது என்பதையும் அந்தப் பெண்ணிடம் தற்குறிப்புகளாக எழுதி வாங்குகிறார். எது எப்படியாகிலும் அவருடைய சுயபரிசோதனையில் பிறிதொருவருக்கும் பங்கிருக்கும்போது அது அவரை மட்டுமே சார்ந்த விஷயமாகிவிடாது. தன் மனைவியின் இறுதி நாட்களின்போது மனைவிக்கு பெனிசிலின் மருந்தை மறுத்ததில் எங்ஙனம் மற்றொரு தனிநபர் சார்ந்த உரிமையும் (சம்மந்தப்பட்டவர்களின் ஒப்புதல் பெற்றிருந்தாலும்) கலந்துள்ளதோ அதுபோலவே அவரின் இந்தப் பரிசோதனையிலும் பிறிதொருவரின் உரிமையும் கலந்துள்ளது என்றனர் அவருக்கு மிகவும் நெருக்கமானவர்கள் கூட.

அனைத்துலகுக்கும் பொருந்தவல்ல தம்முடைய செய்தியாக அவர் கருதிய அகிம்சை அவர் கண்ணெதிரிலேயே அர்த்தமற்ற ஒன்றாக மக்களால் புரிந்து கொள்ளப்படுவதை அவரால் தாள முடியவில்லை. ஆயினும் அவர் தோல்வியைக் கண்டு அஞ்சி பின்வாங்கும் மனநிலையைக் கொண்டவரில்லை. அகிம்சை என்ற

கொள்கையில் பிறழ்வில்லை என்றும் அதைக் கைக்கொண்டு வழிநடத்தும் தன்னிடம் தான் பிரச்சனை இருப்பதாகவும் அவர் உறுதியாக நம்புகிறார். தாம் உண்மையாகவே உடல் மற்றும் உள்ளத்தூய்மையுடன் இருப்பதோடு தம்மிடம் இம்மியளவும் வன்முறையோ வன்மமோ குடி கொண்டிருக்கவில்லை என்பதை அவர் தனக்குத்தானே பரிசோதித்துக் கொள்ள விரும்பியிருக்கலாம்.

காந்தி, காமத்தை ஒரு பாவச்செயல் என்பது போலவே காலமெல்லாம் அணுகி வந்தார். அதை முற்றிலும் விட்டொழிக்க முடிவு செய்தபோது மனக்கட்டுப்பாடு ஒன்றையே நம்பியிருந்தாரே தவிர, புலனடக்கத்தைச் சாத்தியமாக்கும் யோக நெறிகள் எதுவுமோ அல்லது மதநம்பிக்கை சார்ந்த விரதங்களோ கிறித்தவ மரபில் பிரம்மச்சரிய நெறிக்காக முன்வைக்கப்படும் கடுமையான பிரார்த்தனை, ஒடுக்கம் போன்ற எதையுமோ அவர் கடைப்பிடிக்கவில்லை. பொதுவாகக் காமம் என்ற உணர்வை மனித மனம் கட்டுப்பாடற்று அணுகவே விரும்புகிறது. எல்லைகளோ விளிம்புகளோ அற்ற மனதில் காமத்தை நோக்கிய ஒழுங்கற்ற போக்கு இறுதியில் அழிவையே கொண்டு வந்து சேர்க்கும். நெறிப்படுத்தப்பட்ட சமுதாயம் உருவாக்கப்பட வேண்டுமெனில், காமம் கட்டுக்குள் வந்தாக வேண்டும். ஆகவேதான் காம ஒழுக்கம் என்ற கருத்தியல், காதல் என்ற மெல்லுணர்வுக்குள் அடைக்கப்படுகிறது. இதன் வழி ஒழுகிச் செல்லும் மானுட வாழ்வே இயல்பான சமநிலையை அடைய முடியும்.

அவர் செல்லும் வழியறியாது தவித்துக் கொண்டிருந்தார். ஒருவேளை தன் மனம் எங்கேனும் வழுக்கியிருக்கிறதோ? இன்று அகிம்சையும் சத்தியமும் தன் முன்னால் பொய்த்து வருவது அதன் காரணமாகத்தானோ? ஆழ்ந்த யோசனைக்குப் பின், அவர் எப்போதும் போலத் தன்னை சுயபரிசோதனையில் ஆட்படுத்திக் கொண்டிருக்கலாம். தன்னை மேலும் தீவிரப்படுத்திக் கொள்வதற்கான மனநிலையை அத்தூய்மையின் நிரூபணத்திலிருந்து பெற்றுக் கொள்ள முடிவு செய்திருக்கலாம். அதனால்தான் சத்தியம் தவறாத அந்நாக்கு அன்றைய பிரார்த்தனைக் கூட்டத்தில் இதனைப் பகிரங்கமாக அறிவிக்கிறது. அதற்குப் பிறகும் இது குறித்து ஏற்பட்ட எத்தனையோ சர்ச்சைகளைக் கடந்து அவர் முன் நகர்கிறார்.

24

பிரிவினை அறிவிப்பு

அவர் ஓய்வதும் எழுவதுமாக இருந்தார். ஓய்ந்திருந்த நேரத்தில் வெளியான அவரது அறிக்கைகள் ஒப்புதல் வாக்குமூலங்களைப் போலிருந்தன. அவர் சுதந்திரத்திற்குச் சரியாக ஒரு மாதத்திற்கு முன்பு ஹரிஜனில் வெளியிட்ட அறிக்கையும் அது போன்றதொன்றே.

இப்போதெல்லாம் என்னுடைய பேச்சுக்கள் மனச்சோர்வை உண்டாக்குபவையாக இருக்கின்றன என்று கூறுகிறார்கள். நான் பேசாமல் இருப்பதே மேல் என்ற ஆலோசனைகளும் வருகின்றன. ஒருவர் தான் தீட்டிய ஓவியத்தைப் பொதுவெளியில் வைத்து யாருக்கு எந்தப் பகுதி பிடிக்கவில்லையோ அதை ஓவியத்தின் மீது சாயத்தால் அடையாளமிட்டுச் செல்லலாம் என்று அறிவித்திருந்தாராம். அன்று மாலைக்குள் ஓவியம் முழுவதுமே சாயம் பூசப்பட்டு விட்டதாம். எல்லோருக்கும் திருப்தியளிப்பதென்பது முடியாத காரியம் என்பதைக் காட்டுவதற்காகவே ஓவியத்தை வெளியே வைத்ததாகக் கூறிய அந்த ஓவியர், இறுதியில் தான் வரைந்த ஓவியமே தனக்குத் திருப்தியளிப்பதாகக் கூறியதாக கதையொன்று உண்டு. அதைப் போன்றுதான் நானும் செய்து கொண்டிருக்கிறேன். சென்ற முப்பதாண்டுகளாக நாம் அனுசரித்து வந்தது, சாத்விக எதிர்ப்பேயன்றி அகிம்சையோடு கூடிய எதிர்ப்பல்ல என்பதை நான் மனம் விட்டு ஒப்புக்கொள்கிறேன். அகிம்சையை எதிர்க்க மரம் போல் உறுதியான உள்ளம் வேண்டும். ஆனால் இன்று எல்லாவற்றையும் விட மதமே பிரதானமாக முன்னிற்கிறது. இந்தியா இரு துண்டுகளாக்கப்பட்டு, ஒன்று மற்றொன்றின் மீது சந்தேகம் கொண்டிருக்கிறது. இந்துக்களும் முஸ்லிம்களும் மதத்தின் சாரத்தைவிட்டு

விட்டு அதன் மேல் பட்டையையே பற்றிக் கொண்டிருக்கிறார்கள். இரண்டு நதிகளின் நீர் ஒன்றையொன்று மோதிக் கொள்ளும்போது ஏற்படும் நுரையைப் போன்று இரு மதத்தாரும் மேலோட்டமான பார்வையால் மற்ற மதத்தை அளக்கின்றனர். மேலே தெரியும் நுரையும் அழுக்கும் கடலில் கலக்கின்றன. பின்னர் நுரைகளுக்கடியே ஓடிக் கொண்டிருக்கும் தெளிவான சுத்தமான தண்ணீர் ஒன்றாகச் சேருகிறது. அதைப் புரிந்து கொள்ளும் மனநிலை யாருக்கும் வாய்க்கவில்லை. அற்ப பலனுக்காகச் சுதந்திரத்தை விற்றுவிடத் துணிந்துவிட்டார்கள் என்று அறிக்கையில் வருந்தியிருந்தார்.

வங்காளம் பிரிக்கப்படுவதற்கு முஸ்லிம்களே பெரும்பான்மை பொறுப்பாளிகள். நான் வங்காளத்தின் முதல் மந்தியாக இருந்திருப்பின், பழையவற்றையெல்லாம் மறந்துவிடும்படி இந்துக்களை வேண்டிக்கொண்டிருப்பேன். வங்காளத்தைப் பிளக்குமுன் என் உடலைப் பிளந்து விடுங்கள் என்று கூறியிருப்பேன். வங்காளத்துக்குச் சொந்தமான எல்லா வளமும் இருவருக்கும் பொது என்றிருக்கும்போது மதத்திலுள்ள வேற்றுமைகளால் எக்காலத்திலும் இருதரப்பினரையும் பிரித்து விட முடியாது. நான் உயிரோடு இருக்கும் வரை இந்தியாவைப் பிரிக்க ஒருபோதும் ஒப்புக் கொள்ள மாட்டேன் என்றார் காந்தி. பிரிவினை என்ற ஜின்னாவின் வாதத்தை உடைக்க என்னால் எவ்வளவு முடியுமோ அவ்வளவு முயற்சியும் செய்தேன். ஆனால் அவரின் உறுதியான பிடிவாதத்துக்கு முன்னால் எதுவுமே செய்துவிட முடியவில்லை என்று கை விரிந்திருந்தார் வைஸ்ராய் மவுண்ட்பேட்டன்.

அரசியல் தலைவர்கள் எவரையும் விட வன்முறையின் அகௌரவமான முகத்தை நவகாளியிலும் பீகாரிலும் நேரிடையாகக் கண்டவர் என்பதால் பிரிவினை உருவாக்கும் துயரங்கள் எப்படிப்பட்டதாக இருக்கும் என்பதை மற்றவர்களை விட காந்திஜியால் மிக மிக அதிகமாகப் புரிந்து கொள்ள முடிந்தது. பிரிவினையைத் தடுக்க அவரிடம் ஒரு யோசனை கூட இருந்தது. இந்தியாவின் ஒரு பகுதியை ஆள விரும்பும் ஜின்னாவிடம் முழு இந்தியாவையும் ஒப்படைத்துவிடலாம் என்ற அந்த யோசனைக்கு காங்கிரஸ் முதல் அனைவரிடமிருந்தும் பலத்த எதிர்ப்பு கிளம்பியது. பிரிவினைச் செயல் வெறியாட்டத்தை அதிகப்படுத்திவிடுமே தவிர ஒருபோதும் கட்டுப்படுத்தாது என்றும், அதனைத் தவிர்க்கவும் இந்தியாவை ஒற்றுமையாக வைத்திருக்கவும் கடைசி முயற்சியாகத் தனது திட்டத்தை ஏற்குமாறு அவர் ஆதரவாளர்களிடம் மன்றாடினார். ஆனால்,

இந்தியா துண்டாடப்படாமல் இருப்பதற்கு அவர் கொடுக்க எண்ணும் விலை மிக அதிகமென்று நேரு, பட்டேல் உட்பட அனைவருமே உறுதியாக மறுத்தனர்.

காந்தி மன உளைச்சலும் குழப்பமும் சந்தேகமும் நிறைந்த நாட்களை அனுபவித்துக் கொண்டிருந்தார். அவருடைய ஒவ்வொரு அணுவும் பிரிவினை தவறு என்றே கூறிக் கொண்டிருந்தது. என்னை மகாத்மா என்கின்றனர். ஆனால் துப்புரவுத் தொழிலாளியாகக் கூட யாரும் என்னை நடத்தவில்லை... என்று மனம் வெதும்புகிறார். கையில் வைத்திருக்கும் ஊன்றுகோல் அவரைத் தாங்குகிறதா அல்லது கோலை அவர் தாங்குகிறாரா என்ற சந்தேகத்தை எழுப்பும் அவரது நடை சமீபத்தில் நிறையவே தளர்ந்திருந்தது. அது உள்ளத்தின் சஞ்சலத்தாலா அல்லது உடலின் தளர்ச்சியாலா என்பது அவருக்கே விளங்கவில்லை. பிரிட்டிஷார் இந்தியாவை விட்டு வெளியேறிய பின் என்ன நிகழ்ந்தாலும் பரவாயில்லை. இந்தியாவைக் கடவுளிடம் அல்லது குழப்பத்திடம் அல்லது அராஜகத்திடம் விட்டுவிடுங்கள். ஆனால், நீங்கள் வெளியேறி விடுங்கள். நாங்கள் அக்னிப் பிரவேசம் செய்வோம். அது எங்களைப் புனிதப்படுத்தும் என்கிறார். இந்திய மக்கள் தன் பேச்சைக் கேட்பார்கள் என்ற நம்பிக்கை அவரிடமிருந்து அகன்றிருந்தது. அவர்களும், முடிவெடுக்கும் சித்திரத்தில் நீங்கள் இல்லவேயில்லை... உங்களுக்கும் உங்கள் சிந்தாந்தங்களுக்கும் விடை கொடுக்கப்படுகிறது... என்றனர். அவர் மிகுந்த மன வலியுடனும் மன வலிமையுடனும் ஆமாம்... என்று ஒப்புக்கொண்டார். அனைவரும் எனது புகைப்படங்களுக்கு சிலைகளுக்கு மாலை அணிவிக்க ஆர்வமாக இருக்கிறார்களே தவிர, என்னுடைய பேச்சைக் கேட்ட யாருமே தயாராக இல்லை. நான் தவறு செய்வதாக படேலும் நேருவும் கூட நினைக்கிறார்கள். பிரிவினையை ஒப்புக்கொண்டால் அமைதி திரும்புவது உறுதியாம். அவர் மெதுவாக முணுமுணுத்துக் கொள்கிறார், அவர்கள் சொல்லுவது சரியாகவும் இருக்கலாம். அதைக் காண நான் உயிரோடு இல்லாமலும் போகலாம். ஆனால் நான் அஞ்சுவது போல அந்தப் பிரிவினை என்ற ஆபத்து நடந்து இந்தியாவின் சுதந்திரம் பெருந்துன்பத்துக்கு உட்பட்டால் இந்த வயதான ஆத்மா அது பற்றிச் சிந்தித்து அனுபவித்த வேதனையை எதிர்காலத் தலைமுறை தெரிந்து கொள்ளும்...

இந்தியாவின் கிராமங்களோடு பல ஆண்டுகள் தொடர்பு கொண்டிருந்த அவருக்கு நாட்டின் ஆன்மா பற்றிய ஒரு உள்ளுணர்வு இருந்தது. பிரிவினை என்பது மவுண்ட்பேட்டனிடம் ஜின்னா உறுதி

கூறியது போல் அறுவை சிகிச்சையாக இருக்கப் போவதில்லை என்றது அது. நண்பரோடு நண்பரும் அண்டை வீட்டாரோடு அண்டை வீட்டாரும் அறியாதவர்கள் அறியாதவர்களை வெட்டிக்கொள்ளும் சம்பவமாகவே அது இருக்கும். சிந்தும் இரத்தம் பயனற்ற வெறுக்கத்தக்க முடிவுக்காகவே இருக்கும். இவர்கள் ஏற்கத் தயாராயிருக்கும் தவறு, வரவிருக்கும் இந்தியர்களின் பல தலைமுறைகளுக்குக் கேடு விளைவிப்பதாக இருக்கும் என்றது அவரது உள்ளுணர்வு. அவரது நெருங்கிய சகாக்களான நேருவும் பட்டேலும் கூட இந்தியாவுக்கு பேரழிவு காத்திருக்கிறது என்றாலும் தேசத்தைக் காப்பாற்ற பிரிவினை ஒன்றேதான் வழி என்றனர். பிரிவினையை விடக் குழப்பம் விளைவிக்கும் அராஜகமே அவருக்கு ஏற்புடையதாக இருந்தது. ஆனால் அவரின் கடைசியான குரலை அவரால் தேர்ந்தெடுக்கப்பட்ட இரு தலைவர்களே கூட கேட்கத் தயாராக இல்லை.

காந்தி 1947 ஜூன் மாதம் 2ஆம் தேதி வைஸ்ராயின் அழைப்பை ஏற்று அவரது கூட்ட அறைக்குச் செல்கிறார். அன்றைய தினம் அவரது வழக்கமான உண்ணாவிரத நாளான திங்கட்கிழமை. அந்நாளைத் தனது மௌனவிரத நாளாக அவர் முடிவு செய்து கொண்டபோதே இரண்டு விதிவிலக்குகளை உருவாக்கி வைத்திருந்தார். முக்கியமான விஷயங்கள் பற்றி உயர்நிலை அதிகாரிகளிடம் பேச்சுவார்த்தை நடத்தும்போதும், நோயுற்ற மக்களுக்கு உதவி செய்யும்போதும் அந்த விதி விலக்கப்படும். அவர் தன் வாழ்நாளில் கேட்க விரும்பாத அந்த முடிவு வைஸ்ராயின் வார்த்தைகளின் வழியாக அன்று அவரது செவிகளுக்குள் நுழைந்தபோது அவர் தனது சின்னஞ்சிறு பென்சிலால் எழுதியதன் சுருக்கம், ‘நான் வருந்துகிறேன், என்னால் பேச முடியாது’ என்பதாக இருந்தது.

மதம் எல்லா அறங்களையும் கடந்து வெற்றி பெற்றிருந்தது. அதற்கான அறிவிப்பை 1947 ஜூன் மாதம் 3ஆம் தேதி வைஸ்ராய் மவுண்ட்பேட்டன் அகில இந்திய வானொலியின் மூலம் அறிவிக்கிறார். தொடர்ந்து நேருவின் சிற்றுரை... அவரைத் தொடர்ந்து ஜின்னா... மவுண்ட் பேட்டனால் வரையப்பட்ட பிரிவினைத் திட்டத்தின் மையமான பிரச்சினை வங்காளத்தையும் பஞ்சாபையும் பிரிக்கும் எல்லைக்கோடுகளை வரைவதுதான். பிரிவினைக்கான அறிவிப்பு வெளியாகிவிட்டது. சுதந்திரத்திற்காக தேதியும் அறிவிக்கப்பட்டு விட்டது. இடைப்பட்ட நாட்கள் வெறும் எழுபத்தைந்து மட்டுமே. இந்தக் குறுகிய நாட்களுக்குள்ளாகத்

தலைவர்களுக்குள் எல்லைக்கோடுகளை நிர்ணயிப்பது குறித்து நிச்சயம் ஒருமித்த கருத்துகள் ஏற்படப் போவதில்லை என்பதால் ஒருமனதாக எல்லை நிர்ணய ஆணையம் அமைக்கப்பட்டு அதன் தலைவராக சர் சிரில் ராட்கிளிஃப் என்ற ஆங்கிலேய வழக்கறிஞர் நியமிக்கப்பட்டார்.

பஞ்சாபிலும் வங்காளத்திலும் மதம் வரையவிருக்கும் கோட்டுக்காக மக்கள் திகிலுடன் காத்திருக்கின்றனர். பஞ்சாபில் அது மும்மதப் பிரச்சினை. அங்கு முஸ்லிம்கள் அதிகமாக வாழும் மேற்கு பகுதிகளில் லீக் உறுப்பினர்கள் அவ்வாண்டின் தொடக்கத்திலிருந்தே பிரிவினைக்கான வேலைகளில் இறங்கிவிட்டனர். இந்துக்களின் தாக்குதல்களால் எங்கெங்கோ கொல்லப்பட்ட முஸ்லிம்களின் புகைப்படங்கள், மண்டையோடுகளை எடுத்து வந்து அவர்கள் தங்கள் பகுதியில் ஊர்வலங்களையும் பொதுக்கூட்டங்களையும் நடத்தி இந்துக்கள் மற்றும் சீக்கியர்கள் மீதான வெறுப்புணர்வையும் பழி வாங்கும் வேட்கையையும் தூண்டி விட்டனர். மனங்கள் பிரிந்தன. அதன் பிறகான திட்டமிட்ட வகுப்புவாத வன்முறைகளும் ஆர்ப்பாட்டங்களும் அந்த மாகாணத்தில் பத்தாண்டு காலமாய் நடந்து வந்த இந்து முஸ்லீம் சீக்கியரின் கூட்டணி அரசுக்கு ராஜினாமா செய்ய வேண்டிய நிர்ப்பந்தத்தை ஏற்படுத்தின. பாகிஸ்தான் ஒழிக என்ற கூச்சலுடன் சீக்கியத் தலைவர் ஒருவர் முஸ்லீம் லீக் கொடி பறந்த கம்பத்தை வெட்டிச் சாய்த்ததையடுத்து மார்ச் மாதத் துவக்கத்தில் வன்முறையின் முதல் அலை எழுந்தது. அவரது சவாலுக்கு ரத்தமயமான பதிலை முஸ்லிம்கள் அளித்தனர். விளைவாக, மேற்கு பஞ்சாபிலிருந்து கிட்டத்தட்ட முப்பத்திரண்டாயிரம் அகதிகள் டில்லியிலிருந்து 120 மைல் தொலைவில் அமைந்திருந்த இந்தியாவின் முதலாவது அகதிகள் முகாமுக்கு வந்து சேர்ந்தனர்.

நேர்ந்து விடப் போகும் வரலாற்று சோகத்தின் மத்தியில் காந்தியடிகள் இடைவிடாது பயணித்துக் கொண்டேயிருந்தார். நேருவுடன் அவர் அந்த அகதிகள் முகாமுக்குச் சென்றபோது அங்கிருந்த மக்கள் தாங்கவியலாத ஆத்திரத்தோடும் துயரத்தோடும் அவர்களை நெருக்கினர். அவர்களை ஆற்றுப்படுத்தி அன்றைய பகல் முழுக்கவும் அவர்களுடன் கழித்த காந்தி, முகாமில் தூய்மையைப் பேணும் நடவடிக்கை குறித்து அறிவுரை வழங்கியதோடு தானே மலக்குழிகள் வெட்டுவது, துப்புரவு செய்வது, சுற்றுப்புறங்களைத் தூய்மையாக வைத்திருப்பது போன்றவற்றைச் செய்தும் காட்டினார். மாலையில் அவர்கள்

டில்லி திரும்ப வேண்டியிருந்தது. அவர் வண்டியில் சோர்வாகச் சரிந்து படுத்துக்கொண்டார். ஏன்... ஏன்.... ஏனிப்படி நடக்கிறது. என்னால் இதனைக் கட்டுப்படுத்த முடியாதா...? நான் என்ன செய்வது? வரலாற்றில் பெரும் சிக்கலான மிகப் பெரிய பிரிவுச் சம்பவம் ஏற்படப் போகிறது. ஆனால் மக்களுக்கோ ஆட்சியில் இருப்பவர்களுக்கோ என்னால் ஒரு பயனும் இல்லை. யாருக்குமே நான் பயனின்றிப் போய் விட்டேன். செயல்பட்டுக் கொண்டிருக்கும்போதே, கடைசி மூச்சின்போதும் கடவுள் பெயரைச் சொல்லிக் கொண்டே நான் இறந்து விட வேண்டும். ஆம்... நான் இறந்து விட வேண்டும். அவரது மூடிய இமைகளுக்கு வெளியேயும் துயரம் வழிந்தது. நான் குறைபாடற்றவன் என்று என்றுமே நினைத்ததில்லை. ஆனால் தோல்விகளைக் கண்டு வருந்துவதில்லை. ஏனென்றால் என்னைத் திருத்திக் கொள்வதை நான் விரும்புகிறேன். ஒரு போராளியாக வாழ்நாள் முழுவதும் செயல்பட்டுள்ள நான் எனது முயற்சிகளில் பலமுறை தோற்றதுண்டு. ஆனால் உணர்வு ரீதியாக நான் என்றுமே தோற்கடிக்கப்பட்டது கிடையாது. எத்தகைய மயக்கங்களுடனும் நான் மரணமடைய விரும்பவில்லை என்றெண்ணிக் கொண்ட போது அவரது இமைகள் இயல்பாகக் கவிழ்ந்திருந்தன. இருட்டத் தொடங்கியதும் பயண வழியில் பிரார்த்தனைக்காகச் சாலையோரத்தில் வண்டி நிறுத்தப்பட்டது. பிரார்த்தனைப் பாடல்கள் ஒலித்தன. அவர் முட்டிகளை மடித்து அமர்ந்து கொண்டார். ராம்... ராம்... உதடுகள் நடுங்க அவர் கடவுளிடம் மன்றாடுவதை நேருவால் காண முடிந்தது.

பிறக்கவிருக்கும் இந்தியா அவர் கனவு கண்ட இந்தியாவின் சாயல் எதையும் கொண்டிருக்கப் போவதில்லை. அவரது இந்தியா தொழில் நுட்பங்களால் மாசுபடாத இந்தியா. மேற்கத்திய தொழில்மயத்தில் அவருக்கு உடன்பாடில்லை. அது பலரது உழைப்பின் பலனை, ஒரு சிலரின் கைகளில் அதிகாரமாகக் குவிய வைப்பது. விஞ்ஞானம் மனித மாண்புகளுக்கு உத்தரவிடக் கூடாது, தொழில்நுட்பம் சமூகத்தை ஆட்டிப்படைக்கக் கூடாது. அது, தான் நிலைத்திருக்க வேண்டிய கட்டாயத்தில் தேவையற்ற பொருட்களை உற்பத்தி செய்து உமிழ்ந்து கொண்டிருக்கும். மனிதர்களின் விருப்பங்கள் எல்லையின்றிப் பெருகுவது நாகரிகமல்ல. ஆசைகள் எல்லைக்குள்ளிருக்கும்போதுதான் அத்தியாவசியப் பொருட்களை அனைவராலும் பெற முடியும். ஒவ்வொரு கிராமமும் தங்களுக்குத் தேவையான உணவை,

உடைகளை, பாலை, பழங்களை, காய்கறிகளைத் தாங்களாகவே உற்பத்தி செய்து கொள்ளும் திறனுடைய, குழந்தைகளுக்குக் கல்வி அளிக்கக் கூடிய, நோய்களுக்கு மருந்திட்டுக் கொள்ளக் கூடிய தன்னிறைவு பெற்றதாக இருக்க வேண்டும். ஆனால் எந்திரங்கள் ஆதிக்கம் செலுத்தும் போது தொழில்கள் நிறைந்த சமூகம் பெருகிவிடும். அது இந்திய கிராமங்களை நோய்கள் நிறைந்த நகர்ப்புற குடிசைப் பகுதிகளுக்கு இழுத்துச் சென்றுவிடும். அது இயற்கைச் சூழலுடன் கூடிய சமூக உறவுகளைத் துண்டித்துவிடும். மதநம்பிக்கைகள் மதம்சாராத நல்லிணக்கத்தை அழித்துவிடும் என்பது போன்ற அவரது சிந்தனைகளும் வாதங்களும் பெரும்பாலானோருக்கு வலுவற்ற வயோதிகரின் பிடிவாதமான கருத்துகளாகத் தோன்றியது.

யாரையுமே எதிரியாகக் கருதாத அவர், இப்போது பலருக்கும் எதிரியாக இருப்பதோடு வேண்டாதவராகவும் இருந்தார். ஆனால், அதற்காகத் தன் கருத்துகளையோ செய்திகளையோ அவர் மாற்றிக் கொண்டவரில்லை. பிரிட்டிஷார் இந்த நாட்டை விட்டு வெளியேறுவதன் மூலம் நமக்குச் சலுகைகள் ஏதும் அளித்துவிடவில்லை. உருவாகியுள்ள சூழல்கள் அவர்களின் வெளியேற்றத்தைத் தவிர்க்க முடியாததாக ஆக்கி விட்டன. அவர்களது ஆட்சியில் இந்தியா சீரழிந்துவிட்டது. அதே நேரத்தில் ஆங்கிலேயர்கள் எனது நண்பர்கள். நமக்குக் கற்பிப்பதற்கு அவர்களிடம் பல அம்சங்கள் உள்ளன என்றார். ஆகஸ்ட் 15ஐ நெருங்க நெருங்க நிமிடத்துக்கு நிமிடம் பரபரப்பு அதிகரித்துக் கொண்டே வந்தது. கலவரம் நடந்த பீகாரின் பதற்றம் மிகுந்த பகுதிகளில் காந்தி அமைதி யாத்திரையை நடத்தி விட்டு ஜூன் 25ஆம் தேதி நேருவும் பட்டேலும் வற்புறுத்தியதன்பேரில் டெல்லியில் துப்புரவுத் தொழிலாளர் குடியிருப்புக்கு வந்து தங்குகிறார். தண்டி யாத்திரையின்போது அன்னியர் ஆட்சியிலிருந்து இந்தியா விடுதலை பெற்ற பிறகே தனக்குப் பிடித்தமான சபர்மதி ஆசிரமத்துக்குத் தான் திரும்பப் போவதாகக் கூறியிருந்தார். ஆனால் விடுதலை நெருங்கி விட்ட நிலையில் அவரைப் பொறுத்தவரை சபர்மதி அவரிடமிருந்து தொலைதூரத்துக்கு நகர்ந்திருந்தது. நவகாளிதான் என் அருகாமையில் உள்ளது, சுதந்திர நாளன்று நான் அங்கிருக்கவே விரும்புகிறேன் என்றார். ஆனால், உண்மையில் அன்றைய தினம் மட்டுமல்ல, பிறகெப்போதும் அவரால் அங்கிருக்க முடியவில்லை.

இந்தியாவின் வடக்குப் பகுதியில் நவகாளிக்குப் போட்டியான ஒரு இடமாக வடமேற்கு எல்லை மாகாணச் சூழல் உருவாகி வந்த நிலையில், அவர் ஜூலை மாத இறுதியில் அமிர்தசரஸ் வழியாக காஷ்மீர் செல்கிறார். டெல்லியிலிருந்து ராவல்பிண்டி வரையிலான அவரது பயணம் ஓரளவுக்கு அமைதியாக அமைந்தது என்றாலும் அமிர்தசரஸ் ரயில் நிலையத்தில் எதிர்ப்பாளர்கள் குழு அவருக்குக் கருப்புக்கொடி காட்டி காந்தியே... திரும்பிப்போ என்று முழக்கமிட்டது. ஒரு பக்கம் காந்திக்கும் அவரது குழுவினருக்கும் சிறப்பான வரவேற்புகளும் மறுபக்கம் அமளிகளும் ஏற்பட்டன. காஷ்மீர் பள்ளத்தாக்கின் இரண்டாவது பெரிய நகரமான பாரமுல்லாவில் அமளியில் ஈடுபட்ட காஷ்மீர் முஸ்லிம் மாநாட்டுக் கட்சி ஊழியர்கள் வரவேற்பு நிகழ்ச்சிகளைச் சீர்க்குலைக்கும் வகையில் ஆக்ரோஷமாக எதிர்ப்பு முழக்கங்களை எழுப்பினர். பஞ்சாப் பிரிப்பில் மிக மோசமாக பாதிப்புக்குள்ளாகவிருக்கும் இனமான சீக்கியர்கள் பஞ்சாசாகேப்பில் அமைந்துள்ள தங்களின் குருத்வாராவில் முஸ்லிம்கள் நடத்திய தாக்குதல்களைக் குறித்து அவரிடம் முறையிட்டனர். அவர் அச்சமின்றி, உறுதியோடு போராடுமாறு அவர்களை ஆற்றுப்படுத்திவிட்டுக் கிளம்புகிறார். ஜம்முவிலிருந்து வா, வா விலிருந்து ராவல்பிண்டி, அங்கிருந்து லாகூர் என்ற அவரது இடைவிடாத தொடர் பயணத்தில் வகுப்புவாத வன்முறைக்கு ஆளாகிச் சுக்கு நூறாக உடைந்த கப்பலின் பகுதிகளைப் போலச் சிதறிக் கிடந்த பல்லாயிரங்கணக்கான ஆதரவற்ற ஆண்கள், பெண்கள், குழந்தைகளைச் சந்திக்கிறார்.

அவர்களுக்குச் சமாதானமும் நம்பிக்கையும் அவர் அளிக்கிறார்.

“நற்பலன்கள் கிட்டும் என்ற நம்பிக்கை உணர்வுடன்தான் எனது லட்சியத்தை எப்போதும் செயல்படுத்தி வர முயற்சிக்கிறேன். எல்லா நேரங்களிலும் நான் வெற்றி பெறாமல் இருக்கலாம். குற்றச்செயல்கள் பற்றியும் தவறான செயல்கள் எவை என்பது பற்றியுமான சட்டப்பூர்வ விளக்கங்கள் காலத்துக்குக் காலம் மாறுபடலாம். ஆனால், வன்முறை என்பது எக்காலத்திலுமே ஒரு தீச்செயலே. மற்றவர் செய்வது தவறு என்று ஒருவர் தீர்மானித்து சட்டத்தைத் தனது கரங்களில் எடுத்துக் கொண்டு தண்டனை வழங்க முனைவது மிகவும் மோசமான செயல்”

“பாப்பு... அப்படியானால் நீங்கள் மீண்டும் போராட்டத்தைக் கையில் எடுக்க வேண்டும்...”

“இதுவரை அதிகாரம் நம் கையில் இல்லை. ஆனால், இப்போது நான் யாருக்கு எதிராகப் போராடுவது? என்ன நோக்கத்துக்காகப் போராடுவது?”

லாகூர் பயணத்தை முடித்துக்கொண்டு திரும்பிய அதே மாலையில் காந்தியும் அவரது குழுவினரும் ஓய்வேதுமின்றி கல்கத்தா மெயிலில் பாட்னாவுக்குப் புறப்பட்டனர். அவரது குரலைப் போன்றே காலடிகளும் மிக மெதுவானவையாக இருந்தன. ரயில் நிலையத்தில் குழுமியிருந்த காங்கிரஸ் ஊழியர்கள் மற்றும் நண்பர்களிடம் தன் வலிகளைப் பகிர்ந்து கொண்ட காந்தி எதிர்காலச் சோதனைகள் குறித்தும் பேசினார். “உண்மையான சோதனையை நாம் இனிமேல்தான் எதிர்கொள்ளப் போகிறோம். அதனைச் சந்திக்க நாம் அனைவரும் தயாராக இருக்க வேண்டும். உங்களால் முடிந்தவரை சுயதூய்மைக்கான பயிற்சியில் ஈடுபடுங்கள்” என்றார். கல்கத்தா திரும்பும் வழியில் அமிர்தசரசில் ரயில் நின்றபோது ரயிலின் இருபுறமும் ஆயிரத்துக்கும் மேற்பட்டவர்கள் முறையாக அணிவகுத்து நின்றிருந்தனர். அவர்கள் நீண்ட நேரம் உரத்த குரலில் வரவேற்பு முழக்கங்கள் எழுப்பினர். சென்ற வாரத்தில் காந்தி அந்த வழியாகச் சென்றபோது அவருக்கு எதிர்ப்பு தெரிவித்துக் கருப்புக்கொடி காட்டியவர்கள் அவர்களே. ஸ்ரீநகரில் அவர் ஆற்றிய பணிகள் குறித்தும் பஞ்சாசாகேப் குருத்வாரா மற்றும் வா (*Wah*) அகதிகள் முகாம்களில் அவர் விடுத்த செய்தியும் அவர் செல்வதற்கு முன்பே அமிர்தசரஸை அடைந்திருந்தன. உணர்ச்சி வயப்பட்ட நிலையில் சிலர் காந்தியின் கைகளிலிருந்து நைந்து போன துணிப்பையை வாங்கிக் கொண்டனர். அதில் நிதி வசூல் செய்து ஹரிஜன் பத்திரிகைக்கு அளிக்கப் போவதாகத் தெரிவித்தனர். தங்களின் முரட்டுத்தனமான நடவடிக்கைக்கு மன்னிப்பும் கேட்டுக் கொண்டனர்.

“கடந்த காலத்தை மறந்து விடுங்கள். தினமும் நாம் தூங்கி எழுந்த கணம் முதல் புதிதாக ஒருநாள் விடிகிறது. நாம் அனைவரும் இப்பொழுது விழித்துக் கொள்வோம்” என்றார் அவர். அடுத்தடுத்த பொழுதுகள் அவருக்குப் பாட்னாவிலும் பின் கல்கத்தாவிலும் விடிந்தது. மக்களுடனான சந்திப்பு, பிரார்த்தனைக் கூட்டம், பத்திரிகை வேலைகள், இடைவிடாத பயணம், அதில் தொடர்ந்து கொண்டிருக்கும் வன்முறைகள் என உடலாலும் மனதாலும் அவர் மிகவும் களைத்திருந்தார். ஆயினும் சுதந்திர நாளன்று நவகாளியில் இருந்தாக வேண்டுமென்ற திட்டத்தில் மாற்றம் ஏதுமில்லை. பதினைந்தாம் தேதிக்கு இன்னும் ஐந்து நாட்களே

மீதமிருக்கும் நிலையில் கல்கத்தாவிலிருந்து உடனடியாகப் புறப்பட்டாக வேண்டும். ஆனால், கல்கத்தாவிலோ முஸ்லிம்களுக்கு எதிராகக் கலகம் மூண்டிருந்தது. முஸ்லிம் தலைவர்கள் அவர் இங்கிருந்தால்தான் கலவரங்களைச் சமாளிக்க முடியும் என்றும், நவகாளி பயணத்தை ஒத்தி வைக்குமாறும் அவரிடம் வேண்டுகோள் விடுத்தனர்.

பிரிவினை என்ற ராட்சசக் குழந்தைக்கு லட்சக்கணக்கானோர் தங்கள் உடலையும் உயிரையும் வாழ்வையும் இரையெனக் கொடுக்க நேரும் அந்த அறிவிப்பை நோக்கி நாட்கள் திகிலுடன் நகரத் தொடங்கின. காந்தி ஆன்ம பலத்தின் உறுதியைப் பிரார்த்தனையின் மூலம் ஸ்திரப்படுத்திக் கொள்கிறார். அந்த நம்பிக்கையின் ஒளி இறுதி வரை அவரிடமிருந்து பெரிதாக விலகிவிடவில்லை. அவர் இறப்பதற்குச் சரியாக இரண்டு மாதங்களுக்கு முன்பு 29.11.1947இல் எழுதிய கட்டுரையின் சாரம் கூட அப்படித்தானிருந்தது, '1915லிருந்து இடைவிடாமல் 32 ஆண்டுகளாக அகிம்சையில் பயிற்சி பெற்று வந்ததால் இந்தியா அதற்குரிய ஒழுக்க நெறியை அடைந்திருக்கும் என்ற நம்பிக்கை இன்னும் போய்விடவில்லை. இந்த ரத்தக்களரி சீக்கிரம் முடிந்துவிடும். விரைவில் புதிதும் பலமுள்ளதுமான இந்தியா எழும். அதுதான் என் பிரார்த்தனை.'

அவர் ஓய்ந்துவிடவில்லை.

25
சமர்க்களம்

எதுவும் மாறி விடவில்லை, காலத்தைத் தவிர. இந்தியா என்ற பெயரில் தொடங்கி குண்டூசி வரைக்குமான பாகப்பிரிவினைக்கு, உருவாகவிருக்கும் இரண்டு நாடுகளும் தயாராகிக் கொண்டிருக்க, வெட்டவிருக்கும் பகுதிகளை வெற்றாகவாவது பார்வையிடவோ குப்பைகளைப் போலக் குவிந்து கிடக்கும் வரைபடங்கள், ஆவணங்கள், அறிக்கைகள் போன்றவற்றைப் பூரணமாக வாசிக்கவோ கூட அவகாசமின்றித் தவித்துக் கொண்டிருந்தார் சர் ராட்கிளிஃப். நல்ல எண்ணத்துடன் உருவாக்கப்பட்ட ஒரு சிறிய தீப்பொறி கூடக் கட்டுப்படுத்த முடியாத காட்டுத்தீயை உருவாக்கலாம் என்ற மவுண்ட்பேட்டனின் வார்த்தைகள் அவருள் வந்து மோதின. எது யாருக்கு? யாரால் எவ்விடம் என்ற தலைக்கு மேல் தொங்கும் கேள்விகளுக்கான பதில்கள் எல்லைக் கோட்டை நிர்ணயம் செய்து கொண்டிருக்கும் அவர் உட்பட யாரிடமும் இல்லை. இந்தியாவைப் பற்றி எந்த அறிமுகமும் இல்லாத அந்த மனிதர் கிட்டத்தட்ட எட்டரை கோடிக்கும் மேற்பட்ட மக்களின் தலைவிதிகளை மாற்றி எழுத வேண்டிய முக்கிய இடத்துக்கு வந்திருந்தார். பஞ்சாபையும் வங்காளத்தையும் பிரிப்பதற்கு அவர் முன்பாக விரிக்கப்பட்டிருந்த வரைபடத்தில் ஏராளமான வாழ்க்கையும் அதனுள் பிணைந்து கிடக்கும் பசும் வயல்வெளிகளும் வீடுகளும் உறவுகளும் கோவில்களும் குருத்வாராக்களும் மசூதிகளும் நிறைந்திருந்தன. சிறு புள்ளியோ இடறும் சிறுகோடோ கைத்தவறுதலாக இடப்படும் காற்புள்ளியோ கூட ஆயிரக்கணக்கானோரை நடுத்தெருவுக்கு அழைத்து வந்துவிடலாம். அவர் தான் செய்யும் வேலையின் உண்மையான பளுவை உணர்ந்திருந்தாலும் அவருமே

மனிதசாத்தியங்களுக்குள்தான் இயங்கியாக வேண்டும். சதுப்பு நிலங்களிலும் வயல்வெளிகளிலும் ஆறுகள், குன்றுகள், சில சந்தர்ப்பங்களில் வீடுகளில் கூட வெட்டுக் கோடுகள் விழுந்தன. என்ன செய்தாலும் பிரிவினை அறிக்கை வெளியானதும் எல்லைகள் ரத்தம் சிந்துவது மாறப் போவதில்லை. கொலைகளும் பெண்ணுடல்களின் மீது நிகழ்த்தப்படவிருக்கும் மிக மோசமான வன்முறைகளும் நிறுத்தப்படப் போவதில்லை. வேறு வழியின்றி அவர் தன்னிடம் அளிக்கப்பட்டிருந்த கூர்மையான கத்தியைக் கொண்டு ரத்தக்கோடுகளை இழுக்கத் தொடங்கியிருந்தார்.

வங்காளத்தை விட பஞ்சாப் பிரிவினை மிகவும் சிக்கலானதாக இருந்தது. இப்போதே அங்கிருந்து வரும் தகவல்கள் மிக மோசமானவையாக இருந்தன. ஆகஸ்ட் பதினோராம் தேதி நள்ளிரவில் பஞ்சாபிலிருக்கும், ஃபெரோஸ்பர் மாவட்டத்திலுள்ள கிதர்பஹா ரயில் நிலையத்திற்கு கிழக்கே ஐந்து மைல் தொலைவில் ரயில் பாதையின் வலது பக்கம் புதைத்து வைக்கப்பட்டிருந்த இரண்டு குண்டுகள் பாகிஸ்தானின் முதலாவது சிறப்பு ரயிலை அதன் முஸ்லிம் பயணிகளோடு சேர்த்து அழித்ததன் மூலம் ஆர்எஸ்எஸ் அமைப்புடன் சீக்கியர்கள் கைக்கோத்துக் கொண்ட அழிப்புத் திட்டத்தின் முதற்கட்டம் வெற்றிகரமாகச் செயலாகியது. லாகூரில் நடந்த கொலைகளும் தீவைப்புகளும் நகரமே தற்கொலை செய்து கொண்டது போன்று காட்சியளித்தது. அமிர்தசரஸின் கடைவீதிகளிலும் தெருக்களிலும் பிணங்கள் சர்வசாதாரணமாகச் சிதறிக் கிடந்தன. காந்தியைத் தவிர்த்து நேரு, ஜின்னா உட்பட எவருமே இந்தப் பேரழிவின் உச்சத்தை முன்கூட்டியே உணரவில்லை. வைஸ்ராய் மவுண்ட்பேட்டன், பஞ்சாபின் கவர்னர் உள்ளிட்ட மூன்றரை நூற்றாண்டுகளாக இந்தியாவை ஆண்டு வந்த பிரிட்டிஷாரோ அதன் புலனாய்வுப் பிரிவோ இந்திய மக்களின் நடவடிக்கைகளைக் கணித்தறிய முடிந்திருந்தால் ஜின்னாவும் நேருவும் காணத் தவறிய தவறினைச் சரி செய்திருக்க முடிந்திருக்கும்.

"ஒரே வீட்டில் ஒன்றாக வாழ்ந்த இரு சகோதரர்கள் இப்போது இரு வேறு வீடுகளில் வாழ விரும்பினால் அதை நீங்கள் ஏன் ஆட்சேபிக்கிறீர்கள்" முஸ்லிம் பெண்மணியொருவர் காந்தியிடம் கோபமாகப் பேசினார்.

"இரண்டு சகோதரர்களாக நாம் பிரிந்துவிட முடியுமென்றால் எனக்கொன்றும் ஆட்சேபனையில்லை. ஆனால், நம்மால்

அப்படி முடியாது. இது ஒரு ரத்தக்களரியாகும் செயல். நம்மை ஈன்றெடுக்கும் தாயின் கருப்பைக்குள்ளே நம்மை நாமே வெட்டித் துண்டாக்கிக் கொண்டு விடுவோம்" என்று பதிலளித்தார். அதுதான் நடந்து கொண்டிருந்தது.

வைஸ்ராய் மவுண்ட்பேட்டன் ஆகஸ்ட் 15க்குப் பிறகு பஞ்சாபில் ஒழுங்கை நிலைநாட்ட இந்திய ராணுவத்தின் படைப்பிரிவுகளிலிருந்து 55,000 வீரர்களைக் கொண்ட சிறப்புப் படையை அமைப்பதென்று முடிவு செய்திருந்தார். அவருடைய கணிப்பின்படி பஞ்சாபை விட கல்கத்தாவின் நிலைமையே மிகவும் மோசமானது. ஒன்றோடொன்று ஏறிக் கொண்டிருக்கும் குடிசைப் பகுதிகளிலும் நெருக்கமான கடைவீதிகளிலும் ஏற்படும் சிறுபொறி கூடப் பெரு நெருப்பாக தொற்றிக் கொள்ளும் அபாயம் அங்கிருந்தது. நேரடி நடவடிக்கை நாளில் தங்கள் மீது நிகழ்த்தப்பட்ட வன்முறைகளுக்கு பதிலடி கொடுக்க காத்துக் கொண்டிருந்த இந்துக்களுக்கு மத்தியில், காந்தி ஒருவரைத் தவிர, எத்தனை ஆயிரம் துருப்புகளை இறக்கினாலும் நிலைமையைக் கட்டுக்குள் கொண்டுவர முடியாது என்பது வைஸ்ராயின் திண்ணமான முடிவு. போலவே, நேரடி நடவடிக்கை தினத்தின் இரத்தக்கரை சரித்திரத்தின் நாயகன் சாஹிப் சுராவர்த்தியால் தன் இனம் அழிவதைப் பார்த்துக் கொண்டும் இருக்க முடியாது. ஆனால், காந்தியோ நவகாளிக்குச் செல்லும் திட்டத்திலிருந்தார்.

"கல்கத்தாவில் தீ பற்றிவிட்டால் அது துருப்புகளையும் அழித்து விடும் திரு.காந்தி" என்ற வைஸ்ராயை காந்தி, நிமிர்ந்து நோக்கினார். "ஆம் நண்பரே... இதுதான் உங்கள் பிரிவினைத் திட்டத்தின் பயன்" என்றார். "இருக்கலாம்... துருப்புகளால் செய்ய முடியாததை உங்கள் ஆளுமையும் அகிம்சைக் கொள்கையும் ஒருவேளை சாதித்து விடலாம். கல்கத்தாவுக்குச் செல்லுங்கள்.. நீங்கள்தான் என் ஒற்றை மனித எல்லைப்படை."

காந்தி நவகாளி பயணத்தை ஒத்தி வைத்தார்.

தேசத்தின் பகுதிகள் சில வெட்டப்பட்டு பாகிஸ்தான் என்ற இஸ்லாமிய நாட்டின் உருவாக்கத்துக்கு அளிக்கப்பட்டிருந்தாலும் வட இந்தியாவில் ஆங்காங்கேயும் தென்னிந்தியா முழுவதும் மகிழ்ச்சியும் விம்மலுமாக சுதந்திரத்தைக் கொண்டாடிக் கொண்டிருக்க, அந்தக் கொண்டாட்டத்தில் கல்கத்தாவும் கலந்து கொண்டிருப்பதாக அங்கு தங்கியிருந்த காந்திக்குச் செய்திகள் வந்து கொண்டிருந்தன. காணுமிடமெங்கும் புதிய

மூவண்ணக் கொடிகள் பறந்து கொண்டிருந்தனவாம். இந்துக்களும் முஸ்லிம்களும் ஒருவருக்கொருவர் இனிப்புகளைப் பரிமாறிக் கொண்டனராம். பிரதானத் தெருக்களில் மத வேறுபாடின்றி மக்களிடம் மகிழ்ச்சி ஆரவாரம் நிரம்பி வழிகிறதாம். மத நல்லிணக்க ஊர்வலங்கள் நடத்தப்பட்டனவாம். வந்தே மாதரம்... பாரத் மாதா கீ ஜே.. மகாத்மா காந்திக்கு ஜே... என்ற கோஷங்களை இரு மதத்தவர்களும் சேர்ந்து ஒலிக்கின்றனராம். நகரின் உள் வீதிகளும் வீடுகளும் கூடப் பூமாலைகள், தோரணங்கள் ஒளி விளக்குகள் என்று பிரகாசிக்கின்றனவாம். கேட்பவை எல்லாமே ஒளிரும் செய்திகள்தான். ஆனால், இந்த ஒளியின் நிழலுக்குள் பிரிவினை உணர்வுகளின் கறை எங்கேனும் படிந்துள்ளதா? இந்த உற்சாகமெல்லாம் தற்காலிகமானதுதானா? உண்மையிலுமே இங்கு அமைதி திரும்பி விட்டதா? இப்போது இங்கு நிலவிக் கொண்டிருப்பதை அமைதி என்பதா... இது நிசப்தமா... சப்தமின்மையா... அல்லது எதிரிகள் எனக் கருதிக் கொள்பவர்களைப் பழி வாங்க சந்தர்ப்பம் நோக்கிக் காத்திருக்கும் வன்மப் பதுங்கலா... கல்கத்தா அவருக்குப் புதிதில்லை என்றாலும் புதிராக இருந்தது.

கிட்டத்தட்ட நான்கு மாதங்கள் நவகாளியில் தங்கியிருந்து அமைதிப்பணிகள் மேற்கொண்டும் என்னால் அங்கு எதிர்ப்பார்த்தளவுக்கு மாற்றங்களைக் கொண்டு வர முடியவில்லை. ஆனால் இங்கு எல்லாம் எப்படி... அதற்குள்... பிரிக்கப்பட்ட பஞ்சாபிலிருந்து சீக்கியர்களும் இந்துக்களும் முஸ்லிம்களும் அகதிகளாய் அலைந்து கொண்டிருக்க... அங்கு கொலைகளும் வன்முறைகளும் தீயாய்ப் பரவியிருக்கும் நிலையில்... இது சாத்தியம்தானா..? சுதந்திர நாளன்று நவகாளியில் இருக்க வேண்டுமென்ற எனது திட்டத்தை கல்கத்தாவின் வன்முறைகள்தானே மாற்றியது? ஒருவேளை... இவையெல்லாம் நான் கல்கத்தாவில் தங்கியிருப்பதன் நிபந்தனையாக என்னுடன் ஒரே வீட்டில் முஸ்லிம் லீக் பிரதம அமைச்சர் சுராவர்த்தியைத் தங்க வைத்ததன் நல்விளைவா..? ஒருவேளை இவையெல்லாம் நாங்கள் தங்குவதற்காக அவசரமாகப் புதுப்பிக்கப்பட்ட பழைய ஹைதாரி மாளிகையைப் போன்று மேலோட்டமானதா? அவர் தன் எண்ணங்களைத் தடுக்க விரும்பவில்லை. எண்ணி எண்ணி அவை ஒரு தீர்வை நோக்கி அழைத்துச் சென்றுவிடும். சுதந்திர நாளன்று நடந்த பிரார்த்தனைக் கூட்டத்தில் மதபேதமின்றி கலந்து கொண்டவர்களிடம், இன்றைய நாளில் உண்ணாவிரதமிருந்து

இந்தியாவும் பாகிஸ்தானும் நலம் பெற பிரார்த்தனைகள் செய்யுமாறு நான் கூறியபோது கூட்டம் இசைவுடன் தலையசைத்ததே...? அப்போது மக்களிடம் வெளிப்பட்ட மகிழ்ச்சியும் நெகிழ்ச்சியுமான உணர்வுகள் அவர்கள் இதயத்திலிருந்து வந்தவையா... அல்லது அந்நேரத்து உணர்வெழுச்சியா...? ஒருவேளை சாஹீத் சுராவர்த்தி நடந்துவிட்ட கொலை வெறியாட்டத்துக்குத் தாம் பொறுப்பேற்பதாக இந்துக்களிடம் தலைகுனிந்து வருத்தம் தெரிவித்தது இரு தரப்பினரின் மனதையும் மாற்றிவிட்டதா?

எதுவும் புரியவில்லை அவருக்கு. ஆனால், தலைவர்கள் மக்கள் ஒன்றுபட்டுவிட்டனர். இனி எதுவும் நிகழ்ந்துவிடாது என்றனர். கல்கத்தா மாநகராட்சியின் மேயர் ராய்சௌத்ரி, காந்தி அவர்கள் உண்மை மற்றும் அகிம்சையின் அடையாளமாகத் திகழ்பவர். இந்தியத் தாயை அடிமை நிலையிலிருந்து விடுவித்துள்ள அவரே இன்று கல்கத்தா நகரில் வெறுப்பைத் தோற்கடித்து அமைதியை ஏற்படுத்தியிருக்கிறார் என்றார். கவர்னர் ஜெனரல் மவுண்ட்பேட்டனும் ஒரு முழு ராணுவப்படையாலும் சமாளிக்க முடியாத கல்கத்தாவின் கலவரச் சூழலைத் தனியொரு மனிதனாக காந்திஜி என்னும் அமைதிப்படை வீரர் சாதித்துக் காட்டிவிட்டார் என்று நிம்மதிப் பெருமூச்சு விட்டிருந்தார். கட்டுப்படுத்தவியலாத வன்முறையை அவரால்தான் கட்டுக்குள் கொண்டு வர முடியுமென்று பஞ்சாப் அழைத்தது. பீகாரிலிருந்தும் டில்லியிலிருந்தும் அழைப்பு வந்துகொண்டிருந்தது. ஆனால், இந்த அமைதி நல்லிணக்கத்தில் ஏற்பட்டதா... அல்லது இது எந்நேரமும் உடைந்து போய் விடும் நீர்க்குமிழியா என்ற தெளிவு ஏற்படாமல் அவரால் எங்கும் செல்ல முடியவில்லை. அவருக்குள்ளிருந்த சந்தேகங்கள் எதுவும் தீர்ந்துவிடவில்லை, போலவே கேள்விகளும். ஒருவேளை கவர்னர் ஜெனரல் சொல்வதுபோல நான்தான் அமைதியைக் கொண்டு வந்திருக்கிறேனா? அல்லது நான் இங்கே இல்லாமல் இருந்திருந்தாலும் நிலைமை இப்படியேதான் இருந்திருக்குமா..? ஒருவேளை உண்மையிலுமே அமைதி திரும்பிவிட்டது என்றால் அதை அங்ஙனமே எப்படிப் பராமரிப்பது? இறைவா... கேள்வி கேட்கும் ஞானத்தை மனிதனுக்கு அளித்துவிட்டு அதன் விடைகளை ஏன் எட்டாத தொலைவில் வைத்துவிட்டீர்கள்? மனிதனைச் சீண்டிப் பார்ப்பதுதான் உங்களின் விளையாட்டா? அவர் மனம் தடுமாறியது.

“பாப்பு... ஏற்பட்டிருப்பது உண்மையான மனமாற்றம்தான்... இதற்கு நீங்கள்தான் காரணம்... இதை நீங்கள் நம்பத்தான்

வேண்டும்” பிரார்த்தனைக் கூட்டத்திற்குப் பிறகு அவரைச் சந்தித்தவர்களெல்லாம் மீண்டும் மீண்டும் எடுத்துக் கூறினார்கள். அவர்களின் முகம் மகிழ்ச்சியால் மலர்ந்திருந்தது. அப்படியானால் எல்லாம் வல்ல இறைவன் தன்னுடைய ஆடுகளத்தில் என்னையும் ஒரு கருவியாக்கிக் கொண்டுவிட்டாரா..? இந்த மெலிந்த தேகமுடைய மனிதன் நிறைவேற்றுவதற்கான கடமையாக இதனையும் அவர் அளித்திருக்கிறாரா? அவ்வாறெனில், அது அவ்வாறே இருக்கட்டும். அந்த மகத்தான குயவனின் கைகளிலுள்ள களிமண்ணால் அவரே வடிவங்களை உருவாக்கட்டும். நம்பிக்கையின் நுனி எழுந்தபோதே அறுந்து போகிறது.

இல்லை... ஏதோ நடக்கவிருக்கிறது. அதன் அறிகுறிதான் பாரக்பூரிலும் காஞ்சராபாராவிலும் எழுந்த சலசலப்புகள். நம்மை நாமே பாராட்டிக் கொள்வதில் என்ன பயன் இருக்கப் போகிறது? நவகாளி... பஞ்சாப்... கல்கத்தா... எங்கும் எதுவும் தீர்ந்து விடவில்லை. மக்கள் வெறிபிடித்துக் கிடக்கிறார்கள்... அதிகாரம் கைக்கு வந்த பின்பு நடுநிலையாக இருக்க வேண்டிய அதிகாரிகள் மதச்சார்புடன் செயல்படுகிறார்கள். மதம் தனிப்பட்ட விவகாரம். அதனைத் தனிப்பட்ட முறையில் வரையறை செய்வதுடன் நிறுத்திக் கொள்ளாவிட்டால் இந்தச் சகோதர உறவு நீடிக்காது... வன்முறை எந்நேரமும் எங்கு வேண்டுமானாலும் எப்படி வேண்டுமானாலும் பற்றிக்கொள்ளலாம். அதுதான் நடக்கப்போகிறது... கடவுளே... நான் என்ன செய்யப் போகிறேன்..? நான் என்ன செய்யப் போகிறேன்..? அவரின் கண்கள் உறக்கமற்றிருந்தன.

அய்யோ... ஒருவேளை... ஒருவேளை... சமர்க்களம் கடவுளுக்கும் எனக்குமானதா? நானும் அவரும் எதிரெதிரில் நிற்கிறோமோ..? ராம்... ராம்... ராம்... ராம்... அவரது தடித்த உதடுகள் காற்றில் ஒலியை எழுப்பின. இறைவா... நான் என் பணியைச் செய்து முடிக்கிறேன்... விளைவை எதிர்பாராமல் விழைவைக் கண்டு அஞ்சாமல் உங்களால் விதிக்கப்பட்ட என் கடமையை, என் ஆட்டத்தை நான் ஆடி விடுகிறேன்... அவர் புனித பைபிளின் வசனத்தை முணுமுணுத்துக் கொண்டார். “என் ஆன்மாவே கடவுள் எதிரில் நீ மௌனமாக இரு... ஆண்டவரே பேசுங்கள்... உங்கள் ஊழியன் கவனத்துடன் செவி சாய்க்கிறான்” அவரது பற்களற்ற வாயிலிருந்து வெளியான சொற்கள் அத்தனை தெளிவாக ஒலிக்கவில்லை. உதடுகளின் நடுக்கத்திற்குத் தள்ளாமை மட்டும்தான் காரணமா?

இந்த அவநம்பிக்கை அடிப்படையின்றி என்னிடம் தோன்றி விடவில்லை. நான் மனித மன வீழ்ச்சியின் அப்பட்டமான உண்மைகளைப் பார்த்துவிட்டேன். ஒரு மரத்தை அதன் கனியிடமிருந்துதான் புரிந்துகொள்ள முடியும். செயலை அதன் விளைவுகளிலிருந்துதான் அறிந்துகொள்ள முடியும். விடுதலைப் போராட்டம் அகிம்சை வழியில் நடைபெற்றதாக எண்ணி நான் ஏமாந்து விட்டேன். அகிம்சையின் பலத்தைக் கொண்டு ஒரு சிறு குழந்தை கூட இந்த மொத்த உலகிற்கு எதிராக நிற்க முடியும். ஆனால் இங்கு அகிம்சையின் பலம் நிரூபிக்கப்படவில்லை. விடுதலைப் போராட்டத்தில் பிரிட்டிஷ்காரர்களை நாம் கொல்லவில்லை என்றாலும் அவர்களைக் கொல்ல வேண்டுமென்று எண்ணம் நமக்கு இருந்திருக்கிறது. அதைச் செயல்படுத்தாததற்கு உண்மையான காரணம் அதற்கான வலிமையோ சக்தியோ நம்மிடம் இல்லை என்பதுதானே தவிர அகிம்சையைக் கடைப்பிடிப்பதால் ஏற்பட்டதல்ல. நமது மனங்களில் வன்முறை உணர்வை வைத்துக்கொண்டு நாம் வென்றெடுத்த விடுதலை உண்மையில் ஊனமான விடுதலைதான். மக்களின் இந்த மனநிலையை எதிர்த்து என்னால் என்ன செய்ய முடியும்? நான் தனியனாய் நிற்கிறேன். எனது வார்த்தைகள் இப்போது காலாவதியாகிவிட்டன. அவை காற்றில் வீசியெறியப்படுகின்றன. வறண்ட பாலைவனத்தில் ஒற்றையாய் ஒலிக்கும் என் குரலை யாரும் கேட்பதில்லை. கிலாஃபத் இயக்கத்தின் போதிருந்த இந்து முஸ்லிம் ஒற்றுமைக்கு இப்போது பெருங்கேடு வந்துவிட்டது.

அவர் ஆகஸ்ட் 13ஆம் தேதி மாலை பெலியகெட்டாவில் இருக்கும் ஹைதாரி மாளிகைக்குத் தான் வந்திறங்கிய போது மக்களின் ஆத்திரத்தை எதிர் கொள்ள நேர்ந்ததை எண்ணிக்கொள்கிறார்.

"காந்தியே... நாங்கள் கஷ்டத்திலிருந்த போது வராமல் எங்களுக்கு எதிராக முஸ்லிம்கள் புகார் கொடுக்கும் சமயத்தில் ஏன் வந்தீர்கள்? இந்துக்களை வீடுகளிலிருந்து வெளியேற்றும்போது எங்கே போயிருந்தீர்கள்? காந்தியே.. இங்கே நீங்கள் தேவையில்லை. தேவையேயில்லை... திரும்பிச் சென்றுவிடுங்கள்..." இலட்சக்கணக்கான கண்கள் பார்த்திருக்க, ஒளிவெள்ளத்தில் நிறுத்தி வைக்கப்பட்டது போன்று சபிக்கும் கேள்விகளால் மூழ்கடித்த அந்த மனங்களில் அத்தனை சீக்கிரத்தில் புரிதல் வந்துவிடாது என்றது அவரது உள்ளுணர்வு. அப்போது அவர்களிடம் சொன்னதையே இப்போதும் முணுமுணுத்துக் கொண்டார். "வன்முறைக்குத் தீர்வு வன்முறையால் நிகழ்ந்துவிடாது..."

"ஓ... குடும்பத்தை இழந்து, வாழ்வைத் தொலைத்து, உயிர்ப்பிழைக்கும் வகையற்று நிற்பவர்களைக் கண் குளிரக் காண வந்தீர்களோ? முஸ்லிம்கள் எங்களுக்குச் செய்த கொடுமைகளை மறந்து நாங்கள் அவர்களுக்கு நன்மை செய்ய வேண்டுமோ?" கேள்விகளில் இளக்காரமும் கோபமும் தெறித்தது. அவர் வந்திறங்கிய காரின் மீது கற்களையும் பாட்டில்களையும் எறிந்தனர்.

"முகம்மது காந்தியே... திரும்பிப் போ... நவகாளியில் உள்ள இந்துக்களைக் காப்பபாற்று... இந்துக்களின் துரோகியே... நீ காப்பாற்ற வேண்டியது முஸ்லிம்களை அல்ல... இந்துக்களை... போ... இங்கிருந்து போய் விடு..." இளைஞர் கும்பல் பெருங்கழிகளோடு முன்னேறி வந்தது.

அன்றைய காட்சிகள் விரும்பி வாசிக்கும் புத்தகத்தின் வரிகளைப் போல அவர் மனதில் ஓடின.

என் வாழ்க்கை வெளிப்படையானது. நான் எப்போதும் பொதுமக்களின் பார்வையிலிருந்து விலக விரும்புவதில்லை... அவர் வண்டியிலிருந்து இறங்கி கழிகளோடு தன்னை நெருங்கிய கும்பலை நோக்கி நடக்கிறார். "நான் என்னை உங்கள் பாதுகாப்பில் விட்டுவிடப் போகிறேன். அவ்வளவுதான். நீங்கள் எனக்கு எதிராக எப்படி வேண்டுமானாலும் திரும்பலாம். என்னை என்ன வேண்டுமானாலும் செய்து கொள்ளலாம். நான் என் வாழ்க்கைப் பயணத்தின் இறுதிக்கட்டத்தை அநேகமாக எட்டிவிட்டேன். ஆனால், பைத்தியக்காரத்தனத்துக்கு நீங்கள் இடம் கொடுக்கப் போகிறீர்கள் என்றால் அதை உயிரோடு பார்க்கும் சாட்சியாக நான் இங்கு இருக்கப் போவதில்லை. நவகாளியில் இதையேதான் முஸ்லிம்களிடமும் கூறினேன். நான் கூறியதற்கு அவர்கள் மதிப்பளித்தார்கள். அவ்வாறு நீங்களும் செய்ய வேண்டும் என்று கேட்பதற்கு எனக்கு உரிமை உண்டு."

அவர்கள் சமாதானமாகவில்லை. நவகாளியில் இந்துக்களைக் கொன்று குவித்த முஸ்லிம் தலைவர்கள் அங்கு இந்துக்களுக்கு எதுவும் நேராது என்று அளித்த வாக்குறுதியினால்தான் இங்கு தான் வந்ததாகக் கூறினார். அவர் நவகாளியில் முஸ்லிம்கள் வாக்குத் தவறினால் சாகும் வரை உண்ணாவிரதம் இருக்கப் போவது போல, கல்கத்தாவில் உள்ள இந்துக்கள் அவரின் வேண்டுகோளை நிராகரித்தாலும் சாகும் வரை உண்ணாவிரதமிருக்கத் தயாரானார். போரிடும் குழுக்களுக்கிடையே ஒப்பந்தம் செய்வது, அதனை நிறைவேற்றத் தனது வாழ்க்கையைப் பணயமாக வைப்பது என்பது

அவரது அகிம்சைக் கொள்கையின் சாரம். அவர்கள் மறுநாளும் வந்தார்கள். அவரை வசை பாடினார்கள். அவரைச் சாபமிட்டு அழுதார்கள். ஆனால் அவர் மீண்டும் மீண்டும் அவர்களிடம் பொறுமையையும் அகிம்சையையும் சக மனிதர்கள் மீதான நம்பிக்கையையும் வலியுறுத்தினார். "பிறப்பால் இந்துவான, செயலால் இந்துவான, வாழ்க்கை முறையில் இந்துவான நான் எப்படி இந்துக்களுக்கு எதிரியாக இருக்க முடியும்?"

அவருடைய கருத்தை யாரும் ஏற்கவில்லை. பிரார்த்தனைக் கூட்டத்தில் கண்களை மூடி அமர்ந்து கொண்டபோது எண்ணங்கள் விழித்துக்கொண்டன. அவர்கள் மட்டுமல்ல... யாருமே என் கருத்தை ஏற்பதில்லை. அதனால்தான் என்னை இத்தனை அவநம்பிக்கையான எண்ணங்கள் சூழ்கின்றன. அகிம்சைவழி என்றுமே தோற்காது. அது தோற்பது போலத் தெரிவதற்கு அதனைக் கடைப்பிடிப்பவரின் திறமையின்மைதான் காரணமே தவிர அகிம்சை என்ற கோட்பாடு காரணமல்ல. நவகாளியில் என் அகிம்சாவழி முழுக்க வெற்றி பெறவில்லை என்றாலும் தோற்றுப் போனதாக நான் நினைக்கவில்லை. அது பரிசோதனையில் உள்ளது. அதுதான் கல்கத்தாவிலும் நிலவுகிறது. அந்த இளைஞர்கள் ஆழமாகப் புண்பட்டிருந்தார்கள். அதனால்தான் கொதித்துப் போயிருந்தனர். அவர்களுக்கு நல்வழி புகட்ட வேண்டும். ஆம்... மகத்தான செயல்களைச் செய்ய மகத்தான பொறுமை வேண்டும். இந்த நேரத்தில் என்னைத் தடுமாற்றம் கொண்டவனாகவோ ஏமாற்றம் அடைந்தவனாகவோ நான் உணராதது மட்டுமே இப்போதைய ஆறுதல். செய்திடு அல்லது செத்து விடு என்பது மட்டுமே என் மனதில் இருக்கிறது. இந்துக்களும் முஸ்லிம்களும் சமாதானத்தோடும் ஒற்றுமையாகவும் வாழும் வழியைக் கற்பிக்க வேண்டும் அல்லது அந்த முயற்சியில் நான் சாக வேண்டும். ஏற்படுவது எதுவாயினும் அதற்கு நான் தயாராகவே இருக்கிறேன்.

அவர் தன் உள்ளுணர்வின் செயல்பாட்டைப் பூரணமாக ஏற்றுக் கொண்டார். இறைவா... என்னைச் சுற்றிலும் நடப்பவைகள் மாறிக் கொண்டும் அழிந்து கொண்டுமிருப்பதை நான் தெளிவின்றி காண்கிறேன். அதேசமயம் இத்தனை மாறுதல்களுக்கிடையேயும், மாறுதலற்ற ஜீவசக்தியும் எனக்குப் புலனாகிறது. இந்த சக்தியே எல்லாவற்றையும் இணைக்கிறது, சிருஷ்டிக்கிறது, அழிக்கிறது, மீண்டும் சிருஷ்டிக்கிறது. இது மாசற்ற அருள் சக்தி என்பதை உணர்கிறேன். இந்த அருள்சக்தியின் காரணமாகத்தான்

மரணத்தினிடையே உயிர் உறுதியுடன் தொடர்ந்து வருகிறது. பொய்யினிடையே உண்மை நிலைப்பெற்று நிற்கிறது. அந்தகாரத்தினிடையே ஒளி உறுதியுடன் திகழ்ந்து வருகிறது. உயிர், உண்மை, ஒளி எல்லாம் கடவுள்தான். அவர்தான் அன்பு. எல்லாவற்றையும் விட மகோன்னதமான நல்லது என்பது கடவுள்தான். கடவுளே... நான் உங்களை நம்புகிறேன். அவர் கண்களை மூடி இதயத்துக்குள் அமர்ந்து கொண்டார். அன்றைய பகலுணவுக்குப் பிறகு பதில் எழுதுவதற்கான கடிதங்களைக் கையிலெடுத்தபோது எழுத வேண்டிய வார்த்தைகள் வழக்கத்தை விடவும் வேகமாக வந்து விழுந்தன. 'நண்பரே... நான் பணியாற்றுகிறேன். ஆனால், அதே நேரத்தில் என் வரம்புகளை முழுமையாக உணர்ந்து வைத்துள்ளேன். நான் சுடப்பட்டால் அல்லது கத்தியால் தாக்கப்பட்டால் அவற்றிலிருந்து தப்பித்துக் கொள்வதற்காக நான் ஓடுவேனா என்பது கடவுளுக்குத் தான் தெரியும். நான் அவ்வாறு தப்பியோட முயற்சி செய்தால் இதுவரை தாங்கள் மகாத்மா என்று கருதிய நபர் உண்மையில் அப்படியானவர் இல்லை என்று மக்கள் தெரிந்து கொள்வார்கள். சுடப்படும்போது 'ராமா ராமா' என்று நான் உச்சரிக்கலாம் என்பதும் சாத்தியமே.'

உறுதிப்பட்ட மனதோடு அவர் நூற்புக்காக அமர்ந்தபோது வந்து சேர்ந்த தகவல்கள் அத்தனை நல்லவையாக இல்லை. அவரைச் சந்தித்த வங்காள கவர்னர் ராஜகோபாலாச்சாரியார், நகரில் மீண்டும் தாக்குதல்கள் தொடங்கிவிட்டன என்றார். மக்கள் கைகளில் கிடைக்கும் ஆயுதங்களைக் கொண்டு ஒருவருக்கொருவர் தாக்கிக் கொள்கின்றனர். பொருட்கள் சூறையாடப்படுகின்றன. கலவரம் கட்டுக்குள் வரவில்லை. ராணுவத்தின் உதவி கோரப்பட்டுள்ளது என்றார். அவர் இராட்டையின் முன் மௌனமாக அமர்ந்திருந்தார். பட்டை பட்டையாக அடித்திருக்கும் பஞ்சை லாவகமாக கதிரிலிருக்கும் நூலுடன் இணைத்துச் சுற்றி கூம்பு போல் நூல் சேர்ந்தவுடன் சதுரமாக இருக்கும் சட்டத்தில் சுற்ற வேண்டும். நூறு நூல் சேர்ந்தால் ஒரு கண்ணி. கண்ணியைச் சட்டத்திலிருந்து எடுத்து கால் கட்டை விரலில் நுழைத்து முறுக்க வேண்டும். பத்து கண்ணி சேர்ந்தால் ஒரு சிட்டம். ஆனால், அது முடியுமா...? அவரது கை சக்கரத்தைச் சுழற்ற முயன்று கொண்டிருந்தது. உடல் வழக்கத்திற்கும் அதிகமாக வளைந்திருந்தது. கல்கத்தாவில் அமைதியைக் கொண்டு வந்து விட்டோமா இல்லையா என்று

தயங்கி மயங்கி குழப்பத்தில் இருந்த அவர் மீது கடவுள் இப்போது ரத்தக்கறை படிந்த சவாலை வீசியெறிந்திருக்கிறார். அவர் சர்க்காவின் சக்கரத்தைச் சுழற்றத் தொடங்கியதும் பட்டம் அறுந்து போனது. அவர் அதனை இணைத்து மீண்டும் சுழற்ற, நூலை நூற்க முடியாமல் அது மீண்டும் அறுந்து போனது. அவர் மீண்டும் மீண்டும் சுழற்ற பட்டம் ஒருங்குபடவியலாமல் தவித்தது.

கலவரம் பெலியகட்டாவையும் எட்டியிருந்தது. இரவு பத்து மணிவாக்கில் ஹைதாரி மாளிகையின் கதவுகள் கிடுகிடுத்தன. ஜன்னல் கண்ணாடிகளின் மீது கற்கள் எறியப்பட்டன. அவர் படுக்கையிலிருந்து எழுந்து கால்களை அடுக்கி அமர்ந்திருந்தார். தரையில் கையூன்றி தோளை உயர்த்தி அதில் தலையைச் சாய்த்திருந்தார். கூரிய கல்லொன்று கண்ணாடியை உடைத்துக்கொண்டு அவரருகே வந்து விழுந்தது. உடைக்கப்பட்ட ஜன்னலின் வழியே கம்புகள் வீசியெறியப்பட்டன. வெறிபிடித்த கும்பல் மின்சாரக் கம்பியைத் துண்டித்துக் கொண்டிருந்தது. வசைகள்... வசைகள்... மனிதர்கள் கேட்கவியலாத, மனிதர்களால் சொல்லப்படக்கூடாத வசைகள் அவர் மீது கூச்சலாக வீசியெறியப்பட்டன. அவர் எழுந்து வாசலுக்கு வந்தார். மழை பெய்யத் தொடங்கியிருந்தது. கோபாவேசத்தோடு இருந்த இளைஞர்களிடம் அமைதியாக இருக்குமாறு கேட்டுக்கொண்டார். எந்த நியாயமும் எடுபடாத நிலையில், அவர்களை நோக்கி அவர் கரங்களைக் கூப்பினார். அங்கிருந்த காவல்துறை அதிகாரிகளும் அடங்கிப்போகுமாறு கலவரக் கும்பலிடம் கைக் கூப்பினர். அவர் மீது விழ வேண்டிய கல் நல்லவேளையாகக் குறி தவறியிருந்தது. காவல் அதிகாரிகள் அவரை உள்ளே போய்விடும்படி கேட்டுக் கொண்டனர். அவர் அங்கேயே நின்றிருந்தார்.

எதுவும் மாறி விடவில்லை. அவர் கண்களை மூடி அமர்ந்து கொண்டார். இறைவா... உங்களின் கருவியான என்னைக் கொண்டு நீங்கள் என்ன செய்யவிருக்கிறீர்கள்? நான் கடவுள் அல்ல. நீங்கள் என்னை நடத்துபவர். நான் அதன்படி நடப்பவன். தன்னுடைய படைப்பாகிய மனிதனுக்கு நம்பிக்கையூட்டி ஏமாற்றும் உங்களது செயல் சரியானதுதானா? அல்லது உங்களின் நல்ல தன்மைகளாகக் கூறப்படுபவற்றுள் இவையும் ஒன்றா? சிலுவையில் அறையப்பட்டு தலைகீழாகத் தொங்கிக் கொண்டிருந்த ஏசுநாதர் தாகம்... தாகம்.. என்று அரற்றுகிறார். யாரோ அவருக்குப் புளிப்புக்காடியைப் பருக அளிக்கின்றனர். எது சரி... எது தவறு... நான் பேச்சுக்கும் சிந்தனைக்கும் அப்பாற்பட்ட கடவுளை எனது

குறைபாடு நிறைந்த பேச்சின் மூலம் விளக்குவதற்கு முயற்சிகள் செய்கிறேனோ... இல்லை... நிச்சயமாக இல்லை... மனித மனதில் கடவுள் மயக்கத்தை ஏற்படுத்துகிறார் என்று சொல்லுவதால் நான் அவரை அவமரியாதை ஏதும் செய்துவிடவில்லை. இந்த நிலையில் என்னால் வேறென்ன செய்ய முடியும்? இறைவா... மனதை அரிக்கும் கேள்விகளுக்கு விடை கிடைத்துவிட்டதாக நான் எண்ணும்போது ஏன் அவற்றை மறைத்துவைத்து விடுகிறீர்கள்?

அவர் மனதைச் சமன்படுத்திக்கொள்ள முயன்றார். நான் மனிதர்களின் மீது நம்பிக்கை இழந்துவிடக் கூடாது. மனிதச் சமூகம் என்பது ஒரு பெரிய கடல். அதில் சில துளிகள் அழுக்காகிவிட்டதால் கடலே அழுக்காக இருப்பதாகக் கருதக் கூடாது. என்னைப் பற்றிய சிந்தனை என்னைப் பெருமளவில் ஆட்கொள்ளும்போது நான் பார்த்திருக்கக் கூடிய மிகவும் ஏழ்மையான பலவீனமான நிலையிலுள்ள மனிதனின் முகத்தை நினைவுப்படுத்திக் கொள்வேன். நான் எடுக்க விரும்பும் நடவடிக்கை எந்த விதத்திலாவது அந்த மனிதனுக்கு உதவிகரமாக இருக்குமா, இதனால் அவன் எதாவது பயன் பெறுவானா? அவனது சொந்த வாழ்க்கை மற்றும் எதிர்காலத்தைக் கட்டுப்படுத்தும் அதிகாரத்தை அவனுக்கே அது மீண்டும் அளிக்குமா என்று எனக்கு நானே கேட்டுக்கொள்ளப் போகிறேன்... அவர் முணுமுணுத்துக் கொண்டார்.. ஆம்... கேட்டுக்கொள்ள வேண்டும்... கேட்டுக் கொள்ளத்தான் வேண்டும். ஆம்... ஆம்... ஆம்...

அவரைக் காண வருவோரின் கூட்டம் அலைமோதியது. அவர், அவர்களைச் சந்தித்துக் கொண்டேயிருந்தார். கலவரம் மூள்வதற்கு ஃபார்வர்ட் பிளாக் கட்சியினரே காரணம் என இந்து மகாசபையினர் தெரிவித்தனர். அவர்களோ இந்துமகாசபையினர் பின்னாலிருந்து கலவரத்தைத் தூண்டிவிடுகிறார்கள். இந்துக்களைப் போல சீக்கியர்களையும் முஸ்லிம்களுக்கு எதிராகத் திருப்புகிறார்கள் என்றனர். இழப்புகள் பெருகிவிடுமோ...? கடவுள் காட்டியுள்ள இந்தச் சைகையின் பொருள் என்ன? எல்லாம் வல்ல இறைவன் தனது உயர்ந்த பீடத்தில் அமர்ந்துகொண்டு தனது எதிரிலிருக்கும் இந்த மெலிந்த மனிதனுக்குச் சவால்விடுகிறார். நான் மிகப் பெரிய ஆட்டக்காரரான இறைவனுடன் சமர்க்களத்தில் எதிரும்புதிருமாக நின்று ஆடிக் கொண்டிருக்கிறேன். ஒரு மனிதப் பிறவி என்ற வகையில் அந்த விளையாட்டின் அனைத்து விதிகளையும் நான் அறிந்திருக்கவில்லை. ஆனால், அதன் முக்கிய விதிகளை என் அனுபவத்திலிருந்தும் இலட்சியப் பிடிப்பிலிருந்தும் தெரிந்து

வைத்திருக்கிறேன். அந்த விதிகளின் அடிப்படையில் தொடர்ந்து ஊக்கத்துடன் விளையாடுவேன். விளையாட்டில் நகர்த்த வேண்டிய காய்களை மலை போன்ற உறுதியான நம்பிக்கையுடன் நகர்த்துவேன். இந்த ஆட்டத்தில் எல்லா நேரங்களிலும் சாதகமான முடிவுகளை எதிர்பார்க்க முடியாது என்றாலும் ஊகித்துணர முடியாத சர்வவல்லமை படைத்த அந்த எதிராளிக்கு என்னால் ஒரு உண்மையை உணர்த்த முடியும். அவருடன் ஆட்டக்களத்தில் நின்றிருக்கும் இந்த மனிதன் தாழ்ந்த நிலையில் இருக்கலாம்... பலவீனமானவனாக இருக்கலாம். ஆனால், அவன் விளையாட்டில் நம்பிக்கை இழப்பவனோ அல்லது ஆட்டத்தை விட்டு வெளியேறுபவனோ அல்ல என்பதை அவருக்குத் தெரிவிக்க முடியும்.

எல்லாம் வல்ல இறைவனே... உங்களுடைய இந்தத் திருவிளையாடலில் எனக்குத் தெரிந்த விதிகளை மேலும் உறுதியாகக் கடைப்பிடிப்பேன். சத்தியத்தையும் அகிம்சா விதிகளையும் தளரா உறுதியுடன் பின்பற்றுவேன். உன்னால் எந்த அளவுக்கு மதிப்பு வாய்ந்த பணயப்பொருளை முன் வைக்க முடியுமென்று நீங்கள் கேள்வி எழுப்புகிறீர்கள். இந்தச் சவாலின் மீது எனக்கு எந்தக் குழப்பமும் இல்லை. நீங்கள் அளித்த எனது சொந்த உயிரைப் பணயமாக வைக்கப் போகிறேன். ஆட்டத்தின் மிகவும் மோசமான கட்டத்தில் வெற்றி பெறுவதற்கு இந்தப் பணயப்பொருள் போதுமானதல்ல என்றாகும்போது அல்லது இந்த உயிரால் எத்தகைய பயனும் இல்லை என்ற நிலை வரும்போது அதனை இழந்துவிடுவதைப் பெருமையாகக் கருதுகிறேன்.

தனது ஆழ்மனதின் யோசனையை அவர் ஏற்றுக்கொண்டார். அது மௌனவிரத தினம் என்பதால் தனது ஆட்டத்தை அறிக்கையாக்கி அளித்தார்.

கல்கத்தாவில் நிலவி வந்த அமைதி ஒரு தற்காலிகமான நிகழ்வாக இருக்குமோ என்ற குழப்பம் என்னுள் இருந்து கொண்டேயிருந்தது. இப்போது என் குழப்பம் சரிதான் என்பது நிரூபணமாகிவிட்டது. மீண்டும் காட்டாட்சி முறைக்குக் கல்கத்தா திரும்பிவிடக் கூடாது. கடவுள் நமது இதயங்களைத் தொட்டு அத்தகைய மூடத்தனம் மீண்டும் நிகழாத வண்ணம் தடுத்து நிறுத்தட்டும் என்று அவனிடம் பிரார்த்திப்போம்... இந்தச் சீரழிவைத் தடுக்க நான் என்ன செய்ய வேண்டும்? உண்ணாவிரதமே எனக்கு எப்போதும் கைக் கொடுக்கும் ஆயுதமாக இருந்து வந்துள்ளது. எனவே இன்று

இரவு 8.15 மணி முதல் நான் உண்ணாவிரதத்தைத் தொடங்கப் போகிறேன். கல்கத்தாவுக்கு நல்லறிவு திரும்பியவுடன்தான் அதனை முடிப்பேன்.

இப்போது ஆட்டம் எதிரணிக்குச் சென்றிருந்தது.

உண்ணாவிரதத்தைக் கைவிடுமாறு அவருக்குத் தலைவர்களிடமிருந்தும் தொண்டர்களிடமிருந்தும் வற்புறுத்தல்கள் வந்து கொண்டிருந்தன. உண்ணாநோன்பால் அவர் இறந்துவிட்டால் நிலைமை இன்னும் மோசமாகிவிடும் என்று கவர்னர் ராஜகோபாலாச்சாரி அச்சம் கொண்டார்.

ஆனால், அவரால் ஆட்டத்தை விட்டுவிட முடியாது.

"மக்கள் தாங்களாகவே முயன்று அமைதி முயற்சியில் ஈடுபட வேண்டும். பின்னர் பார்த்துக்கொள்ளலாம் என்றால் அதற்குள் காலம் கடந்துவிடும். சிறுபான்மைப் பிரிவினரான முஸ்லிம்களை அபாயகரமான நிலையில் விட்டுவிடக் கூடாது. கல்கத்தாவின் நிலையைக் கட்டுப்பாட்டுக்குள் கொண்டு வந்துவிட்டால்தான் பஞ்சாபைச் சமாளிக்க முடியும். இங்கு தோல்வி கிடைத்துவிட்டால் அது காட்டுத் தீ போல மற்ற இடங்களுக்கும் பரவிவிடும். வேறு வல்லரசுகள் நம்மை ஆக்கிரமித்துவிட நேரிடும். இந்த அபாயத்தை நான் தெளிவாக உணர்கிறேன்" பேச்சு மிகச் சன்னமாக ஒலித்தது.

"கடவுளின் வழிமுறைகள் புரிந்து கொள்ள இயலாதவை. ஆனால் எல்லாம் வல்ல இறைவனின் கருணையில் நான் குறையாத நம்பிக்கையுடன் இருக்கிறேன். என் வாழ்வில் இதுவரை கடவுள் மீதான நம்பிக்கையின் பலத்தில்தான் கண்மூடித்தனமான அதிகார வர்க்க அமைப்புகளுக்கும் மிருகத்தனமான வன்முறைகளுக்கும் எதிராகப் போராட்டம் நடத்தியிருக்கிறேன். இதே முறையில் தான் மாபெரும் பிரிட்டிஷ் சாம்ராஜ்ஜியத்துடனும் மோதினேன். இப்போதும் அப்படித்தான். கடவுள் என்னுடன் இருப்பதை என்னால் உணர முடிகிறது. ராமநாமம் எனது இதயத்தில் முழுமையாக ஊடுருவியிருப்பதால் நான் தொடர்ந்து உயிர் வாழ தண்ணீர் கூடத் தேவைப்படாது என்று கருதுகிறேன். இதே நிலையில் ஒரு மாதம் கூட என்னால் நீடிக்க முடியும்" மூச்சு சீரற்று இருந்தது. அவரால் சிறிதளவே தண்ணீர் அருந்த முடிந்தது. ரத்த அழுத்தம் மேலும் அதிகரித்திருந்தது. நாடித்துடிப்பும் சீரானதாக இல்லை. அவர் மனதளவில் உற்சாகம் தளராதவராக இருந்தாலும் அவருடைய அன்றாடப்பணிகள் அவரைப் பலவீனமடைய

வைத்திருந்தன. ஆனாலும், மருத்துவரின் அறிவுரையை அவர் ஏற்கவில்லை.

அவர் படுத்திருந்த கட்டிலின் அருகே மிருதுவான தொனியில் கீதைப் பாடல்கள் பாடப்பட்டன. பார்வையாளர்கள் கூறுவதைக் கேட்பதற்காக மட்டும் அவர்களை நோக்கி குனிந்து கொண்டார். மற்ற நேரங்களில் கண்களை மூடிய நிலையில் தலையணையில் சாய்ந்திருந்தார். அவர் சிரமப்பட்டு மூச்சு விடும்போது அவரது எலும்பும் தோலுமான நெஞ்சுக்கூடு உயர்ந்து தாழ்ந்தது.

'ராம்... ராம்... ராம்...' உதடுகள் லேசாக அசைந்தன. மரணம் அஞ்சத்தக்கதல்ல. உண்மையில் அது இழப்பும் அல்ல. மரணம் உறக்கத்தைப் போன்றது. மறதியைப் போன்றது. அது மிகவும் இனிமையானதொரு உறக்கம். உடல் மீண்டும் எழுந்திருக்க வேண்டியதில்லை. மனிதனை அழுத்தும் நினைவுகள் என்ற பெருஞ்சுமை தூக்கி எறியப்படுகிறது. தனிப்பட்ட உயிர்கள் என்ற தனிப்பட்ட துளிகள் கரைந்து அவற்றுக்குச் சொந்தமான மகத்தான கடலின் கம்பீரத்தை அவை பகிர்ந்து கொள்கின்றன.

"பாப்புஜி... நாங்கள் திரட்டியவற்றையெல்லாம் ஒப்படைத்து விட்டோம். கல்கத்தாவில் அமைதி திரும்பிக்கொண்டிருக்கிறது. நீங்கள் தயவுசெய்து உண்ணாநோன்பை முடித்துக்கொள்ளுங்கள்." அவர்களை கண்விழித்து அவர் பார்த்தார். தவறாக வழிநடத்தப்பட்டிருந்த இளைஞர்கள் சிலர் அவரிடம் மண்டியிட்டிருந்தனர். அவர்கள் தாங்கள் ஒப்படைத்திருந்த துப்பாக்கிகள், குண்டுகள், அரிவாள்கள், கத்திகள், உருட்டுக் கட்டைகள், கடப்பாரைகள், இரும்புக் கம்பிகள் நிறைந்த குவியலை அவரிடம் காட்டினர்.

இப்போது ஆட்டம் அவருடைய களத்துக்கு வந்திருந்தது.

"நான் விதித்த நிபந்தனைகள் முழுமையாக நிறைவேற்றப்படும் வரை என்னால் உண்ணாநோன்பைக் கைவிட முடியாது. வாழ வேண்டும் என்ற ஆசையில் எனது நோக்கம் நிறைவேறுவதற்கு முன்பாகவே உண்ணாநோன்பைக் கைவிடுவதென்பது கடவுளையே மறுப்பதற்குச் சமமாகும். எனவே நீங்கள் அனைவரும் மேலும் அதிக பற்றுடனும் உறுதியுடனும் அமைதிக்காகப் பணிபுரிய வேண்டும்."

அவை தங்களுக்குச் சொல்லப்பட்டவைகளாகக் கடவுளும் மனிதர்களும் தனித்தனியாக எண்ணிக்கொண்டனர்.

அன்று காலையிலிருந்து ஹைதாரி மாளிகை அதீத பரபரப்பிலிருந்தது. இந்து, முஸ்லிம், சீக்கிய மதங்களின் உயர் மட்டத் தலைவர்களும் நகரச் சூழலைக் கண்காணித்து வரும் ஊழியர்களும் கலந்து பேசினர். இறுதியில் வகுப்பு நல்லிணக்கத்தைக் காப்பாற்றும் பொறுப்பை தாங்கள் கூட்டாக ஏற்பதாக அறிக்கையில் மும்மதத் தலைவர்களும் கையெழுத்திட்டனர்.

"நகரில் அமைதிக்குழுக்கள் அமைக்கப்பட்டு விட்டன. அவர்கள் பேருந்துகளையும் லாரிகளையும் வாடகைக்கு அமர்த்திக் கொண்டு நகரம் முழுக்கச் சுற்றி வந்தனர். டிராம் வண்டிகளுடன் பேருந்துப் போக்குவரத்தும் சீராக இயங்கத் தொடங்கியாயிற்று. சந்தைகள் திறக்கப்பட்டு கடைக்காரர்கள் வியாபாரத்தைத் தொடங்கிவிட்டனர். போலீஸார் முழுமையான ரோந்துப் பணியில் ஈடுபடுகின்றனர். அமைதியைச் சீர்குலைக்கும் எந்த நடவடிக்கையும் கடந்த 24 மணி நேரத்தில் நிகழவில்லை. முழு ஊரடங்கு உத்தரவு இனி இரவு நேரத்துக்கு மட்டுமே அமலாக்கப்படும்" என்றார் ராஜாஜி. அவர் பாதிக்கப்பட்ட பகுதிகளில் போலீஸ் கமிஷனருடன் நேரடி ஆய்வு செய்துவிட்டுத் திரும்பியிருந்தார். அவர் கூறியதை காங்கிரஸ் தலைவர் ஆச்சார்ய கிருபளானியும், மேற்கு வங்காள பிரதமர் பி.சி.கோஷ் உள்ளிட்ட தலைவர்களும் வழிமொழிந்தபோது காந்தியின் முகத்தில் அமைதி மிக மென்மையாகப் பரவியது.

ஈஸ்வர அல்லா தேரே நாம்
சப் கோ சன்மதி தே பகவான்

பாடலொலிக்கு அவர் கைகள் களைப்பையும் மீறித் தாளமிட்டன. அவர் மிக மெதுவாகப் பேசத் தொடங்கினார். "இந்தியா முழுமைக்கும் கல்கத்தா வழிகாட்ட வேண்டும். நமது எதிர்கால வாழ்வைத் தீர்மானிக்கும் இறைவனிடத்தில் நாம் இறுதியாகச் சரணடைய வேண்டும். அவர் மனிதர்களாகிய நம்மைத் தனது நோக்கங்களை நிறைவேற்றிக் கொள்வதற்கான கருவியாகப் பயன்படுத்திக் கொள்கிறார். எல்லாவற்றுக்கும் சாட்சியாக உள்ள கடவுளின் பெயரால் இந்த உண்ணாவிரதத்தை முடித்துக்கொள்கிறேன்."

'ராம்.. ராம்...' அவருடைய உதடுகள் முணுமுணுத்தன. அவருடைய ராமரின் உதடுகள் கூட முணுமுணுக்கதான் செய்தன. காந்தியாரே... வறுக்கும் சட்டியிலிருந்து நீங்கள் எரியும் நெருப்பில் விழ வேண்டியிருக்கும்...

அவர் தயாராகவே இருந்தார். ராமர் தம்முடன் இருக்கும் நம்பிக்கையில் அவர் ராமரிடம் சொன்னார், "எரியும் நெருப்பில் புடம் போட்ட பிறகுதானே உலோகம் சுத்தமாகும்..." அவருடைய பொக்கையான வாயை மூடியிருந்த உதடுகளில் மென்நகை பூத்திருந்தது.

அதற்கடுத்த நாளில் வானம் தெளிந்திருந்தது. அவர் கல்கத்தா டில்லி விரைவு ரயிலின் மூன்றாம் வகுப்புப் பெட்டியில் தன் குழுவினரோடு ஏறிக்கொண்டார். கிட்டத்தட்ட இருபத்துநான்கு மணி நேரத்துக்கும் மேலான பயணம். தலைக்கு மேல் வேலைகள். கடிதங்களுக்குப் பதில் அனுப்ப வேண்டியிருந்தது. ஹரிஜனுக்குக் கட்டுரைகளை எழுத வேண்டும். ஹரிஜனில் வெளியாக வேண்டிய மற்ற படைப்புகளைப் பார்வையிட்டு அவற்றை அகமதாபாத்திலுள்ள அச்சகத்துக்கு அனுப்ப வேண்டும். பார்வையாளர்களைச் சந்திக்க வேண்டும்.

இவற்றுக்கிடையே அவரது உதடுகள் ஓயாமல் உச்சரித்துக் கொண்ட ஒலி 'ராம்... ராம்... ராம்...' என்றாகியது.

அவர் அடுத்தடுத்த சோதனைகளுக்குத் தயாராகியிருந்தார்.

26

விழுதலும் எழுதலும்

ராமரும் சத்தியமும் அதை அடையும் மார்க்கமான அகிம்சையும் அவருள் மாறாத ஒளியாகப் பரவி நிலைப் பெற்றிருந்தது. அவர் பௌதீக வாழ்வின் மீளவியலாத கட்டத்துக்குள் செல்லவிருந்தார். அதை உணர்ந்தவர் போல அவர் பிரார்த்தனைக் கூட்டங்களில், நண்பர்களுடன், கட்டுரைகளில், பதில் கடிதங்களில், சந்திக்கும் மக்களிடத்தில் என இடைவிடாது தனது இறப்பைப் பற்றிப் பேசிக்கொண்டிருந்தார். தனது எஞ்சியிருக்கும் காலத்திற்குள் முடிந்தவரை தான் ஏந்தி வந்த கடமையை முடித்துவிட எண்ணுகிறார். வரவிருக்கும் மாதங்கள் இந்தியாவில் முப்பதுக்கும் மேற்பட்ட வருடங்களாக அவர் உழைத்ததை விடத் தார்மீகமாக மிக அதிக உழைப்பைக் கோரி நின்றன. இம்முறை அவரது போராட்டம் சொந்த மக்களிடமாக இருந்தது. அவர்களிடம் அவரின் கருத்துகள் வெகுவாக முரண்பட்டிருக்கும் நிலையில் அவர்களிடையே சொற்களை நடுவதற்குக் கூடுதல் உழைப்பும் மனவுறுதியும் தேவைப்பட்டன. இந்தியாவின் வட பகுதிகளில் பண்டை நாட்களில் அந்நியரின் ஆக்கிரமிப்புகள் நிகழ்ந்தபோது ஏற்பட்ட இழப்புகளை வரலாறு பேசியது. இன்று சொந்த மக்கள் முரண்பட்டு நிற்பதைத் தற்கால நடப்புகள் பேசிக் கொண்டிருந்தன.

நவகாளி, பீகார், கல்கத்தா, பஞ்சாப் என்ற வரிசையில் இப்போது டில்லியும் சேர்ந்திருந்தது. செப்டம்பர் 4ஆம் தேதியன்று அங்கு தொடங்கிய கலவரங்கள் ஏகப்பட்ட உயிர்களையும் உடமைகளையும் காவு வாங்கியதோடு ஆயிரக்கணக்கானோரை அகதிகளாக்கி முகாம்களில் முடக்கியிருந்தது. யார் வேண்டுமானாலும் எப்போது

வேண்டுமானாலும் உயிர் உட்பட எதை வேண்டுமானாலும் பறித்து விடலாம் என்ற உயிரச்சத்தோடு எஞ்சியவர்களின் வீடுகளில் ஒளிந்து கிடந்தனர். கடுமையாகிக் கொண்டே போகும் நிலைமையை சமாளிப்பதற்குத் தேவையான ஆட்களோ போக்குவரத்துச் சாதனங்களோ இல்லாத நிலையில் வன்முறை அடக்குவதற்கு ராணுவம் வரவழைக்கப்பட்டிருந்தது. 24 மணி நேர ஊரடங்கு அமலிலிருந்தது. ஆயினும் புதிய நாட்டின் புத்தம்புது அம்சங்களைத் திட்டமிட வேண்டிய நேரத்தில் இரத்தக்களரியைத் தடுத்து நிறுத்த வழியின்றி புது அரசாங்கம் தவித்துக் கொண்டிருந்தது. அமைதி சீர்குலைவைத் தடுப்பதற்காகவும் அகதிகள் நிவாரண முன்னேற்றத்துக்காக எடுக்கப்படும் நடவடிக்கைகளை நேரடியாகப் பார்வையிடவும் மவுண்ட்பேட்டனும் அவரது மனைவியும் நகரத்தைச் சுற்றி வந்தனர். கல்கத்தாவைச் சமாளித்த காந்தியடிகளே டில்லிக்கும் தேவைப்பட்டார்.

அவர் செப்டம்பர் 9ஆம் தேதியன்று தன் சகாக்களின் அழைப்பிற்கிணங்க டில்லிக்குச் செல்கிறார். பிர்லா மாளிகையில் தங்க வைக்கப்பட்ட காந்தியைச் சந்திக்க உடனடியாக அங்கு வந்த பிரதமர், “பாப்புஜி... டெல்லி நகரத் தெருக்கள் சடலங்களால் மூடிக் கிடக்கின்றன. லாகூரிலும் கிழக்கு பஞ்சாபிலும் நடக்கும் கொடுமைகளைக் குறித்து நாம் ஜின்னாவிடமும் லியாகத் அலிகானிடமும் புகார்களைத் தெரிவித்தோம். இப்போது இங்கு நடக்கும் கலவரத்துக்கு நாம் பாகிஸ்தானுக்கு என்ன பதில் கூறுவது? என்று பதைத்தார். அவரோ பட்டேலோ மற்ற அமைச்சர்கள் எவருமோ உண்மையிலுமே இத்தனை வன்முறைகளை எதிர்பார்த்திருக்கவில்லை. அவர்கள் வகுப்புவாதப் பிரச்சினை குறித்து காந்தியின் நியாயங்களையும் உணர்ச்சிப்பூர்வமான வேண்டுகோள்களையும் ஏற்றுக்கொண்டனர் என்றாலும் முகமற்று, வடிவமற்று எல்லா இடங்களிலும் பரவிக் கொண்டிருக்கும் எதிரியிடம் சரிக்குச் சரி நின்று களமாடுவதற்கு அகிம்சை என்ற ஆயுதம் சரியான தேர்வு அல்ல என்றே எண்ணியிருந்தனர். திட்டமிடாத ஏதொன்றாலும் இப்பிரம்மாண்டமான பிரச்சினை உருவாக்கிய சவால்களின் பரிமாணத்தை எதிர்கொண்டு பிரச்சினைகளைத் தீர்ப்பதற்கு இயலவில்லை. நிலைமை இவ்வாறிருக்க, பாகிஸ்தான் எல்லையிலிருந்து இந்தியாவுக்கு வரும் அகதிகளின் எண்ணிக்கை ஒவ்வொரு மணித்துளிக்கும் கூடிக்கொண்டே போனது. இங்கு வந்தவர்களுக்கும் வந்து கொண்டிருப்பவர்களுக்கும் முடிந்த வரையில் அனைத்துப் பாதுகாப்புகளையும் அளிப்பதுதான் நம்

முன்னிற்கும் பெரிய சவால். இரண்டு தேசங்களின் மக்களையும் தங்களுக்குத் தாங்களே உதவி செய்துகொள்ளத் தூண்டுவதுதான் இரண்டு நாடுகளுடைய அரசாங்கத்தின் பணி என்று அவர் கருதினார். அதோடு மக்களும் தங்கள் பயத்தைக் கைவிட்டுவிட்டு சாவைத் துணிச்சலுடன் எதிர்கொள்ளத் தயாராகுமாறு செய்ய வேண்டும். அவர் அகிம்சையை பலமுள்ளவர்களின் ஆயுதம் என்றும், சமர்க்களத்தில் ஆயுதபாணியாக நிற்பவரை விட அகிம்சையாளர் வீரம் மிக்கவர் என்றும் புகட்டியவைகள் எல்லாம் பலனின்றி போயிருந்தன. இங்கே அகிம்சை பலமற்றவர்களின் ஆயுதமாகவே புரிந்து கொள்ளப்பட்டது.

இதற்கிடையே இரண்டு தேசங்களின் பிரதமர்களும் லாகூரில் சந்தித்து லட்சக்கணக்கான மக்களைத் தங்களுக்குள் மாற்றிக் கொள்வதைப் பற்றி உடன்பாடு கண்டனர். இது மிக மோசமான தவறு என்றார் காந்தி. இந்த முடிவை முன்கூட்டியே நன்கு ஆலோசனை செய்து அதன் அடிப்படையில் நிறைவேற்றப்பட்டிருக்க வேண்டும். சிறுபான்மை மக்கள் விட்டுச்செல்லும் சொத்துக்களுக்கு இழப்பீடு எதனையும் அளிக்காமல் தன்னிச்சையான முறையில் அந்த மக்கள் வெளியேற்றப்பட்டிருக்கக் கூடாது. திடீரென்று வீடு வாசல்களை இழந்து ஆதரவற்ற நிலைக்குத் தள்ளப்பட்டவர்களின் மனங்களில் ஏற்படும் விரோத உணர்வு அவர்களை விரக்தியடையச் செய்து சட்டத்தைத் தங்களின் கரங்களில் எடுத்துக்கொள்ளுமாறு தூண்டி விடுகிறது என்றார். அதோடு வரம்புகளுக்குட்பட்டிருந்த நிதி ஆதாரங்களுடன் இத்தகைய பிரம்மாண்டமான மனித இடமாற்றத்தை எதிர்கொள்வதென்பது இரண்டு நாடுகளுக்குமே சக்திக்கு மீறிய செயலாகவும் இருந்தது.

காந்தி மாற்று வழியைச் சிந்தித்தார். அரசாங்கத்தின் கட்டுப்பாட்டு விதிகளால் ஏற்படும் பலன்களை விட மக்கள் தாங்களாக உணர்ந்து பொறுப்போடும் சுய கட்டுப்பாடோடும் செயல்படுவதன் மூலம் மேலும் அதிகமான நல்விளைவுகளை ஏற்படுத்த முடியுமென்று காந்திஜி உறுதியாக நம்பினார். ஒத்துழையாமை, சத்தியாகிரகம் என்ற மாபெரும் சாதனங்களைப் பிரயோகித்ததன் மூலமாக அதற்கான அனுபவமும் அவருக்கிருந்தது. அவர் அவ்வியக்கங்களின் மூலம் லட்சக் கணக்கான சாமானிய மக்களை அணிதிரட்டி பிரிட்டிஷ் சாம்ராஜ்ஜியத்துடன் வன்முறையற்ற வழியில் மோதச் செய்து, குருட்டுத்தனமான ஆட்சியாளர்களிடம் அவர்களின் கீழிருந்த மக்களின் மீது அவர்கள் செலுத்தக் கூடிய அதிகாரமும் வலிமையும் வரம்புக்குட்பட்டதுதான் என்பதைப் புரிய வைத்தார்.

இப்போது சுதந்திர இந்தியாவிலும் மானுடத்திரளை ஒட்டுமொத்தமாகத் திரட்ட வேண்டிய தேவையிருந்தது. ஆனால், அதற்கான அவரது குரலோ அவர்கள் மத்தியில் வலுவிழந்திருந்தது. வகுப்புவாத மனநிலைக்கு எதிராகச் சோர்ந்து விழும் தன் வார்த்தைகளைக் கடவுளுடன் இணைந்த தனது ஆத்மசக்தியின் மீது நம்பிக்கை கொள்வதன் மூலம் அவர் மீட்டெடுக்கிறார். மாபெரும் பிரிட்டிஷ் சாம்ராஜ்ஜியத்தை ஒப்பிடும்போது அவர் மெலிந்த பலவீனமான தேகம் கொண்ட ஒற்றை மனிதர்தான் எனும்போதிலும் அந்த மலைக்கும் மடுவுக்குமான உயர இடைவெளியைத் தென்னாப்பிரிக்காவிலும் இந்தியாவிலும் தனது ஆத்மசக்தியின் மூலமே சமன்படுத்திக் கொண்டவர் அவர். இப்போது அதைவிடவும் அசுர முயற்சி தேவைப்படுகிறது. ஒரு மனிதன் என்ற வகையில் தான் எடுக்கும் முயற்சிகள் தோல்வியடைந்து வருவதை அவரால் நேரடியாகக் காண முடிந்தது. நோய்மை, தள்ளாமைகளை இடைவிடாத பயணங்களாலும் பணிகளாலும் கடக்க முயற்சிக்கிறார். ஓயாமல் வருத்திக் கொண்டிருந்த இருமலுக்கு வைத்தியம் செய்துகொள்ள மறுக்கும் அவர் அந்த பாரத்தைத் தனது ராமர் மீது சுமத்துகிறார். எனது நோய்கள் போன்ற அற்பமான விஷயங்களில் கூட ராமநாமத்தில் நான் நம்பிக்கை கொள்ளவில்லை எனில் பெரிய முயற்சிகளின்போது அவர் மீது எப்படி நம்பிக்கை வைப்பேன்? என்னால் எப்படி வெற்றிபெற முடியும்? என்றெழும்பிய கேள்வியில் மருத்துவத்தை மறுதலிக்கிறார்.

அரசாங்கம் அமல்படுத்தும் கட்டுப்பாட்டு நிர்வாக முறைகள் யாவும் எதிர் விளைவுகளை ஏற்படுத்தும் என்று அவர் கருதினார். பணம் படைத்த சுயநலமிகள் அதிகார மையங்களுடன் நெருக்கமான தொடர்புகளை ரகசியமான முறையில் ஏற்படுத்திக்கொண்டு அந்தக் கட்டுப்பாடுகளைத் தங்களுக்கு ஆதரவாகத் தவறாகப் பயன்படுத்திக் கொள்ள இது வழிவகுத்துவிடும் என்றார். தங்களின் தேவைகளைப் பூர்த்தி செய்யக்கூடியளவுக்கு உணவையும் உடையையும் உற்பத்தி செய்துகொள்ள முடியுமென்று மக்கள் தங்கள் மீது கொள்ளும் நம்பிக்கை சுயநல சக்திகளை தலையெடுக்க விடாது என்பதோடு சுதந்திரக் காற்றை சுவாசிக்கும் தாங்கள் சொந்த முயற்சிகள் மூலம் தங்களுடைய பொருளாதார விடுதலையையும் பெற்றுவிட்டோம் என்ற உணர்வையும் அவர்கள் பெறுவார்கள் என்றார்.

டெல்லியில் அநாதரவான நிலையிலிருந்த முஸ்லிம்களின் நலனை உறுதி செய்வதற்காக காந்திஜி முயற்சித்துக் கொண்டிருந்த நிலையில் கிழக்கு பாகிஸ்தானிலிருந்து இந்து அகதிகள் மிகப் பெருமளவில் வந்து கொண்டிருப்பதாகத் தகவல்கள் வந்து சேர்கின்றன. இரண்டு நாடுகளின் எல்லையின் இருபுறங்களிலும் நிலவக்கூடிய பதற்றம் நிறைந்த சூழ்நிலை ஏற்படுத்தும் நிர்ப்பந்தங்களால் இந்தியா பாகிஸ்தான் நாடுகளுக்கிடையே யுத்தம் உருவாகிவிடுமோ என்று அச்சம் அவருக்கிருந்தது. எந்த இடத்தை அபாயம் அதிகம் அச்சுறுத்துகிறதோ அந்த இடத்திற்கு நேரடியாகச் செல்லும் வழக்கத்தைக் கொண்ட அவர் இங்கும் தனது பாதுகாப்புகளைக் களைந்துவிட்டு நேரடியாகக் களத்திற்குச் செல்கிறார். தன் குடும்பம் மொத்தத்தையும் வன்முறையில் தொலைத்திருந்த ஒரு முதிய முஸ்லிம் பெண்மணி காந்தியின் காலடிகளில் விழுந்து, "இப்படிப்பட்ட சுதந்திரத்தையும் பாகிஸ்தானையுமா நாங்கள் கேட்டோம்? இந்த நிலை ஏற்படுவதற்கு நாங்கள் என்ன தவறு செய்தோம்? யாரிடம் ஆதரவு கேட்பது?" என்று கதறினார். எல்லாப் பக்கங்களிலும் அம்மாதிரியான பதற்றமே நிலவியது. விடாது பொழியும் மழையும் டில்லியின் குளிரும் புதிதாக வீடற்றுப் போனவர்களை வாழத் தகுதியற்றவர்களாக மாற்றிக் கொண்டிருந்தது. புரானாகிலா முகாமில் ஆயிரக்கணக்கான முஸ்லிம்கள் கோபமும் எரிச்சலுமாக காந்தியைச் சூழ்ந்து கொண்டனர். தங்களின் சொந்தபந்தங்களின் மீது அக்கிரமச் செயல்கள் ஏவிவிடப்பட்டபோது அவற்றைத் தடுத்து நிறுத்த காந்தி எந்தவித நடவடிக்கையும் எடுக்கவில்லை என்று அவரைக் கடுமையாகச் சாடினர்.

அவர் "முஸ்லிம்கள் எப்போதும் என்னைத் தங்களின் நண்பனாகவும் வழிகாட்டியுமாகவே கருதி வந்துள்ளனர். ஒரு முஸ்லிம் கனவான் கேட்டுக் கொண்டதன் பேரில்தானே நான் முதன்முதலில் தென்னாப்பிரிக்காவுக்குச் சென்றேன். இப்போது முஸ்லிம்கள் என்னை எதிரியாக நினைப்பது ஏன்? உங்களுடைய பிரச்சினைகளை எடுத்துக்கொண்டு போராடுவதால் இந்துக்கள் என் மீது கோபமும் எரிச்சலும் அடைந்துள்ளனர். அவர்களின் கோபத்துக்கு ஒருநாள் நான் பலியானாலும் வியப்படைய ஒன்றுமிருக்காது" என்றார். மேலும் அவர் பிரார்த்தனைக் கூட்ட உரையில், "இந்துக்களுக்கும் முஸ்லிம்களுக்குமிடையே ஒற்றுமை ஏற்படக் கூடாது என்பதை விரும்பும் சில மூன்றாவது சக்திகளின் தூண்டுதலும் இதில் இருக்கின்றன என்பதை நான் அறிவேன்" என்றார்.

தனது பிரார்த்தனைக் கூட்டங்களில் பாடப்படும் சர்வ சமய கீர்த்தனைகளோடு புனித குரானின் வரிகளையும் இணைத்துக் கொண்டார். ஆனால் இந்துக்களிடையே இதற்குப் பலமான எதிர்ப்பு கிளம்பியது. சொந்தபந்தங்களைப் பறித்து, தலைமுறை தலைமுறையாகத் தாங்கள் வாழ்ந்து வந்த இடங்களையும் உடைமைகளையும் இல்லாமல் ஆக்கி விரட்டியடித்தவர்களின் மதமாகவே அவர்கள் அவ்வரிகளைப் பார்த்தனர். 'அல்லாஹு அக்பர்' என்ற முழக்கம் தாங்கள் பழி வாங்கப்பட்டபோது ஏற்பட்ட அச்ச உணர்வையும் மனதைப் பிசையும் நினைவுகளையும் மீட்டெழுப்புகின்றன என்று ஆவேசம் கொண்டனர். காந்திஜி அவர்களின் உணர்வுகளை மதித்தார். பிரார்த்தனையின்போது சிறு ஆட்சேபம் கிளம்பினாலும் கூட்டத்தைப் பாதியில் நிறுத்திவிடுவதில் தயக்கம் காட்டுவதில்லை. மனம் தானாகக் கனியும் வரை காத்திருக்கும் பொறுமை அவருக்கிருந்தது.

காந்தி முஸ்லிம்களுக்கு ஆதரவாக இருந்து வருவதாக டெல்லியில் கருத்து உருவாகியிருந்தது. ஆனால், முஸ்லிம்களோ அவரை தம்முள் ஒருவராகச் சேர்த்துக்கொள்ள விரும்பவில்லை. தன்னைப் பொதுப்பணியிலிருந்து விலகிக்கொள்ள வேண்டுமென்று சிலர் வற்புறுத்துகின்றனர். ஆனால், அது என்னால் இயலாது என்றார் அவர். அவர் மக்களை அகிம்சைக்குப் பழக்கவில்லை என்று கூறிக் கொண்டாலும் முன்னாட்களில் அகிம்சை குறித்த போதனைகளைத் தெளிவாகவே முன் வைத்திருந்தார். அவருடைய வார்த்தைகளுக்கு அதிகக் கனம் இருந்த காலக்கட்டததில், போராட்டம் கனிந்து வந்த நிலையில், தனது ஆதரவாளர்களுடன் வெகுவாக முரண்பட வேண்டியிருந்த நிலையையும் பொருட்படுத்தாது பம்பாயிலும் சௌரிசௌராவிலும் நடந்த வன்முறைச் சம்பவங்களுக்குப் பிறகு தான் அறிவித்திருந்த போராட்ட இயக்கங்களைச் சிறிதும் தயக்கமின்றி விலக்கிக்கொள்கிறார். வன்முறை உணர்வு சிறிதுமின்றி அகிம்சா உணர்வோடு மக்கள் போராட்டங்களில் பங்கேற்க வேண்டும் என்ற காரணத்துக்காகத் திரண்டு வந்த மக்களைப் போராட வேண்டாமென்று கூறியதால் அவர்கள் வெறுப்படைந்தனர் என்ற போதிலும் அரசியல்ரீதியான பலன்களைக் கணிசமாக இழக்க நேரிட்ட போதிலும் போராட்டங்களை விலக்கிக்கொள்ள தயக்கம் காட்டவில்லை. ஆனால், இறுதி நாட்களில் அவரது அகிம்சைக் கோட்பாடு வெளிப்படையாகவே மனித சாத்தியத்தை மீறியதொன்றாகப் பார்க்கப்பட்டது. அவரோ தனக்குச் சாத்தியப்படுவது பிறராலும் கடைப்பிடிக்க இயலுமென்று கருதினார்.

அவர் நியாயமான குறிக்கோள்களுக்காக நம்பிக்கையுடனும் இன்முகத்துடனும் போராடக் கூடியவர். பல்வேறு துன்பங்களைத் தானே தேடிச் சென்று எதிர் கொள்பவர். நல்வாய்ப்பாக அந்நிய ஆட்சியிலிருந்து இந்தியா சுதந்திரம் பெறுவதைக் காண உயிரோடு இருக்கிறார் என்றாலும் உச்சக்கட்டத்தை எட்டிய நிலையில் அவர் மீண்டும் ஏமாற்றத்தையே சந்திக்க வேண்டியிருந்தது. தமது முந்தைய கால வாழ்க்கையில் ஏராளமான ஏமாற்றங்களைச் சந்தித்திருக்கிறார் எனினும் அப்போது இளமையானவராக அவர் இருந்தார். எல்லாவிதமான சூழ்நிலைகளையும் சந்திக்கும் தகுதியைப் பெற்றிருந்தார். காலமும் அவருக்கு சாதகமானதாக இருந்தது. 78 வயதைக் கடந்து 79ஆம் வயதுக்குள் நுழையவிருக்கும் அவருக்கு நீண்ட பயணத்தை மேற்கொள்வதற்கோ சிறந்த இலக்குகளை எட்டுவதற்கோ போதிய கால அவகாசமிருக்கவில்லை. அவரது உடல்நிலையும் சரியில்லாததாக இருந்தது. ஓயாத இருமல், மூச்சு விடுவதில் சிரமம், காய்ச்சல் என நோய்கள் அவரை வாட்டின. அவர் தனது ராமரிடம் தனக்காகக் கோரிக்கையை முன் வைக்கிறார். தான் மீட்கப்படுவதற்கான கோரிக்கை அது. சேவாகிராம் ஆசிரமத்திற்கு எப்போது வருவீர்களென்று அங்கிருக்கும் பெண்மணி ஒருவர் அவரிடம் கேட்டபோது, தான் அங்கு வர வாய்ப்பேயில்லை என்கிறார். அங்கு இருப்பவர்களுக்கு ஏதேனும் செய்தி அளிக்குமாறு அந்தப் பெண் கேட்டுக்கொண்டபோது, அவர்களுக்குக் கொடுப்பதற்கு என்னிடம் செய்தியென ஏதுமில்லை. நான் ஏற்கெனவே அளித்துள்ள போதனைகளிலிருந்து என்ன புரிந்து கொண்டிருக்கிறார்களோ அதனையே எனது வழிகாட்டுதல்களாக எடுத்துக்கொள்ளட்டும். வழிகாட்டுதல்களுக்காக எப்போதும் என்னையே எதிர்நோக்கியிருப்பது நல்லதல்ல. என்னைச் சீக்கிரம் எடுத்துச் சென்று விடுங்கள் என்றே இறைவனிடம் வேண்டுகிறேன். எனக்கு வாழ்க்கை என்பது இப்போது பெரும் சித்திரவதையாக மாறிவிட்டது என்று பதிலளித்தார். சில வாரங்களுக்கு முன்னர் கல்கத்தாவில் கிடைத்த வெற்றி டெல்லியில் அவருக்கு வாய்க்கவில்லை. தனது கடைசி பிறந்த தினத்தின் போது வந்த வாழ்த்துக்களையும் புகழாரங்களையும் ஒட்டாத மனநிலையில் ஒதுங்கி நின்று பொறுத்துக்கொண்டார். எனினும் அவை தரும் சேதியாக, தான் உலகத்தில் பயனுள்ள வகையில் பணிபுரிவதற்கான தேவை இன்னும் இருப்பதாகவே உணர்கிறார். அகதிகளுக்குக் கம்பளி ஆடைகள் வழங்குமாறு அவர் விடுத்த

உருக்கமான வேண்டுகோளுக்குக் கிடைத்த அங்கீகாரம் அவருக்கு உற்சாகத்தை அளித்தது.

சாத்தியங்களை மீறிய வாழ்க்கையை அவர் இயல்பாக்கிக் கொண்டபோதிலும் ஓய்வு ஒளிச்சலற்ற அலைச்சலும் துயரத்தின் சுமையும் அவருக்குத் தீராத மன உளைச்சலை ஏற்படுத்தியிருந்தது. பகலில் உறங்குவது குறைந்து அநேகமாக இல்லாமலாகிவிட்டது. இரவு நேரங்களிலும் நிம்மதியின்றி புரண்டு கொண்டேயிருந்தார். பயங்கரமான காட்சிகள் அவர் மனதை அலைக்கழிக்க ஆரம்பித்தன. கோபமுற்ற இளைஞர்கள் சிலர் தன்னைத் தாக்கும் நோக்கத்துடன் தனது அறைக்குள் வேகமாக நுழைந்து தன்னை நெருங்குவது போன்றதொரு காட்சியைக் கண்டதாக அவர் ஒருமுறை குறிப்பிட்டார். மற்றொரு நேரத்தில் முரட்டுத்தனமான முஸ்லிம் இளைஞர்கள் தன்னை நோக்கி ஓடி வருவது போன்றதொரு காட்சியைக் கண்டதாகக் கூறினார். வகுப்புவாத வன்முறையால் சித்திரவதைக்குள்ளானவர்களின் நிலையும் அவர்கள் சந்தித்த வன்முறையும் அவரது இதயத்துக்குள் ரணமாக மாறத் தொடங்கியிருந்தன. அவற்றிலிருந்து தன்னை முழுமையாக விலக்கிக்கொள்ள முடியாததே இக்காட்சிகளுக்கான காரணம் என்றவர், தான் இன்னும் கடவுளிடம் முழுமையாகச் சரணாகதி அடைந்துவிடவில்லை என்பதையே இவை உணர்த்துகின்றன. கடவுளை நெருங்குவதற்கு நான் இன்னும் கடுமையாக முயற்சிக்க வேண்டும் என்கிறார். தொடர்ந்து ராமநாமத்தை இடைவிடாமல் உச்சரிக்கிறார். உச்சரிக்கிறோமோ எனத் தனக்குத்தானே உறக்கமும் விழிப்புமான நிலையில் உறுதிப்படுத்தியும் கொள்கிறார்.

இதனிடையே காஷ்மீரின் பிரச்சினையும் பெரிதாகிக்கொண்டே போனது. அவர், எனது விருப்பப்படி செயல்பட நான் அனுமதிக்கப்பட்டிருந்தால் அகிம்சை வழிப் போராளிகள் குழு ஒன்றை அழைத்துக்கொண்டு காஷ்மீருக்குச் சென்றிருப்பேன். அந்த மாகாணத்தைக் காப்பதற்கான போரில் எதிரிகளினால் கொல்லப்படுவதற்கு நாங்கள் தயாராக இருந்திருப்போம். ஆனால் அப்படிப்பட்ட சந்தர்ப்பம் எப்போது ஏற்படும்? நான் சொல்லுவதை நீங்கள் கவனமாகக் கேட்டு அதன்படி செயல்படுவீர்களானால் எனது சொற்களுக்கு அதிக சக்தியும் எனது இதயத்துக்கு அதிக வலிமையும் இருக்குமானால் எனது தவம் மேலும் நன்கு வளருமானால் நான் கூறும் ஒவ்வொரு சொல்லும் அதிக சக்தியைப் பெற்று நாடு முழுவதையும் கவ்விப் பிடிக்குமானால் எனது லட்சியத்தை நிறைவேற்றிட முடியும். கடவுள் இதுவரை என்னைக்

கொண்டு சென்றதைவிட மேலும் அதிக தூரத்துக்குக் கொண்டு செல்வாரானால் இந்தியா உலகத்தின் மீது பெரும்தாக்கத்தை ஏற்படுத்தும் என்று பிரார்த்தனைக் கூட்டத்தில் நம்பிக்கையோடு பேசினார். அவரது உள்ளுணர்வு அவருக்குத் தொடர்ந்து நம்பிக்கையளித்துக் கொண்டேயிருந்தது. இருபதுகளில் தீண்டாமை சக்திகளுக்கு எதிராக அவர் போராடும்போது அவருடைய சீடர்களில் கூட ஏராளமானோர் பிராமணர்களாக இருந்தனர். இந்து மதத்துக்குள் அவர் குழப்பம் விளைவிப்பதாகவும் அவரின் நடவடிக்கைகள் முட்டாள்தனமானது, திமிரானது என்றும் அவருக்கெதிராக உயர்வர்க்கம் எனக் கருதிக் கொண்டவர்களால் நடத்தப்பட்ட கருப்புக் கொடி ஆர்ப்பாட்டங்கள், போராட்டங்கள், கல்வீச்சுகள், வசவுச் சொற்களுக்கு அஞ்சாமல் இறுதி வரை அவர் உறுதியோடு நின்றார்.

இப்போதோ வகுப்புவாத வன்முறை ஒருபுறமிருக்க காங்கிரஸ்காரர்கள் அதிகாரத்துக்காக அடித்துக்கொள்வதையும் அவர் கேள்வியுற வேண்டியிருந்தது. கிராமப்புற மேம்பாட்டுக்காக அவர் புகுத்திய காதி திட்டம் புறக்கணிக்கப்படுகிறது. அவர், அரசதிகாரம் என்பது அனைத்து மக்களையும் சார்ந்தது. அது ஏழைகளின் மேம்பாட்டுக்காகப் பயன்படுத்தப்பட வேண்டியது என்றார். கைராட்டையைப் புறக்கணிப்பது என்பது ஆக்கப்பூர்வமான பணிகளை, கிராமப்புறத் தொழில்களைப் புறக்கணிப்பதற்குச் சமமானது. நமது நாட்டின் தேவைகளைப் பூர்த்தி செய்வதற்கு ஆலைத் துணியைத் தவிர வேறெதைப் பற்றியும் நாம் சிந்திக்க மறுக்கிறோம் என்பது எனக்கு ஆச்சர்யமாகத்தான் இருக்கிறது. இந்தியாவைப் பொறுத்தவரை காதி பொருளாதாரம்தான் உண்மையான ஆரோக்கியமான பொருளாதாரமாக இருக்கும் என்பதில் எனக்கு எள்ளளவும் ஐயமில்லை என்றார். ஆனால் அவரது அறிவுரைகள் பதவிச் சண்டைக்கு முன்னால் அதிகமாக எடுபடவில்லை. அவர் காங்கிரஸுக்கும் அதிகாரத்துக்கும் தேவைப்படாத பண்டமாக மாறிக் கொண்டிருந்தார்.

இப்போது நமது நாடு ஒரு சுதந்திர நாடு. அனைத்துப் பொறுப்பும் நம்முடையதே என்பதால் நாட்டைச் சொர்க்கபுரியாக மாற்றும் முயற்சியில் அதனை நரகமாக மாற்றிவிடக் கூடாது. நாம் சுதந்திரமடைந்த போதிலும் பல இன்னல்களைச் சந்தித்து வருகிறோம். பெயரளவில் அமைதி இருந்தபோதிலும் உள்ளுக்குள் அமைதி குலைந்தவர்களாக இருக்கிறோம். நாம் நமது சுயநலம் பிடித்த போக்குகளைக் கைவிட்டுவிட்டு நமது கடமைகளை

உணர்ந்துகொண்டு அவற்றை மனப்பூர்வமான முறையில் நிறைவேற்றினால் மட்டுமே காப்பாற்றப்படுவோம். பிரிட்டிஷ் ஆட்சியின் காரணமாகவும் ஏழை மக்களைச் சுரண்டியதன் மூலமே இன்று பலர் கோடீசுவரராகியுள்ளனர். கட்டுப்பாடுகளை விதித்ததன் மூலம் நாம் ஊழல்வாதிகளாகிவிட்டோம். வங்காள மாகாணத்தில் அரிசி இல்லையெனில் அஸ்ஸாமிலிருந்து எடுத்துக்கொள்ள வேண்டும். உணவைப் பொறுத்தவரை நம்மிடம் போதுமான உணவு இல்லை என்பதை நான் நம்பவில்லை. ஒரு மாகாணத்தில் கூடுதலாகவும் மற்றொரு மாகாணத்தில் குறைவாகவும் இருக்கலாம். இந்தியா முழுவதும் உற்பத்தியாகும் தானியங்களை நாம் திரட்ட முடிந்தால் உணவுப் பற்றாக்குறை என்பதே இருக்காது. இந்தியாவின் அனைத்து மாகாணங்களும் ஒன்றுபட்டு வாழ வேண்டும் என்பதைப் புரிந்துகொண்டால்தான் நாம் சுதந்திரத்துக்குத் தகுதியானவர்களாக இருப்போம். நம்முடைய மாகாணங்கள் ஒன்றுடன் ஒன்று போட்டி போடத் தொடங்கினால் நாம் அனைவரும் வீழ்ச்சியடைவோம். நாட்டில் தோன்றி வந்த பிளவுவாத அபாயத்தைப் பற்றி ஒரு தீர்க்கதரிசி செய்த தெளிவான மதிப்பீடு இது.

போலவே அகதிகள் சிறப்புச் சலுகைகள் கோருவதை அவர் ஏற்கவில்லை. அவர்களின் நிவாரணத்திற்காகப் போர்வைகள் மற்றும் மெத்தைகள் அளிக்குமாறு அவர் வேண்டுகோள் விடுத்ததைத் தொடர்ந்து அவற்றின் விலைகள் உயரத் தொடங்கின. அவர், அகதிகள் அனைவரும் பஞ்சு மெத்தைகள் செய்யும் பணியில் ஈடுபட வேண்டும். பின்னர் பஞ்சிலிருந்து பருத்திக் கொட்டைகளை நீக்குதல், பஞ்சின் சிக்கு நீக்குதல், நூல் நூற்றல், ஆடை நெய்தல் போன்ற பணிகளில் அவர்கள் ஈடுபட வேண்டும். இவ்வாறு லட்சக்கணக்கான அகதிகள் பயனுள்ள முறையில் கூட்டாக உழைப்பின், அதிலிருந்து தோன்றக்கூடிய ஆற்றல் நாடு முழுவதிலும் மின்சாரம் பாய்ச்சுவது போன்ற புத்துணர்ச்சியை ஏற்படுத்தும். அதன் காரணமாக உத்வேகமடையக்கூடிய மக்கள் தங்களின் ஓய்வு நேரத்தில் அதிகமான உணவு உற்பத்தி செய்வதிலும் தங்களின் இல்லங்களில் காதியை உற்பத்தி செய்யும் பணிகளிலும் ஈடுபடுவர். அதை விடுத்து சோம்பேறித்தனமான முறையில் சும்மா இருந்து வேலை எதுவும் செய்யாமலிருப்பவர்கள் பிரச்சினைகளைத் தொடர்ந்து உருவாக்குபவர்களாக இருப்பர். அவர் உழைக்காமல் கிடைக்கும் எவையும் திருட்டுக்குச் சமமானது என்ற கருத்துடையவராதலால் தனது உண்ணாவிரத காலங்களில்

கூட முடிந்தளவு வேலைகளைச் செய்து கொள்வதையே விழைவார். ஒருவர் தனது கடமைகளைச் செய்யாமல் எத்தகைய உரிமையையும் நேர்மையான முறையில் பெற முடியாது. கடமை எதுவும் இல்லை என்றால் உரிமை என்பதும் கூட இல்லை. பிறருக்குத் தொண்டு புரியும் உரிமையும் அந்தப் பணியின் விளைவுகளைப் பெறும் உரிமையும்தான் ஒரு மனித உயிரின் உண்மையான உரிமை என்றார்.

அன்று காந்திஜி நூல் நூற்றுக் கொண்டிருந்தபோது அவருக்கு வந்த கடிதக் குவியலிலிருந்து அவரது பேத்தி இரண்டு கடிதங்களை எடுத்து வாசித்துக் காட்டத் தொடங்குகிறாள். ஒன்று, அவரை வானளாவப் புகழ்ந்தது, மற்றது அவரைக் கடும் வசைகளால் இகழ்ந்தது. மனு, வசைகளான கடிதத்தை நகர்த்தி வைத்தபோது காந்தி அதைக் கையிலெடுத்து வாசிக்கிறார். மனதை காயப்படுத்தும் சொற்களை மீண்டும் வாசித்தார். பின்னர் புன்னகையோடு மனுவிடம் காகிதமும் பென்சிலும் கொண்டு வருமாறு சைகை செய்தார். இந்த இரண்டு கடிதங்களும் ஒரே நேரத்தில் வந்திருப்பதில் இருந்தே நாம் மகிழ்ச்சியையும் வேதனையையும் சமமான முறையில் உள்வாங்கிக் கொள்வதற்குக் கற்றுக்கொள்ள வேண்டும் என்ற படிப்பினையைப் பெற்றுக் கொள்ளலாம் என்றபடியே தான் எழுதிய குறிப்பை மனுவிடம் கொடுத்துவிட்டு இராட்டையை இயக்கத் தொடங்குகிறார்.

பஞ்சு நூலாகிறது. நூல் துணியாகிறது. காலப்போக்கில் துணி கந்தலாகி நூல்களாக பிரிந்து போகின்றன. பின்னர் அவை பஞ்சு இழைகளாக மாறிவிடுகின்றன. பின்னர் அவையும் தமது பழைய நிலைக்குச் சிதைந்துவிடுகின்றன. இன்னும் சிறிது காலத்தில் ஒரு புதிய சுழற்சி தொடங்க ஆரம்பிக்கும். அதே மூலக்கூறுகள் மீண்டும் இணையத் தொடங்கும். ஆக்கல், அழித்தல், மீண்டும் ஆக்கல், வெளிச்சம், நிழல் பின்னர் மீண்டும் வெளிச்சம், ஓயாமல் தொடரக்கூடிய இந்த நடைமுறைகள்தான் நிரந்தரமானவை. பிறப்பு, இறப்பு, மீண்டும் பிறப்பு என்பது போல இவையெல்லாம் மாறி மாறி நிகழ்கின்றன. மனு தன் தாத்தாவின் குறிப்பை மீண்டும் வாசித்துப் பார்க்கிறார். அருகிலிருந்த தாத்தாவைக் கவனித்துக் கொள்ளும் பேத்தியான அவரால், தாத்தா மரணத்தைக் கண்டு அச்சம் கொள்ளவில்லை என்பதும் தன்னைக் காண வந்து கொண்டிருக்கும் நண்பனின் வரவுக்குக் காத்திருப்பதைப் போல அவர் மரணத்துக்காகக் காத்திருந்தார் என்பதையும் நன்றாக உணர முடிந்தது.

27

இறுதி அத்தியாயம்

இந்தியா அல்லது பாகிஸ்தான் ராணுவத்தில் பணி செய்வதற்காகத் தங்கி விட்ட பிரிட்டிஷ் அதிகாரிகள் மதத்தின் பெயரால் நடந்து கொண்டிருக்கும் மிக மிக மோசமான நிகழ்வுகளைக் கண்ணுற்று அதிர்ந்து போயினர். ‘இது... இது... இரண்டாம் உலகப்போரில் நாங்கள் கண்டதை விட இது மிகவும் மோசமானது... மிக மோசமானது...’ என்றனர் அதிர்ச்சி விலகாமல்.

இரு நாடுகளிலும் தப்பியோடுதல் அதிகரித்த போது எல்லைப்பகுதிகளில், ரயில் பெட்டிகளில் கூட்டம் கூட்டமாய் வந்த அகதிகள்தான் தாக்குதலின் முக்கிய இலக்குகள் ஆயினர். ரயில் பாதைகள் பெயர்க்கப்பட்டு வண்டிகள் கவிழ்க்கப்பட்டு உயிர்கள் எடுக்கப்பட்டன. ரயில்கள், நிலையங்களில் நின்ற போதோ அல்லது வன்முறை கும்பல் அபாயச் சங்கிலியை இழுத்து வெட்டவெளிகளில் ரயில்களை நிறுத்தி உயிர்களைப் பிணங்களாக்கி அதே ரயில்களில் அனுப்பி வைத்தனர். இந்தியாவில் சுன்னத் செய்யப்பட்டவர்களும் பாகிஸ்தானில் சுன்னத் செய்யப்படாதவர்களும் வெட்டிச் சாய்க்கப்பட்டனர். பெண்களின் நிலையோ கூறத்தக்கதாகக் கூட இருக்கவில்லை. மதத்தின் மூடாக்குகளுக்குள் குழந்தைகளின் மரணக் கதறல்கள் தேய்ந்து போயின. ரயில் நிலையத்தில் வந்து நிற்கும் பெட்டிகளின் கதவுகள் வழியாக ரத்தம் வழிந்தது.

அவர் சந்தேகப்பட்டு பின் சந்தோஷப்பட்ட கல்கத்தாவின் அமைதியின் மீதும் கல்லெறியப்பட்டிருந்தது. தலைநகர் டில்லியிலும் அதே நிலைமையே. கடும் குளிர் வாட்டி வதைத்த டிசம்பர் மாதத்தின் பின்நாட்களில் ஒன்றில்

அவர் வருத்தத்தில் தோய்ந்தெடுத்த வார்த்தைகளை வேதனையின் வலியிலிருந்து பிரசவிக்கிறார்.

நான் மிகவும் கஷ்டமான காலத்தை அனுபவித்து வருகிறேன். எனக்கு ஓய்வெடுப்பதற்கு நேரமே இல்லை. வகுப்புவாத மோதலுக்குச் சாமானியர்கள் காரணமல்ல. விரல்விட்டு எண்ணத்தக்க சிலர் இவற்றுக்குப் பின்னே இருக்கின்றனர். கடலே தீப்பற்றி எரிந்தால் அதனை யாரால் அணைக்க முடியும்? பொய்மை மிகப் பெரிய அளவில் பரவிவிட்டது. அது எங்கே முடியுமென்று யாராலும் கூற முடியாது.. இந்த உலகில் எனது நாட்கள் எண்ணப்பட்டு வருகின்றன என்பதை அறிவேன். என் காலத்திற்குப் பிறகு நான் கூறியவையெல்லாம் சரி என்பதை உணர்வீர்கள்.

ராஷ்டிரீய சுயம் சேவக் சங் பற்றி பல விஷயங்களை நான் கேள்விப்படுகிறேன். இப்போது ஏற்பட்டுள்ள பிரச்சினை களுக்கெல்லாம் அந்த அமைப்பே காரணம் என்றும் கேள்விப்பட்டேன். மக்கள் கருத்து என்பது ஆயிரம் வாள்களை விட வலிமையானது என்பதை நாம் மறக்க வேண்டாம். கொலைவெறித் தாண்டவங்களை நடத்துவதன் மூலம் இந்து மதத்தை நாம் பாதுகாக்க முடியாது. எதுவும் செய்யாமல் சும்மா இருந்து எதிர்ப்பினை தெரிவிக்கும் முறையைக் கடைப்பிடித்தால் அதற்காகக் கடுமையான ஒரு விலையை நாம் அளிக்க வேண்டியிருக்கும். நாசரேத்தைச் சேர்ந்த ஏசு துணிச்சலுடனும் வீரத்துடனும் முழுமையான ஞானத்துடனும் போராட்டம் நடத்தினார். ஆனால், அது பலவீனமானவரின் எதிர்ப்பு என்று ஐரோப்பா தவறான முறையில் மதிப்பிட்டது. விவிலிய நூலில் புதிய ஏற்பாட்டை நான் படித்த போது அதில் ஏசுவைக் குறித்து எத்தகைய செயலின்மையையோ பலவீனத்தையோ நான் காணவில்லை. டால்ஸ்டாய் எழுதிய ஹார்மனி ஆஃப் தி காஸ்பல்ஸ் என்ற நூலையும் அது போன்ற அவரது பிற நூல்களையும் வாசித்தபோது எனக்கு அதன் பொருள் மேலும் விளங்கியது. எனது சொந்த அனுபவத்தைப் பற்றிக் குறிப்பிடும்போது செயலற்ற எதிர்ப்பு முறையின் மூலம்தான் நாங்கள் சுதந்திரம் பெற்றோம் என்பதில் சந்தேகமில்லை. எங்களை அறியாமல் நாங்கள் செய்த தவறுக்கான கடுமையான விலையைத் தினமும் அனுபவித்து வருகிறோம். நாங்கள் செய்த தவறு என்பதை விடச் செயலற்ற எதிர்ப்பு முறையை அகிம்சை வழியிலான எதிர்ப்பு என்று கருதும் தவறைச் செய்தவன் நானே. நான் அந்தத்

தவறைச் செய்யாமலிருந்திருந்தால் இன்று காணப்படக்கூடிய சிறுமைப்படுத்தும் காட்சிகளைத் தவிர்த்திருக்க முடியும்.

இந்து மதத்தைப் பாதுகாப்பதற்காக இந்தியாவிலுள்ள முஸ்லிம்களை விரோதிகளாக நடத்தக்கூடாது. இதே விதி முஸ்லிம்களுக்கும் பொருந்தும். முஸ்லிம்களை மட்டுமே சகித்துக்கொள்வோம் என்ற நிலையை அவர்கள் கைக்கொண்டால் இஸ்லாமிய மதம் அழிந்து போகும். கிறிஸ்தவ மதத்துக்கும் கிறிஸ்தவர்களுக்குக் கூட இது பொருந்தும். ஏனெனில் மதங்கள் அனைத்தும் நேர்மையையும் நட்புறவையும் போதிப்பன. முப்பதாண்டுகளாக இங்கு நடைபெற்று வரும் அகிம்சை வழிப் போராட்டத்திலிருந்து முஸ்லிம்கள் ஏதாவது புரிந்துகொண்டிருந்தார்களானால் இந்திய ஒன்றியத்தில் சிறுபான்மை மக்களாகத் தாங்கள் இருப்பதாகக் கருதி கவலைப்படக் கூடாது. பாகிஸ்தானில் பெரும்பான்மை மக்களாக இருப்பவர்களால் தங்களுக்கு எந்தப் பயனும் இல்லை என்பதையும் உணர வேண்டும். நபிகள் நாயகத்தைப் பின்பற்றியவர்கள் மெக்காவில் சிறுபான்மைப் பிரிவினராக இருந்த காலம்தான் இஸ்லாத்தின் மிகச் சிறந்த காலம் என்பதை அவர்கள் நினைவில்கொள்ள வேண்டும்.

சுதந்திரம் கிடைத்து கிட்டத்தட்ட நான்கு மாத ஆட்சிக்காலத்திற்குப் பிறகு பிரதமர் ஜவஹர்லால் நேரு தான் கலந்துகொண்ட அலகாபாத் பல்கலைக்கழக விழாவில், நமக்குச் சுதந்திரம் கிடைத்து விட்டது. ஆனால் அதனையடைந்த பின் நாம் ரத்தமும் கண்ணீரும் கலந்த நீரில் கால் நனைத்துச் செல்ல வேண்டியிருக்கிறது என்று தன் வருத்தத்தைப் பதிவு செய்துவிட்டுத் தன் உரையைத் தொடங்குகிறார்.

நமது தேசத்தை இருள் சூழ்ந்தது. மதிகெட்ட மனிதர்களாக மக்கள் மாறிப் போனார்கள். கொடுமைக்கு மேல் கொடுமை சூழ்ந்து கொண்டது. திடீரென்று சூனியமான நிலை ஏற்பட்டு வெளிச்சம் என்பதே இல்லாதது போன்ற தோற்றம் உருவாகியது. ஆனால், அப்போது பிரகாசிக்கும் சுடரொளியொன்று மட்டும் தொடர்ந்து மின்னி வந்தது. சுற்றிலும் இருளடைந்து கிடந்த பகுதிகளில் தனது ஒளியைப் பரப்பியது. அந்தத் தூய்மையான சுடரொளியைக் கண்ட பிறகுதான் வலிமையும் நம்பிக்கையும் நமக்குத் திரும்ப வந்தது. இங்கேதான் இந்தியாவின் ஆன்மா இருந்தது. வலிமையானதாக மாசு மருவற்றதாகத் தற்போது நிலவும் கலவரங்களுக்கு அப்பாற்பட்ட ஒன்றாக அது திகழ்ந்தது. இந்த மாதங்களில்

மகாத்மா நம்மிடையே இருப்பதன் பொருளை உங்களில் எத்தனை பேர் உணர்ந்திருக்கிறீர்கள்? அவர் இந்தியாவுக்கு ஆற்றிய மகத்தான பணிகளை நாம் அறிவோம். கடந்த ஐம்பதாண்டுகளாக விடுதலை லட்சியத்திற்காக அவர் ஆற்றிய அரும் பணிகளை நாம் அறிவோம். ஆனால் கடந்த நான்கு மாதங்களில் அவர் ஆற்றிய பணியை விட உயர்ந்த பணியாக அவரது வேறு எந்தப் பணியும் இருக்க முடியாது. அனைத்தும் கரைந்துவிடும் நிலையிலிருந்தும் அவர் பாறையைப் போன்ற லட்சிய உறுதியுடன் இருந்தார். அனைவருக்கும் உண்மை ஒளியைக் காட்டும் கலங்கரை விளக்காகத் திகழ்ந்தார். அவரது மெல்லிய உறுதியான குரல் மக்கள்தொகை எழுப்பிய ஆரவாரக் கூச்சலையும் தாண்டி மேலே உயர்ந்து ஒலித்தது. சரியான முயற்சிக்கான பாதையைச் சுட்டிக் காட்டியது. இந்தச் சுடரொளி தந்த வெளிச்சம் காரணமாக நாம் இந்தியா மற்றும் அதன் மக்களின் எதிர்காலம் குறித்து நம்பிக்கை இழக்காதவர்களாக இருக்கிறோம் என்றார். கூட்டம் அமைதியாகக் கேட்டுக் கொண்டிருந்தது.

டில்லி பதற்றமாக இருந்தது. ஆனால் வகுப்புவாதப் படுகொலைகள் நின்று போயிருந்தன. சுதந்திர இந்தியாவின் தலைநகரில் அமைதி நீடிப்பது ஆயுதபலத்தினால் மட்டுமே சாத்தியமாகியிருக்கிறது, தான் பயிற்றுவித்துப் பாதுகாத்த ஆன்மீக பலத்தினால் அல்ல என்பதை காந்தியும் அறிந்திருந்தார்.

கல்கத்தாவில் எத்தனை சாதனை செய்திருந்தாலும் முஸ்லிம் முகாம்களில் அவருக்குப் பல நேரங்களில் நல்ல வரவேற்பு கிடைக்கவில்லை. கடவுளின் பெயரை உச்சரித்துக்கொண்டே இறந்து போய்விடுங்கள். ஆனால், அன்பை இழந்துவிடாதீர்கள் என்ற அவரின் செய்திகளை முஸ்லிம்கள் எள்ளி நகையாடினர். பழைய கோட்டை முகாமுக்குப் பாதுகாவலர்கள் யாருமின்றி அவர் சென்றபோது முஸ்லிம் அகதிகள் கும்பலொன்று அவரது காரைச் சூழ்ந்துகொண்டு அவரைச் சபித்தது. சிலர் அதன் கதவை இழுத்துத் திறந்தனர். மனம் கலங்காத அவர் காரிலிருந்து வெளியே வந்து அவர்கள் மத்தியில் சென்றார்.

"இந்து, முஸ்லிம், சீக்கியர், கிறித்தவரிடையே எனக்கு வேறுபாடு எதுவும் இல்லை. அனைவரும் சமமே" அவரது மெலிதான ஆனால் உறுதியான குரல் முஸ்லிம்களிடம் கோபத்தை வரவழைத்தது. அதேசமயம் முஸ்லிம்களின் மீதான காந்தியின் இரக்கம், துன்பத்துக்கும் துயரத்துக்கும் மதமில்லை என்ற

அவரின் வற்புறுத்தல், முஸ்லீம்களின் காயங்களும் இந்துக்களின் காயங்களைப் போல் கடுமையானவைதான் என்ற அவரின் போதனைகள் இந்துக்கள் பலரின் இதயத்தை அவருக்கு எதிராக மாற்றியிருந்தது.

ராஷ்டிரீய சுயம் சேவக் சங் என்ற இயக்கம் சிந்து நதி உருவாகும் இடத்திலிருந்து பர்மாவின் கிழக்குப் பகுதி வரையிலும் திபெத்திலிருந்து கன்னியாகுமரி வரையிலுமான மகத்தான இந்து சாம்ராஜ்ஜியத்தை மீண்டும் உருவாக்க வேண்டுமென்று தீவிர விழைவு கொண்டிருந்தது. அதற்குத் தடையாக நின்று கொண்டிருக்கும் காந்தியையும் அவரது அனைத்துப் பணிகளையும் அவர்கள் முற்றிலும் வெறுத்தனர். அவரை இந்து மதத்தின் பரம வைரி என்றனர். அவர்களின் பார்வையில் அகிம்சை கொள்கை என்பது கோழையின் தத்துவம். இதனால் இந்துக்களின் ஆற்றலும் செயல்திறனும் வலிமையான குணமும் கெட்டுப்போய்விட்டது என்பதே. அவர்களுடைய இலட்சியத்தில் இந்தியாவிலுள்ள முஸ்லிம் சிறுபான்மையினரிடம் சகோதரத்துவமும் சகிப்பும் கொள்ள வேண்டுமென்று காந்தியின் போதனைக்கெல்லாம் இடமேயில்லை. இறுதி வரை இந்தியப் பிரிவினையை எதிர்த்து வந்த காந்தியே இந்தியப் பிரிவினைக்கு முழுப் பொறுப்பு என்று அவர்கள் குற்றம் சாட்டினர். தனது இறந்த உடலின் மீதுதான் இந்தியா பிரிக்கப்படும் என்று காந்தி சொன்ன பசப்பு வார்த்தைகள் கலாவதியாகிவிட்டன. இந்தியா பிரிக்கப்பட்டுவிட்டது, ஆனால் காந்தி இன்னும் வாழ்கிறார். இந்து அகதிகள் பட்டினி கிடக்கும்போது அவர்களை அடக்கி ஒடுக்கும் முஸ்லீம்களைப் பாதுகாத்து வருகிறார். கற்பழிக்கப்படுவதிலிருந்து தங்களைப் பாதுகாத்துக் கொள்வதற்காக இந்துப் பெண்கள் கிணறுகளுக்குள் விழுந்து சாகிறார்கள். ஆனால், காந்தி சொல்கிறார், பலியாவதில் தான் வெற்றி இருக்கிறது என்று. இந்த முட்டாள்தனத்தை எத்தனைக் காலம்தான் இதனைப் பொறுத்துக்கொள்ள முடியும்? அந்த அமைப்பு அவர் மீது சீறிக் கொண்டிருந்தது.

காந்திஜி அதையெல்லாம் பொருட்படுத்துவதில்லை. அவர், இந்தியா என்பது இந்துக்களின் தாயகம் என்பதைப் போலவே அது முஸ்லிம்களின் தாயகமும் ஆகும். காங்கிரஸ் கட்சியின் அடிப்படைக் கோட்பாடும் இதுவே. இங்கு நடந்து கொண்டிருக்கும் வகுப்புவாதப் பிரச்சினைகளுக்கு முஸ்லிம் லீக்கின் அணுகுமுறையே காரணம் என்றாலும் லீக் இழைத்த குற்றங்களுக்காக இந்தியாவில் உள்ள அனைத்து முஸ்லிம்களும் தண்டிக்கப்படுவது நியாயமற்ற

செயல் என்றார். இந்தியாவிலிருந்து வெளியேறிய முஸ்லிம்களைத் திரும்ப அழைத்துக்கொள்ள வேண்டும் என்றும் நிர்ப்பந்தத்தின் காரணமாக அவர்கள் விட்டுச்சென்ற உடைமைகளை அவர்களிடம் மீண்டும் ஒப்படைக்கவும் அவற்றை அமைதியான முறையில் அவர்கள் பயன்படுத்திக்கொள்ளவும் ஏற்பாடு செய்ய வேண்டும் என்றும் அவர் கூறினார். பாகிஸ்தான் செய்யும் குற்றங்களை நாமும் செய்யும் நிலைக்குத் தள்ளப்பட்டுவிட்டோம். இவ்வாறு செயல்பட்டதன் மூலம் அவர்களின் மோசமான நடைமுறைகளை நாம் நியாயப்படுத்திவிட்டோம். அடித்தால் திருப்பி அடிப்போம் என்ற நோக்கத்துடன் நாம் செயல்படக் கூடாது. ஆத்திரமூட்டல்களை எதிர்கொள்ளும்போது அமைதியாக மௌனமாக உறுதியாகச் செயல்படும் முறையைக் கடைப்பிடிக்க வேண்டும். இவ்வாறு சுய கட்டுப்பாட்டுடன் செயல்பட்டால் நமது வலிமை அதிகரிக்கும்.

ஆட்சி அதிகாரத்திடம் அவர், "பாகிஸ்தான் நடந்து கொள்ளும் முறையை அப்படியே நீங்களும் கண்மூடித்தனமாகப் பின்பற்றினால் எத்தகைய தார்மீக அடிப்படையில் உங்களுடைய நிலைப்பாட்டை எடுப்பீர்கள்? அகிம்சை வழியை உறுதியுடன் பற்றி நிற்பவர்கள் என்ற உங்களுடைய கொள்கை என்ன ஆகும்? நிகழ்ந்தவை அனைத்தையும் நீங்கள் அங்கீகரித்துவிட்டால் காங்கிரஸ் கட்சியின் கோட்பாடுகளையும் பண்பு நலன்களையுமே மாற்றியமைத்திட வேண்டியிருக்கும். இதுதான் உங்கள் முன்னேயுள்ள அடிப்படையான பிரச்சினை. இதனைச் சரியான முறையில் சந்திக்கும் வரை உங்கள் முன்னே உள்ள வேறெந்த பிரச்சினைக்கும் தீர்வு காண முடியாது" என்றார். உணர்ச்சி வசப்பட்டு தனது கொள்கையின் மீது தான் வைத்திருக்கும் விசுவாசத்திலிருந்து நழுவிவிடும் மனிதரல்ல அவர். மக்கள் பாதுகாப்புக்குத் தனக்கேயுரிய கொள்கை நிலையை அவர் அமல்படுத்துகிறார். மனிதர்களிடையே சகோதரத்துவம் நிலவ வைக்கும் நம்பிக்கை அது.

அவரைப் பொறுத்தவரை கன்னியாகுமரியிலிருந்து காஷ்மீர் வரை, கராச்சியிலிருந்து திப்ருகர் வரை வசிக்கும் அனைத்து மக்களுக்கும் இந்த மண்ணின் மீது சமமான உரிமையுண்டு. பெரும்பான்மையினர்க்குதான் இங்கே இடமுண்டு, சிறுபான்மை பிரிவு மக்கள் ஒடுக்கப்படுவார்கள் என்றோ அவமதிக்கப்படுவார்கள் என்றோ யாரும் கூற முடியாது. எனவே முஸ்லிம்களை விரட்டியடிக்க முயலும் எவரும் டில்லியின் முதல் விரோதிகள்,

இந்தியாவின் முதல் விரோதிகள். இத்தகைய பேரிடர் நிகழாத வண்ணம் தடுக்க ஒவ்வொரு இந்தியனும் தன்னால் இயன்றதைச் செய்ய வேண்டும். இதற்கு ஒவ்வொருவரும் தூய்மையுடன் இருக்க வேண்டும் என்கிறார். தனது சுய தூய்மையை நிரூபணம் செய்ய அவரது உள்ளுணர்வு உண்ணாவிரதம் செய்யக் கோருகிறது. அவர் ஏழு அம்ச கோரிக்கைகளை வலியுறுத்தித் தனது வாழ்க்கையின் கடைசி உண்ணாவிரதத்தை இறப்பதற்குப் பதினெட்டு நாட்களுக்கு முன்பு தொடங்குகிறார். இந்த முறை அவர் முன் வைத்த நிபந்தனைகள் வெறுப்பையும் இகழ்வையும் அவர் மீது சேறு போல அள்ளி வீசின. அவர்களின் முன்னால் மகாத்மா, முஸ்லிம்களின் இடங்களை அவற்றுக்கு உரியவரிடமே ஒப்படைக்க வேண்டும் என்கிறார். முஸ்லிம்களின் வீடுகளிலும் மசூதிகளிலும் தங்கிக் கொண்ட இந்துக்கள் இப்போது அதை காலி செய்துவிட்டு மீண்டும் வசதிகளற்ற முகாம்களுக்குத் திரும்பி கடும் குளிரிலும் பனியிலும் அல்லற்பட வேண்டுமாம். எல்லாவற்றையும் விட பாகிஸ்தானுக்குச் சேர வேண்டிய 55 கோடி ருபாயை உடனடியாகக் கொடுத்துவிட வேண்டும் என்ற அவரது நிபந்தனையில் நேரு, பட்டேல் உட்பட அமைச்சரவையே ஆட்டம் கண்டுபோனது.

எல்லைப்புற மாகாணத்திலிருந்து வந்த இந்துக்கள் மற்றும் சீக்கியர்களின் கும்பலொன்று, "காந்தியே... நீங்கள் போதுமானளவுக்கு எங்களுக்குத் தொல்லை கொடுத்துவிட்டீர்கள். எங்களை முற்றிலும் அழித்துவிட்டீர்கள். எங்களைத் தனித்துவிடுங்கள். இமயமலைக்குச் சென்றுவிடுங்கள்."

காந்தியை நிலைக்குலையச் செய்யும் வார்த்தைகள் அவை. பிர்லா மாளிகையின் வெளியே கோஷங்கள் ஒலித்தன. "என்ன நடக்கிறது" என்றார் காந்தி. உண்ணாவிரதம் அவரைப் படுக்க வைத்திருந்தது. "அகதிகள் ஆர்ப்பாட்டம் செய்கின்றனர்" "கோஷமிடுகிறார்களோ?" "ஆமாம்.." "அவர்கள் என்ன சொல்லுகிறார்கள்" "காந்தி இறக்கட்டும்" பியாரிலால் தயங்கியபடியே பதிலளித்தார்.

ஆனால், அந்த நிலை அப்படியே நீடிக்கவில்லை. சகோதரத்துவம், இந்து முஸ்லிம் ஒற்றுமை, காந்தியைக் காப்பாற்றுங்கள் என்ற வாசகங்கள் எழுதிய பதாகைகளுடனும் எழுப்பிய குரல்களுடனும் அனைத்துப் பெருநகரங்களிலும் சிறு நகரங்களிலும் உள்ள மைதானங்களில் மக்கள் கூட்டம் மொய்த்தது. பொதுப் பிரார்த்தனைக் கூட்டங்களில் ஆயிரக்கணக்கானோர் கூடி அவர்

உரை நிகழ்த்த வேண்டினார்கள். இதுவரை அக்கறையற்றிருந்த டில்லியிலும் மாற்றங்கள் ஏற்படத் தொடங்கியிருந்தன. அவருக்கு ஆதரவாகத் துண்டுப்பிரசுரங்கள் விநியோகிக்கப்பட்டன. குடியிருப்புகள், கடைவீதிகள், பொதுவிடங்களிலும் கூடிய மக்கள் கூட்டம் காந்தி உண்ணாவிரதத்தைக் கைவிட வேண்டும் என்றது.

இந்தியா இந்துக்களுக்காக மட்டும், பாகிஸ்தான் முஸ்லிம்களுக்காக மட்டும் இருக்க வேண்டும் என்று நினைப்பதை விட முட்டாள்தனம் வேறொன்றும் இருக்க முடியாது. ஒட்டுமொத்த இந்தியாவையும் பாகிஸ்தானையும் சீரமைப்பது சிக்கலானதுதான். ஆனால் சிலவற்றில் நாம் மனம் வைத்தால் அது நிச்சயம் நடக்கும் என்பது அவருடைய நிலைப்பாடு.

காஷ்மீர் குறித்த பாகிஸ்தானின் அணுகுமுறையை ஒதுக்கி வைத்து விட்டு இந்த நிதியை அளிப்பது குறித்து பரிசீலிக்க முடியாது என்பது அரசின் நிலைப்பாடு. காஷ்மீர் சமஸ்தானம் இந்தியாவுடன் சட்டப்பூர்வமாக இணைந்துவிட்ட நிலையில் காஷ்மீருக்குள் ஆக்கிரமிப்பாளர்களை அனுப்பி வைத்த பாகிஸ்தான் அரசு, இந்த நிதியை விடுவித்தால் அதனையும் நமக்கு எதிராகத் திருப்பிவிட்டு விடும் வாய்ப்புள்ளது என்றார் பட்டேல்.

"ஏற்கனவே முடிவு செய்யப்பட்ட ஒரு கொள்கையை மாற்றுவது ஒரு பொறுப்புள்ள அமைச்சரவைக்கு அழகல்ல. மூடத்தனம் தலைவிரித்தாடும் இந்தச் சூழலில் நம்முடைய சிறந்த பிரதிநிதிகள் அறிவுடன் செயல்பட்டு அரசு என்ற கப்பல் உடைந்து நொறுங்கி விடாமல் காப்பாற்ற வேண்டாமா?" என்றார் காந்தி.

இது அரசியல் அச்சுறுத்தல். இந்துக்களை அழித்தொழிப்பவர்களிடம் சரணடையச் செய்யும் செயல். இந்திய அரசியலிலிருந்து காந்தி பலவந்தமாக அகற்றப்பட வேண்டும். ஆம், அதுதான் சரி என்றது அந்த இயக்கம்.

வேறு வழியின்றி இந்திய அரசாங்கம் காந்தியடிகளின் வேண்டுதலுக்கு இணங்கி வந்தது.

உண்ணாவிரதத்தின் மூலம் தனது நாட்டு மக்களை அவர்களுக்காக வகுத்த பாதையில் மீண்டும் திருப்ப முடிந்திருக்கிறது என்ற வகையில் காந்திக்கு மகிழ்ச்சி. இந்திய அரசாங்கத்தின் இந்த நடவடிக்கை கலப்படமற்ற ஒரு நல்லெண்ண நடவடிக்கையாகும். இது பாகிஸ்தான் அரசாங்கத்தை கௌரவமான இடத்தில் வைக்கும். இந்த நிலைப்பாடு காஷ்மீர் பிரச்சினை மட்டுமின்றி

இரண்டு நாடுகளுக்கிடையே உள்ள அனைத்து வேறுபாடுகளின் மீதும் ஒரு கௌரவமான உடன்பாட்டை எட்ட வழி வகுக்கும் என்றார் அவர்.

அவர் பாகிஸ்தான் செல்ல வேண்டுமென்று விரும்பினார். ஆனால், அதற்கான உத்தரவு ஜின்னாவிடமிருந்து வர வேண்டும். காந்தியின் இந்திய வருகைக்கு முன் ஜின்னா காங்கிரஸில் மிக முக்கியமான இடத்தில் இருந்தார். காந்தியைப் போல அவருமே வெளிநாட்டில் வக்கீல் படிப்பை முடித்துவிட்டு வந்த பாரிஸ்டர். ஆனால், காந்தியைப் போல வக்கில் தொழிலில் விலைபோகாதவர் அல்ல. மிகச் சாதாரண இஸ்லாம் குடும்பத்தில் பிறந்திருந்தாலும் வழக்கறிஞர் தொழிலாலும் திறன் மிக்க தனது ஆளுமையாலும் நாட்டின் மீது கொண்ட பற்றினாலும் பொருளாதாரத்திலும் புகழிலும் மிகப் பெரிய உச்சத்துக்குச் சென்றுகொண்டிருந்தார். ருட்டி என்ற பார்ஸி இனத்தைச் சேர்ந்த பெரும் செல்வந்தரின் மிக இளம் வயது மகளை மணம் முடித்து பெண் குழந்தையொன்றுக்குத் தகப்பனாகியிருந்தார். இல்லற வாழ்க்கையைப் போலவே தனது அரசியல் வாழ்க்கையிலும் மிக உயர்ந்த இடத்தை அடைந்திருக்க வேண்டிய நிலையில்தான் காந்தி என்ற தந்திரக்காரர் அவர் இடத்தைப் பிடித்துக்கொண்டார். ஜின்னா, காந்தியை, தந்திரம் மிகுந்த இந்து நரி என்றே குறிப்பிட்டிருக்கிறார். காந்திக்கு எதிராகக் கல்லாக இறுகிப் போயிருந்த அந்தப் பிரிவினைவாதியின் மனதை, காந்தி தனது நாட்டுக்குச் சேர வேண்டிய நிதியை அளிக்க வைத்ததும் முஸ்லீம் மக்களுக்காகத் தன்னையே வருத்திக்கொண்டதும் லேசாக இளக வைக்க, உணர்ச்சிகளை அதிகம் வெளிக்காட்டாத அந்த இரும்பு மனிதர் லேசான தலையசைப்பின் மூலம் காந்தி தனது நாட்டிற்கு வருவதற்கு இசைவளித்தார்.

ஆனால், எல்லாம் முடிந்திருந்தது. அது ஜனவரி மாதத்தின் இறுதிக்கு முந்தைய முப்பதாம் தேதியின் மாலை தினம். அதற்கு ஐந்து நாட்களுக்கு முன்பு ஜனவரி 26ஆம் தேதி அதே பிர்லா மாளிகையின் புல்வெளியில் பிரார்த்தனைக் கூட்டத்தின்போது அவர் மீது குண்டு வீசப்பட்டது. குறி தவறியிருந்த அந்தக் குண்டு அவர் பேசிக் கொண்டிருந்த இடத்திலிருந்து எழுபது அடி தொலைவில் வெடித்திருந்தது. அதன் பிறகு எழுந்த சலசலப்புக்குப் பிறகு காந்தி சிறிதும் பதற்றமின்றி தன் உரையைத் தொடர்கிறார். அஞ்சி நடுங்கிய சுசீலா நய்யரிடம், “பிரார்த்தனையின்போது இறப்பதை விட வேறெந்தச் சிறந்த மரணத்தை நீ விரும்புகிறாய்?” என்றார்.

ஜனவரி 25ஆம் தேதியன்று அவர் எழுதிய கடிதமொன்றில், நான் ராமனின் சேவகன். அவன் விரும்புகிறவரை அவனுக்கான பணியை நிறைவேற்றுவேன். உண்மை மற்றும் அகிம்சையின் வலிமையை உலகுக்கு உணர்த்தக் கூடிய ஒரு மரணத்தை அவன் எனக்கு அருளுவானானால் நான் எனது வாழ்க்கை இலட்சியத்தில் வெற்றி பெற்றவனாவேன். நான் அவற்றை மனப்பூர்வமான முறையில் பின் தொடர்ந்திருந்தால், கடவுளை சாட்சியாகக் கொண்டு நான் செயல்பட்டிருந்தால், அத்தகைய மரணத்தைக் கடவுள் எனக்குக் கட்டாயம் அளிப்பார். யாராவது ஒருவன் என்னைக் கொல்வானானால் அந்தக் கொலையாளியின் மீது எத்தகைய கோபமும் எனக்கு ஏற்படக்கூடாது. ராமநாமத்தை உச்சரித்துக் கொண்டே நான் மரணடைய வேண்டும் என்று எழுதியிருந்தார்.

அவர் எப்போதோ எழுதிய கட்டுரையில், அகிம்சையே சத்தியத்தின் ஆன்மா. அது இல்லாத மனிதர் வெறும் மிருகமே. சத்தியத்தை நாடுகிறவர் அதைத் தேடுவதில் இதையெல்லாம் உணர்வார். கொலைகாரனுக்கு முன் அகிம்சை பலிக்காது என்று சொல்லுவது தவறு. அவனிடம் அகிம்சையைக் கொண்டு பரிசோதிப்பது என்பது தன்னையே அழித்துக்கொள்ள முற்படுவது என்றாலும் அதுவே அகிம்சைக்குச் சரியான பரிட்சை. கொல்லப்படுவதை அனுமதிப்பது மட்டுமே அகிம்சையாகிவிடாது. தாம் கொல்லப்படும்போது கொலைகாரன் மீது கோபமோ தாபமோ கொள்ளாமல் அவனை மன்னித்துவிடும்படி கடவுளிடம் கோருபவரே உண்மையில் அகிம்சையை அனுசரிப்பவர் ஆவார். இயேசு கிறிஸ்து இவ்விதமே செய்தார் என்று சரித்திரம் கூறுகிறது. அவர் கூறினாராம், தாங்கள் செய்யும் பிழையை அவர்கள் உணரவில்லை பிதாவே... அவர்களை மன்னியும் என்று. நான் இன்னும் அப்படிப்பட்ட உச்சநிலையை அடைந்துவிடவில்லை என்று குறிப்பிட்டிருந்தார்.

1894ஆம் ஆண்டு செப்டம்பர் 16ஆம் தேதியன்று காந்தி தனது நாட்குறிப்பில், தனது நண்பர்களான மெத்தடிஸ்ட் தம்பதிகள் இருவரைப் பற்றி எழுதியிருந்தார். தான் சைவ உணவு முறை பற்றியும் புத்தமதம் பற்றியும் பேசுவது அந்தத் தம்பதிகளுக்குப் பிடிக்கவில்லை என்றும் இதனால் தங்கள் குழந்தைகள் வீணாகிவிடுமோ என்று பயந்து அவரை வீட்டுக்கு வர வேண்டாம் என்றும் கூறிவிட்டதாக அதில் குறிப்பிட்டிருந்தார். அதாவது காந்தி, புத்தரைக் கிறிஸ்துவுக்கு சமமாக வைப்பது

அவர்களுக்குப் பிடிக்காமலிருந்தது. ஆனால் இன்று காந்தியடிகளே புத்தருக்கும் கிறிஸ்துவுக்கும் சமமான மகாத்மாவாக மாறிவிட்டதை அத்தம்பதிகள் உயிரோடிருந்தால் உணர்ந்திருப்பார்கள்.

அவர் தன் வாழ்க்கையில் ராமநாமத்துக்கு அடுத்தபடியாக அதிகம் உச்சரித்த சொல் 'கஸ்தூர்' அல்ல. 'அகிம்சை'... ஆம்... அப்படித்தான் இருக்க வேண்டும். அப்படிதான் இருக்கவும் முடியும்.

அவரது ராமரும் ஆம்... அப்படியே ஆகுக... என்று ஆசிர்வதித்திருந்தார்.

குறிப்புகள்